അപഹരിക്കപ്പെടാത്ത ഓർമകൾ

apaharikkappedatha ormakal

•

t k gangadharan

•

first edition
august 2012

•

typesetting & published
chintha publishers, thiruvananthapuram

•

•

cover
prasoon

•

വിതരണം

ദേശാഭിമാനി ബുക്ക് ഹൗസ്

H O തിരുവനന്തപുരം–695 035
www.chinthapublishers.com
chinthapublishers@gmail.com

ബ്രാഞ്ചുകൾ

ഹെഡ്ഡാഫീസ് കുന്നുകുഴി • ഓവർബ്രിഡ്ജ് തിരുവനന്തപുരം • കെ എസ് ആർ ടി സി ബസ് സ്റ്റേഷൻ ആലപ്പുഴ • കെ എസ് ആർ ടി സി ബസ് സ്റ്റേഷൻ എറണാകുളം • മച്ചിങ്ങൽ ലെയ്ൻ തൃശൂർ • ഐ ജി റോഡ് കോഴിക്കോട് • കെ എസ് ആർ ടി സി ബസ് സ്റ്റേഷൻ കോഴിക്കോട് • എൻ ജി ഒ യൂണിയൻ ബിൽഡിങ് കണ്ണൂർ • സെൻട്രൽ ബസ് ടെർമിനൽ കോംപ്ലക്സ് താവക്കര കണ്ണൂർ

CO - 1796 / 2593

അപഹരിക്കപ്പെടാത്ത ഓർമകൾ

ടി കെ ഗംഗാധരൻ

ചിന്ത പബ്ലിഷേഴ്സ്
തിരുവനന്തപുരം-695 035

ടി കെ ഗംഗാധരൻ

1944 നവംബർ 29ന് കൊടുങ്ങല്ലൂരിൽ ജനിച്ചു. ജൂനിയർ ടെക്നിക്കൽ സ്കൂളിൽ പഠിച്ചു പാസായി. പട്ടാളത്തിൽ ചേർന്നു. 1965 ലും 1971 ലും നടന്ന യുദ്ധത്തിൽ പങ്കെടുത്തു. 1991 ൽ സുബേദാർ ക്ലർക്കായി പിരിഞ്ഞുപോന്നു.

കൂട്ടംതെറ്റിയ കുട്ടി, വീട്, വചനം, ഉപാസന, പുകയുന്ന കൊള്ളികൾ, ചുവന്ന നക്ഷത്രങ്ങൾ, ഇങ്കിലാബിന്റെ ഗീതം, കാമാത്തിപ്പുര, ബാരക്ക്, ലെനിൻ പ്രവ്ദ വായിക്കുന്നു, ഏകാന്തതയുടെ പുരാവൃത്തം എന്നീ നോവലുകൾ പ്രസിദ്ധീകരിച്ചു. *ബാരക്ക്* എന്ന നോവലിന് അങ്കണം അവാർഡും പ്രൊഫസർ എം കൃഷ്ണൻനായർ സാഹിത്യ ദർപ്പണ നോവൽ അവാർഡും നേടി.

ഭാര്യ : കെ ഓമന
മക്കൾ : മനോജ്, ദിലീപ്, സന്ധ്യ
വിലാസം : തൈത്തറ ഹൗസ്,
ഉഴവത്ത്കടവ്, വയലാർ
കൊടുങ്ങല്ലൂർ, തൃശൂർ
പിൻ: 680664
ഫോൺ : 0480–2807835
മൊബൈൽ : 9745259619

ഉള്ളടക്കം

പെയ്തൊഴിഞ്ഞു തീരാത്ത പ്രവ്ദ

"**കൊ**ടുങ്ങല്ലൂർക്കാർ ശബരിമലയിൽ പോകണമെന്നില്ല! കാരണം അയ്യപ്പൻ അവിടെത്തന്നെയുണ്ട്." കേസരി ബാലകൃഷ്ണപിള്ളയുടെ ചരിത്രാന്വേഷണ കൗതുകങ്ങളിൽ ടി കെ ഗംഗാധരന്റെ നാടുമുണ്ടായിരുന്നു. പ്രാദേശിക ചരിത്രത്തിന്റെ സൂക്ഷ്മചിത്രങ്ങളിലെ അടഞ്ഞുപോയ വാതിലുകൾ തുറക്കാൻ നിരവധി താക്കോലുകൾ വേണ്ടിവരും. പ്രാക്തനവൈരുധ്യങ്ങളുടെ വൈവിധ്യങ്ങളെ അറിയൽ അപ്പോഴും കിട്ടാക്കനിയായിത്തുടരാനാണ് സാധ്യത.

മനുഷ്യദൃഷ്ടിക്ക് അദൃശ്യമായ "പോക്കുവരവു"കളുടെ സഞ്ചാരവഴികളിൽ ഓർമകൾക്ക് ഇരുളിന്റെ നിറമാണ്. സമീപഭൂതകാലത്തെയെങ്കിലും, എഴുത്തുവഴിയിലെ നാട്ടുവെളിച്ചത്തിൽ തുറന്നിടാൻ വാക്കുകളുടെ അഗമ്യഗമനത്തിനേ സാധ്യമാവൂ.

കലമ്പൽ കൂട്ടുന്ന ജീവിതശൈഥില്യത്തെ ആവിഷ്കരിക്കാൻ സാഹിത്യത്തിന്റെ ഏതു രൂപമാതൃകകളാണ് സഹായിക്കുക? നോവലോ ചെറുകഥയോ അതോ സിനിമാ തിരക്കഥയോ? പറയാതെ പോയ വൈഖരിയിൽ ഉറഞ്ഞ അപഹരിക്കപ്പെടാത്ത ഓർമകൾക്കും അതുകൊണ്ട് പൂർണത പ്രതീക്ഷിച്ചുകൂടാ.

*കൂട്ടം തെറ്റിയ കുട്ടി*ക്ക് ശേഷമാണ് ഗംഗാധരൻ *ബാരക്ക്* എഴുതുന്നത്. സ്വന്തം അനുഭവങ്ങളുടെ കദനം, ഭാവനയുടെ ഭംഗിയും അതിന്റെ സാധ്യതകളും ഒഴിവാക്കി, അലോസരപ്പെടുത്തുന്ന നേരുകളുടെ നേർഭംഗിയിൽ ചിതറിക്കിടക്കുമ്പോൾ എന്താണ് സംഭവിക്കുന്നത്? ഭാഷയുടെ സർഗാത്മകത എന്ന പേരുദോഷത്തിൽ – ന്യൂനീകരണത്തിൽ, പിന്നെ എഴുത്തുക്കാരന്റെ എഴുത്ത് കഴിവുകളിലും സത്യം പെയ്തു തോരുകയാണോ? "ഇത് എന്റെ അനുഭവമാണ്. എനിക്കുമാത്രം സ്വന്തം!" ഓർമ

കൾക്ക് ഈ സാക്ഷ്യത്തിന്റെ അധികബലം ഉണ്ടാകുന്നത് എത്രയോ സ്വാഭാവികം.

ശ്രദ്ധാപൂർവം തെരഞ്ഞെടുത്ത തലക്കെട്ടുകളിൽ ഗംഗാധരനുണ്ട്.

അതിപ്രശസ്തരോടൊപ്പം മറ്റു പലരേയും ചേർത്തുവയ്ക്കുന്നതിൽ ഈ എഴുത്തുകാരന്റെ തനത് സാമൂഹികപ്രതിബദ്ധതയുണ്ട്.

പൈലിമാപ്ലയിലും കറപ്പനാശാനിലും തുടങ്ങി ലൈംഗികത്തൊഴിലാളികളിലേക്ക് പടരുന്ന ഗ്രാമനഗരത്തിന്റെ ചിത്രങ്ങൾ കൊടുങ്ങല്ലൂർക്കാർക്ക് പരിചിതയാഥാർഥ്യവും മറ്റുള്ളവർക്ക് ഫിക്ഷനുമാണ്.

തുടക്കത്തിലേ സൂചിപ്പിച്ച എഴുത്തിന്റെ രൂപവൈവിധ്യങ്ങളിൽ (നോവൽ – ചെറുകഥ....) ഗംഗാധരൻ തെരഞ്ഞെടുത്തത് അനുഭവവിവരണത്തിന്റെ ലാളിത്യമാണ്.

1950 കളിൽ തുടങ്ങുന്ന ഒരു കേരളീയ സാമൂഹിക യാഥാർഥ്യത്തിന്റെ ചലനാത്മകതയും നിശ്ചലതയുമാണ് ഈ ഓർമക്കുറിപ്പുകളുടെ ആധാരശ്രുതി. ഭാവനയുടെ ദുഃസ്വാതന്ത്ര്യം എടുക്കാതെ എഴുത്തുകാരൻ 'കഥ' പറഞ്ഞവസാനിപ്പിക്കുകയാണ്.

നേരുകൾക്കൊപ്പം, പക്ഷേ, പറയാതെ പോയതിൽ (പറയേണ്ടതില്ലാത്ത) മൗനങ്ങളിൽ, (അ) സാന്നിധ്യങ്ങളിൽ, ശൈലീവിന്യാസങ്ങളിൽ എഴുത്തുകാരന്റെ സ്വാതന്ത്ര്യപ്രഖ്യാപനമുണ്ട്, സർഗാത്മകതയുടെ മൗലികസ്പർശവും!

"അന്നപാനങ്ങൾ വിളമ്പുന്നവർക്ക് ജീവിതത്തിൽ മറക്കാനാവാത്ത ചില സന്ദർഭങ്ങൾ വീണു കിട്ടാറുണ്ട്." ഈ ആപ്തവാക്യത്തിന്റെ നിർമമത്വത്തിലാണ് ഗംഗാധരൻ ഒരു ഇ എം എസ് അനുഭവം തുടങ്ങുന്നത്. "ദുരിത ജീവിതത്തിന് കമ്യൂണിസം മാത്രമാണ് പരിഹാര" മെന്ന് കരുതുന്നവരിൽ പലരും പാർട്ടി ചരിത്രത്തിൽ താരശോഭയോടെ അടയാളപ്പെടുത്താതെ പോകുന്നതിനെക്കുറിച്ച് ഗംഗാധരൻ പറയുന്നത് അമർഷത്തിന്റെയോ പരാതിയുടെയോ സ്വരത്തിലല്ല. 'അത്, അവിടെ, അങ്ങനെയുണ്ട് എന്ന ഒരു ചെറുതേങ്ങൽ, ഒരുപക്ഷേ ഗംഗാധരനു മാത്രം സാധ്യമാകുന്നത്!

കമ്യൂണിസ്റ്റുകാരോട് സ്നേഹം മാത്രമുള്ളവർ – കമ്യൂണിസ്റ്റ് വിരുദ്ധതാർക്കികർക്കു മുന്നിൽ ചെറുചിരിയോടെ അടയുന്ന അവരുടെ മൗനത്തിന്റെ ആഴം! ഇത് കേരള കമ്യൂണിസത്തിന്റെ ഒരു സാംസ്കാരികോൽപ്പന്നമാണ്. സ്വന്തം താളനിയമങ്ങളുള്ള ധന്യജീവിതത്തിന്റെ ഒരു സിദ്ധാന്തത്തിനും ശോഷിപ്പിക്കാനാവാത്ത മൂർത്തത! (മാർക്സ്).

സ്വയം രാഷ്ട്രീയ പ്രവർത്തകരായിത്തീരാത്തതുകൊണ്ടു മാത്രമാവുമോ ഈ വംശത്തിന് ഒരുമയുടെ സാധ്യതകളിൽ ആവേശം കൊള്ളാവുന്നത്?

ലോക്കൽ കമ്മിറ്റി ഓഫീസ് ഉദ്ഘാടനത്തിനെത്തിയ സംസ്ഥാന സെക്രട്ടറിക്ക് നൽകിയ സ്വീകരണജാഥയിൽ അണിചേർന്ന് നടക്കുന്നു നമ്മുടെ നോവലിസ്റ്റ്. മുതിർന്ന നേതാവിൽനിന്ന് "കർമമേഖലയിലെ

ആത്മസമർപ്പണത്തിന് സ്നേഹാദരങ്ങൾ" ഏറ്റുവാങ്ങുന്ന എഴുത്തുപണിക്കാരൻ.

ഒരു ചുവപ്പൻ സന്ദേശം കൃത്രിമമായി കൂട്ടിച്ചേർത്ത (അതുകൊണ്ടുതന്നെ പൊയ്‌വെടിയായിത്തീരുന്ന) സോദ്ദേശ്യ സൃഷ്ടികളൊന്നുമല്ല ഗംഗാധരന്റെ ഇതുവരെയുള്ള 'ഉൽപ്പന്ന'ങ്ങൾ.

അനുഭവകഥനത്തിന്റെ 'രൂപഭദ്രതയിൽ' തീർത്ത *അപഹരിക്കപ്പെടാത്ത ഓർമ*കൾക്കും ഒന്നും ഒളിച്ചുവെയ്ക്കേണ്ടതില്ല.

വിമോചനസമരത്തെക്കുറിച്ച് ഗംഗാധരന്റെ യഥാതഥാ വിവരണം കേൾക്കുക:

'നായർ സൊസൈറ്റിയുടെ സാരഥി മന്നത്തു പത്മനാഭനും കത്തനാർമാരും പണച്ചാക്കുകളും വിമോചന സമരത്തിന് കോപ്പുകൂട്ടിയിട്ടില്ലാത്ത കാലം. എന്നാലും ഏതോ മുജ്ജന്മവിരോധം മൂലമാവാം മന്ത്രി ടി എ മജീദിനെതിരെ 'ചുവപ്പൻ ഭരണം വേണ്ടേ വേണ്ട' എന്ന മുദ്രാവാക്യം വിളിക്കുവാൻ ഉഴുവത്തുകടവിൽ എത്തിയ ഖദർധാരികൾ കടുത്ത ആവേശത്തിലായിരുന്നു. മന്ത്രിയുടെ കാറും വഹിച്ച് ചങ്ങാടം വരുന്നതും നോക്കി കുറുവടികളും ഇരുമ്പു ദണ്ഡുകളുമായി നിൽക്കുകയായിരുന്നു ഗാന്ധിയന്മാർ' "വഞ്ചികളുടെയും മടൽക്കുഴികളുടെയും നാട്ടിൽ ചുവന്ന നക്ഷത്രങ്ങളെപ്പറ്റി പാടുന്ന കൂട്ടർ" – മറ്റൊരിടത്ത് എഴുത്തുകാരന്റെ പക്ഷപാതിത്വം വ്യക്തമാണ്. പക്ഷേ "പറ്റുകാരെ ആകർഷിക്കാൻ ഇരുട്ടത്ത് ബീഡിവലിച്ച് പുകവിടുന്ന ജമീലമാരിലാണ് – ഓരങ്ങളിലെ മനുഷ്യജന്മങ്ങളിലാണ്, ഇനിയും ദുരിതങ്ങൾ തീർന്നിട്ടില്ല എന്ന തിരിച്ചറിവിലാണ് ഗംഗാധരന്റെ രാഷ്ട്രീയ ജാഗ്രതയുടെ ഉറവിടം.

*അപഹരിക്കപ്പെടാത്ത ഓർമ*കളുടെ സമകാലീനത ലാവണ്യവാദത്തിനുപോലും എതിരല്ല. ഒരു കവിതയാണ് താനെഴുതുന്നതെന്ന് എഴുത്തുകാരൻ പ്രഖ്യാപിച്ചിട്ടില്ല. ഗംഗാധരന്റെ എഴുത്തുരീതിയുടെ സന്ദേശവും മാനുഷികമാണ്. സർഗാത്മക സാഹിത്യവും അടിയന്തര പരിതഃസ്ഥിതിയും ആർജിത (ജഡ) മാതൃകകളിൽനിന്ന് വാക്കുകളുടെ ഒളിച്ചോട്ടം – ഈ വിഷയകാഠിന്യങ്ങളിൽ മരിച്ചുവീഴുന്ന നിമിഷങ്ങൾക്ക് ഒരു പുനർജനി.

അപൂർണതത്തിന്റെ ഭംഗിയിൽ ഈ സാമൂഹ്യപാഠവും തോരുന്നു. വാങ്മയങ്ങളുടെ ധാരാളിത്തം ആലസ്യത്തിന്റെ തണൽ വിരിക്കുന്നതിനു മുൻപ് – എഴുത്തുകാരന്റെ വാക്കുകളിലേക്ക്:

"വീണ്ടും അമ്മാവന്റെ ഹോട്ടലിലേക്ക്, അടിച്ചുവാരലും എച്ചിൽപ്ലേറ്റുകൾ കഴുകി വൃത്തിയാക്കലും...... RUN GARGY RUN!"

ടി എൻ ജോയ്
മുസരീസ്

മുഖക്കുറി

ഭിന്ന ഭിന്ന നിറവും മണവുമുള്ള ദേശീയ ജീവിതപരിസര ങ്ങളെ മുറിച്ചുകടക്കാൻ കെൽപ്പുള്ള കേരളീയ നാടോടികഥയുടെ ആൽബമാണ് *അപഹരിക്കപ്പെടാത്ത ഓർമകൾ* എന്നാണ്   നിരീക്ഷണം.

ഗതകാലങ്ങളെ താലോലിക്കുകയും, അതിലൂടെ ചേതനയെ സർഗാത്മകമാക്കുകയും ചെയ്യുന്ന ഭൂമുഖത്തെ ഏക സൃഷ്ടി മനുഷ്യനാണെന്നു തോന്നുന്നു. ഒരർഥത്തിൽ മനുഷ്യന്റെ ജീവിതം നിയന്ത്രിക്കുന്നതിലും ഭാവിയെ കരുപ്പിടിപ്പിക്കുന്നതിലും ഓർമകൾക്കാണ് പ്രധാനപങ്ക്.

കടൽമുതൽ കടൽവരെയും പർവതങ്ങൾമുതൽ പർവതങ്ങൾവരെയും നീണ്ടുകിടക്കുന്ന ഇന്ത്യൻ ജീവിതാവസ്ഥയുടെ സ്പന്ദനം ഈ രചനയിലെ മുപ്പതധ്യായങ്ങളിലും അനുഭവപ്പെടും. അലങ്കാരം തീരെയില്ലാതെയാണ് ഓരോ മനുഷ്യനും ഓരോ പ്രദേശങ്ങളും സംഭവങ്ങളും ആരാലും അപഹരിക്കപ്പെടാത്ത ഓർമകളായി നിലനിൽക്കുന്നത്. പ്രക്ഷുബ്ധവും സവിശേഷവുമായൊരു കാലഘട്ടമാണ് പ്രധാനമായും ഈ കൃതിയുടെ ഊടും പാവും. ഗ്രാമസ്മൃതികളും ജന്മിത്തത്തിന്റെ പരുക്കൻ ഭാവങ്ങളും പച്ചപ്പു തേടുന്ന തലമുറയുടെ വിഹ്വലതകളും കമ്യൂണിസ്റ്റ് പാർട്ടി വിതച്ച ചുവന്ന സ്വപ്നങ്ങളും ഈ രചനയുടെ പ്രത്യക്ഷഭാവം തന്നെയാണ്. ദുരിതാനുഭവങ്ങൾക്കായി കണ്ണു തുറക്കുന്നവരുടെ ശൃംഖലതന്നെ ഇതിലുണ്ട്. നിസ്വരായ തൊഴിലാളികളുടെ ഹൃദയവിലാപം പല അധ്യായങ്ങളുടെയും വക്കുകളെ ഈറനാക്കുന്നു.

സൂക്ഷ്മവും സ്ഥൂലവുമായ ജീവിതചിത്രങ്ങൾ എവിടേയും എപ്പോഴുമുണ്ട്. നാട്ടിലെയും സൈന്യബാരക്കിലെയും അനുഭവങ്ങൾ ഏതൊരു ഇന്ത്യൻ പൗരന്റേതും കൂടിയാണെന്ന് ഓരോ താളും ഓതിത്തരുന്നു.

നന്ദി

നെൽസണും
കണ്ണൻ സിദ്ധാർത്ഥിനും
രാജേഷ് നാരായണനും
അതുപോലെ അമ്പലമുറ്റത്തെ
ആൽത്തറയിലെ മറ്റു യുവ സുഹൃത്തുക്കൾക്കും

ഇങ്ക്വിലാബിന്റെ പാട്ടുകാർ

ആയിരത്തിത്തൊള്ളായിരത്തി നാൽപ്പത്തിയേഴ് ഓഗസ്റ്റ് 14. ദില്ലിയിലെ ചെങ്കോട്ടയിൽ കൊളോണിയൽ പതാക താഴ്ത്തിക്കെട്ടി സ്വാതന്ത്ര്യത്തിന്റെ ത്രിവർണപതാക ചിറകടിച്ചു പറന്ന ആഘോഷത്തിന്റെ രാത്രി. അതിനുശേഷം സാമൂഹവും രാഷ്ട്രീയവുമായ നമ്മുടെ മുന്നോട്ടുള്ള കുതിപ്പിനെപ്പറ്റി ഒരുപാടു പറയാറുണ്ടെങ്കിലും, തിരുകൊച്ചിയിൽ ആദ്യമായി നടന്ന പൊതു തിരഞ്ഞെടുപ്പിൽ വിജയിച്ച് നിയമസഭയിലെത്തിയ ആദ്യത്തെ കമ്യൂണിസ്റ്റ് നേതാവ് സഖാവ് ഇ ഗോപാലകൃഷ്ണമേനോന് ജനം ആഹ്ലാദാരവങ്ങളോടെ സിന്ദാബാദ് വിളിക്കുന്നതുകേട്ട് ഗ്രാമപാതയുടെ ഓരത്ത് കൗതുകത്തോടെ നിന്ന നാലുവയസുകാരൻ പയ്യന്റെ ഓർമകളിലാണ് ഞാനിന്ന് എന്നെ തിരയുമ്പോൾ കാണുന്നത്.

വേറിട്ടൊരു സാംസ്കാരിക പാരമ്പര്യമുള്ള കൊടുങ്ങല്ലൂരിനെ മേനോന്റെ രാഷ്ട്രീയ വിജയം, കൂടുതൽ പ്രശസ്തമാക്കി. ബാലറ്റ് പേപ്പറിലൂടെ ജനപ്രതിനിധിയായി തിരഞ്ഞെടുക്കപ്പെടുമ്പോൾ മേനോൻ ഒരു രാഷ്ട്രീയ തടവുപുള്ളിയായിരുന്നു. നിയമത്തിന്റെ കണ്ണിൽ അപകടകാരിയായ കമ്യൂണിസ്റ്റ്!

കൊടുങ്ങല്ലൂരിലെ കയർ തൊഴിലാളികളും ഇത്തിൾച്ചൂളക്കാരും പായനെയ്ത്തുകാരും ഉപ്പുവെള്ളത്തിൽ മുങ്ങി കക്കയും ചളിയും മണ്ണും വാരുന്നവരും, കൂലിപ്പണിക്കാരും കർഷകത്തൊഴിലാളികളുമാണ് മേനോന് വോട്ട് ചെയ്തത്.

പ്രതീക്ഷകളുടെ വായ്ത്താരികളോടൊപ്പം ഭരണിപ്പാട്ടിന്റെ ദ്രുതതാളങ്ങളും മനസിലേറ്റി ലാളിക്കുന്ന മനസാണ് കൊടുങ്ങല്ലൂരിന്റേത്. കാതോർത്താൽ ഇവിടെ വീശുന്ന കാറ്റിൽ അസ്വസ്ഥമായൊരാരവം ഇന്നും കേൾക്കാം. ഉറഞ്ഞാടുന്ന കോമരങ്ങളുടെ ഭ്രാന്തമായ അലർച്ച

കേട്ട് ഉറക്കം നഷ്ടപ്പെടാം. ഒരിക്കലിവിടത്തെ കരപ്രദേശങ്ങൾ നിറയെ വയലായിരുന്നു. കൊയ്ത്തുപാട്ടുകളിൽ നാട്ടകം കോരിത്തരിച്ചിരുന്ന കാലം. വയൽക്കരകളിൽ കൈതകൾ സമൃദ്ധമായി തഴച്ചു നിന്നിരുന്നു. കൊടുങ്ങല്ലൂരിന് പടിഞ്ഞാറാണ് പായവിപണിക്ക് പേരുകേട്ട എടവിലങ്ങ് ചന്ത. ചന്തയിൽനിന്നും മറ്റു പ്രദേശങ്ങളിലേക്ക് വള്ളങ്ങളിലും തലച്ചുമടുമായാണ് പായക്കെട്ടുകൾ എത്തിച്ചിരുന്നത്. നാട്ടിൽ നടന്നിരുന്ന സമ്മേളനങ്ങളിലും കല്യാണപ്പന്തലിലും വിരിച്ചിരുന്നത് തഴപ്പായകളായിരുന്നു.

ഇന്ന് എടവിലങ്ങിൽ പായച്ചന്തയില്ല. പാടവരമ്പുകളിലും തോട്ടിൻകരകളിലും കൈത വളരുന്നില്ല. തഴപ്പായക്കെട്ടുകളുടെ സമൃദ്ധിയും, വിലപേശലുമില്ല. പായവിറ്റ് കിട്ടിയ കാശുകൊണ്ട് മരക്കിഴങ്ങും ഉപ്പും മുളകും അരിയും വാങ്ങി വട്ടിയിൽ നിറച്ച് കയ്യിൽ മീൻകോർമ്പകളുമായി വീടണയുന്ന ചടച്ച മുഖമുള്ള പെണ്ണാളുകൾ മങ്ങിയ ഓർമകളിലായിരിക്കുന്നു.

ഞാൻ പിറന്നു വളർന്ന കാനോലിക്കനാലിന്റെ തീരത്തെ ഉഴുവത്തു കടവിനും ഓർക്കാൻ ചിലതൊക്കെയുണ്ട്. കയർ റാട്ടുകൾ കരയുന്ന ഒരു ഓണംകേറാ മൂലയായിരുന്നു അത്. കായൽ മുറിച്ചു കടന്നിരുന്നത് വഞ്ചികളിലായിരുന്നു. ചേന്നനും ഇറ്റാമനും ഫക്കീറുമാപ്ലയും മൊയ്തുമാപ്ലയുമെല്ലാം അതു തുഴഞ്ഞു. പേങ്ങനും രാമകൃഷ്ണനും തിരുഞ്ചനും തുഴയുന്ന ചങ്ങാടം ഒഴുകിനീങ്ങുന്നതു കാണാൻ ഞാനും കളിച്ചങ്ങാതിമാരായ ശ്രീനിയും ബാലനും പോകും – കായൽതിരകളുടെ തേങ്ങലുകൾ കേട്ടുനിന്ന വെയിൽ ചാഞ്ഞ വൈകുന്നേരങ്ങൾ. വെള്ളത്തിനു മീതെ പറന്ന് മീൻ കൊത്തിയെടുക്കുന്ന പൊന്മാനുകളെ കല്ലെറിഞ്ഞും പീക്കിരി ഞണ്ടുകൾ കരയിലെ ചെറുകുഴികളിൽ ഒളിച്ചു കളിക്കുന്നത് കൗതുകത്തോടെ കണ്ടും നടന്ന കുട്ടികൾ. രണ്ടു കാലിലും മന്തുള്ള മമ്മദിക്കയുടെ വീശുവലയിൽനിന്നും പിടഞ്ഞു വീഴുന്ന ഞാരൻ ചെമ്മീനുകളെയും മീൻകുഞ്ഞുങ്ങളെയും കണ്ട് സങ്കടം തോന്നാത്ത പ്രായക്കാർ.

ഇത്തരം കാഴ്ചകളല്ലാതെ ആഹ്ലാദിക്കാൻ ഞങ്ങൾക്ക് മറ്റൊന്നുമില്ലായിരുന്നു. ഒരു കാഴ്ചയിലും മനസ്സ് മുഴുവനായും ഞങ്ങൾ സമർപ്പിച്ചില്ല. വിശപ്പായിരുന്നു മുഖ്യശത്രു. വിശപ്പിനെ തല്ലിക്കെടുത്താൻ താമരവിളയുന്ന മടൽ മൂടിയ കുഴിപ്പുറങ്ങളിൽ ഞങ്ങൾ തപ്പിനടന്നു. പറിച്ചെടുത്ത താമരയല്ലികൾ ഞങ്ങൾ കഴുകി കടിച്ചു തിന്നു. നേരിയ മധുരമാണ് താമരയല്ലികൾക്ക്. ശ്രീനി ചിലപ്പോൾ ആരും കാണാതെ തൈത്തെങ്ങിൽനിന്ന് തേങ്ങ ഉലിച്ചെടുക്കും. കാണുന്ന കല്ലിൽ തല്ലിപ്പിളർത്തി കാമ്പ് പങ്കുവെക്കും. ചതഞ്ഞ മടലും ചിരട്ടയും കായലിലേക്ക്.

വിശപ്പിന്റെയും അലച്ചിലിന്റെയും ആ ബാല്യത്തിലേക്കാണ് ഗോപാലകൃഷ്ണ മേനോനും കാക്കുമേസ്ത്രിയും വി വി കൃഷ്ണൻമാസ്റ്ററും വട്ടപ്പറമ്പിൽ അബ്ദുൽഖാദറും വീരുമൊല്ലയും തേവാലിൽ ബാലനും കറുകപ്പറമ്പിൽ ശങ്കരനും ചക്കമ്പി വാസുവും ചുവന്ന നക്ഷത്രപ്രകാശവുമായി കടന്നു വന്നത്. മനസിന്റെ ഭൂപടത്തിൽ പ്രതീക്ഷയുടെ വാങ്മ

യങ്ങൾ കോറിയിട്ട അവരാണ് ഉഴുവത്ത്കടവിന്റെ മനസിൽ സ്വപ്നങ്ങൾ നെയ്തു പിടിപ്പിച്ചത്. അവരാണ് ഉഴുവത്തുകടവിനെ വയലാറെന്ന് പേരിട്ടു വിളിച്ചത്. അങ്ങനെ ഉഴുവത്തുകടവും ഒരു ചുവന്ന വയലാറായി.

ഈ ഗ്രാമത്തിന് മറ്റൊരു പേര് കൂടിയുണ്ട്. മോസ്കോ! അത് പൊലീസ് ചാർത്തിത്തന്ന 'അരുമ' പ്പേരാണ്. ധിക്കാരികൾ പാർക്കുന്ന ഇടങ്ങളൊക്കെ അന്ന് പൊലീസിന്റെ കണ്ണിൽ മോസ്കോ ആയിരുന്നു.!

ഞാനും ശ്രീനിയും ബാലനും അപ്പർപ്രൈമറി ക്ലാസിലെത്തി. കയർത്തൊഴിലാളികളുടെ മക്കൾ. മോസ്കോവിലെ കുരുന്നുകൾ. പാർട്ടി ജാഥകളിൽ ഞങ്ങളും പങ്കെടുത്തിരുന്നു. അതൊരാവേശമായിരുന്നു. വായുവിൽ മുഷ്ടി ചുരുട്ടി മുദ്രാവാക്യം വിളിയുമായി അങ്ങനെ നടക്കും. പൊലീസ് വാഴ്ച അറബിക്കടലിൽ എന്നു മുദ്രാവാക്യം വിളിക്കുമ്പോൾ ഞങ്ങൾ കടൽ കണ്ടിട്ടുപോലുമില്ലായിരുന്നു. പൊലീസ് എന്താണെന്നും എന്തിനാണെന്നും അറിയില്ലായിരുന്നു. എന്നിട്ടും ജാഥയിൽ വരി തെറ്റാതെ കൊടുങ്ങല്ലൂർക്കാവിനെ ചുറ്റി വളയുന്ന കമ്പോളത്തെരുവിലൂടെ നെഞ്ചുയർത്തി നടന്നു. ജാഥ മൈതാനത്തെത്തിയാൽ ഞങ്ങൾ മുങ്ങും. കുറേനേരം ശ്രീകാളീശ്വരി കൊട്ടകയുടെ മുന്നിൽ സിനിമാ പോസ്റ്ററുകൾ വായിച്ചു നിൽക്കും. നടീനടന്മാരുടെ പടങ്ങൾ കാണും. രണ്ടേകാലണ പോക്കറ്റിലില്ലാതെ ഞങ്ങൾ, സിനിമകാണാൻ കഴിയാത്ത നിരാശയോടെ മടങ്ങി. മടങ്ങുമ്പോൾ തൊട്ടടുത്തുള്ള ശ്രീരാമജയം ഹോട്ടലിൽ നിന്നും തണുത്തവെള്ളം വയറുനിറയെ കുടിക്കും.

പാർട്ടി ജാഥകൾ സംഗമിച്ചിരുന്നത് നല്ലമ്മക്കാവിന് തെക്കുള്ള മൈതാനിയിലാണ്. ക്രമേണ അതിന് കാവിൽമൈതാനം എന്നു പേരു വീണു. മൈതാനത്ത് ഞാനാദ്യം കേട്ട പ്രസംഗം ടി എൻ കുമാരന്റേതായിരുന്നു. പിന്നെ മന്ത്രി പി കെ ചാത്തൻ മാസ്റ്ററുടെ. 1957 ലെ ഡിസംബറിലായിരുന്നു അത്.

സോവിയറ്റ് യൂണിയൻ, 'തൊഴിലാളി വർഗത്തിന്റെ പിതൃമണ്ണ്' എന്നെല്ലാം ആദ്യം കേൾക്കുന്നത് നേരത്തെ പറഞ്ഞ പ്രസംഗകരിൽ നിന്നുമായിരുന്നു. മോസ്കോയിലേക്കും താഷ്കെന്റിലേക്കും മഹാനായ ലെനിനിലേക്കുമെല്ലാം, അവർ ഞങ്ങളെ കൂട്ടിക്കൊണ്ടുപോയി. ആ പ്രസംഗങ്ങൾ പുതിയ ലോകത്തിന്റെ വാതിൽ തുറന്നു തന്നു. ഉഴുവത്തുകടവിനും കാവിൽ മൈതാനത്തിനും കൊടുങ്ങല്ലൂരിനും അപ്പുറത്ത് പൂക്കളും മുന്തിരിയും നിറഞ്ഞുനിന്ന റഷ്യ എന്നൊരു രാജ്യമുണ്ടെന്ന് ഞങ്ങളറിഞ്ഞു.

അയൽപക്കത്തുള്ള സഖാവ് ശങ്കരന്റെ ഉമ്മറത്ത് രാഷ്ട്രീയ നേതാക്കളുടെ ഒരുപാട് ചിത്രങ്ങളും വലിയൊരു ഭൂപടവും ഉണ്ടായിരുന്നു. ഞാൻ ഇടക്കൊക്കെ അതൊക്കെ കണ്ടുനിൽക്കും. ലെനിന്റെയും സ്റ്റാലിന്റെയും മലങ്കോവിന്റെയും ചുവന്ന പശ്ചാത്തലത്തിലുള്ള വലിയ ചിത്രങ്ങൾ എന്നിൽ കൗതുകമുണർത്തി. റഷ്യയുടെ ഭൂപടത്തിൽ വെറുതെ

യൊന്നു തൊട്ടുനോക്കി. മിനുത്ത പ്രതലം. ഇതിലെവിടെയാണ് മോസ്കോ? എവിടെയാണ് താഷ്കെന്റും കീവും അസർബജാനും?

നിരോധനം ലംഘിച്ച് ഒളിവിൽ പ്രവർത്തിച്ചിരുന്ന കമ്യൂണിസ്റ്റുകാരെ തൊഴിച്ച് പതംവരുത്താൻ ക്രോസ് ബെൽറ്റുമിട്ടിറങ്ങിയ രണ്ട് സബ്ഇൻസ്പെക്ടർമാർ കൊടുങ്ങല്ലൂരിലുണ്ടായിരുന്നു. ഒന്ന് ശങ്കുണ്ണി, മറ്റൊരാൾ ജോർജ്. ശങ്കുണ്ണി ഭയങ്കരനും കാര്യപ്രാപ്തനുമായിരുന്നു. ഒരു വള്ളിച്ചൂരൽകൊണ്ട് ചുവപ്പന്മാരെ താൻ നിലയ്ക്കു നിർത്തുമെന്ന് ശങ്കുണ്ണി മുരളുമായിരുന്നു. കാര്യനിർവഹണത്തിനിടയിൽ ചാലക്കുടിക്ക് കിഴക്കുള്ള ഏതോ മലവാരത്തിൽ വെച്ച് ശങ്കുണ്ണി ഇൻസ്പെക്ടറെ ശത്രുക്കൾ വകവരുത്തി. പരാക്രമിയായ അദ്ദേഹത്തിന്റെ ജഡം കൊടുങ്ങല്ലൂരിലെ ഗൃഹത്തിൽ കൊണ്ടുവന്നപ്പോൾ ചുറ്റും മൂകത പടർന്നു. അരുംകൊലകൾ അരുതെന്ന് ആരോ വിലപിച്ചു. കൊടുങ്ങല്ലൂരിൽ രാഷ്ട്രീയ രക്തച്ചൊരിച്ചിലുകൾ തുടർക്കഥയായത് ഇൻസ്പെക്ടർ ശങ്കുണ്ണിയിൽ നിന്നായിരുന്നോ?

'മോസ്കോ' വിൽ നിന്ന് കാവിൽ മൈതാനത്തേക്ക് പോകുന്ന ജാഥയുടെ മുന്നിൽ പാർട്ടി പതാകയും പിടിച്ച് ഒരു ചുവന്ന ജുബ്ബക്കാരനുണ്ടായിരുന്നു. എന്റെ തറവാട്ടിലെ ഒരിളയച്ഛൻ. തൈത്തറ കാർത്തികേയൻ.

കാർത്തികേയൻ പിടിച്ച കൊടിയുടെ നീളം ആറടിയും വീതി നാലടിയുമായിരുന്നു. കൊടിയുടെ മധ്യഭാഗത്ത് കൊയ്ത്തരിവാൾ. കുറിയ ഉടലായിരുന്നെങ്കിലും ഇളയച്ഛൻ സുന്ദരനായിരുന്നു. പ്രകാശിക്കുന്ന വലിയ കണ്ണുകൾ. നീണ്ടുവളഞ്ഞ മൂക്ക്. പകുത്ത് കോതിവച്ച ചുരുണ്ട മുടി. കയറ് പിരിച്ച് ചുവന്ന കൈവെള്ള. റഷ്യൻ വിപ്ലവത്തോടുള്ള ആരാധന മുറ്റിനിൽക്കുന്ന മുദ്രാവാക്യങ്ങൾ, അധരങ്ങളിൽ.

ഇൻസ്പെക്ടർ ജോർജ് ഇളയച്ഛനെയും ശങ്കരനെയും ചക്കമ്പി വാസുവിനെയും ഡാങ്കെ കുമാരനേയും വീരുമുല്ലയേയും ലോക്കപ്പിലിട്ട് ചതച്ചു. ഒളിവിൽ പാർക്കുന്ന നേതാക്കന്മാരുടെ ഷെൽട്ടറുകളെപ്പറ്റി പറയാത്തതിനായിരുന്നു ശിക്ഷ. കുമാരൻ തൊഴിയേറ്റ് തളർന്നു വീണു. വീരുമുല്ലയും വാസുവും അബ്ദുൽഖാദറും രക്തം തുപ്പി. ശങ്കരന്റെ നട്ടെല്ല് പൊട്ടി. വേദന സഹിക്കാനാവാതെ സഖാവ് നിലത്തുപിടഞ്ഞു വീണു.

ലോക്കപ്പിൽ നിന്ന് പൊലീസുകാർ ശങ്കരനെ തൊട്ടടുത്തുള്ള താലൂക്ക് ആസ്പത്രിയിലെത്തിച്ചു. ഇരുകക്ഷത്തിനും കീഴെ അരവരെ പ്ലാസ്റ്ററിട്ട ശങ്കരൻ ആറുമാസത്തോളം അനങ്ങാതെ കിടന്നു.

ശങ്കരന്റെ ഇളയച്ഛന്റെ മകനാണ് എന്റെ കൂട്ടുകാരൻ ബാലൻ. ബാലന്റെ വീട്ടിൽ ഇ എം എസ് ഒരു രാത്രി ഒളിച്ചുപാർത്ത വിവരം അവന്റെ അമ്മ നാരായണി പിന്നീടെപ്പോഴൊ പറഞ്ഞു കേട്ടിട്ടുണ്ട്. പിറ്റേന്ന് ഏഴര വെളുപ്പിന് പൂശാരിയുടെ വേഷം ചമഞ്ഞാണത്രെ ഇ എം എസ് ഒളിവ് സങ്കേതം വിട്ടിറങ്ങിയത്. ചക്കമ്പി വാസുവും ശങ്കര

നും വഞ്ചിയുമായി കായലിന്റെ കരയിൽ കാത്തുനിന്നിരുന്നു. ആചാര്യനെ വടക്കൻ പറവൂരിലുള്ള ഏതോ രഹസ്യ ഷെൽട്ടറിലെത്തിക്കാനായിരുന്നു അവർക്കു കിട്ടിയ നിർദേശം.

കമ്യൂണിസ്റ്റ് പാർട്ടിയുടെ കൊടിയും പിടിച്ച് കാവിൽ മൈതാനത്തേക്ക് ജാഥ നയിച്ച കാർത്തികേയനിന്ന് ആകെ മാറി. കാലം അദ്ദേഹത്തിൽ പരിവർത്തനങ്ങളുണ്ടാക്കി. വിപ്ലവം അങ്ങാടിപ്പാട്ടാണെന്നാണ് ആ പഴയ 'ധിക്കാരി' പറയുന്നത്. ചുവന്ന മുദ്രാവാക്യങ്ങൾ വലിച്ചെറിഞ്ഞ് കാർത്തികേയൻ മധുരയിലേക്ക് യാത്രയായി. അവിടെ ചായക്കട തുടങ്ങി. എഴുപതിന്റെ മധ്യത്തിൽ കള്ളലോഞ്ചിൽ ദുബായിലെത്തി. അറബിപ്പൊന്നും വാരി മോസ്കോവിൽ പറന്നിറങ്ങി. പറമ്പും വലിയ വീടുമായി. പിന്നീട് നാലാൺമക്കളും ദുബായിലേക്ക് പറന്നു. ദിനാറിന്റെ ഒഴുക്കിൽ അവർ സുരക്ഷിതരായി.

വിപ്ലവത്തിൽനിന്ന് ഭക്തിയിലേക്ക് മാറ്റം കിട്ടിയ ശങ്കരൻ അയ്യപ്പസ്തുതികൾ പാടി നടന്നു. ദീക്ഷവളർത്തി. ബോംബെ മഹാനഗരത്തിലെത്തി. പലചരക്കുകടക്കാരനായി. പച്ചപിടിച്ചു. ശങ്കരന്റെ വീട്ടുചുമരിലെ കമ്യൂണിസ്റ്റ് ദൈവങ്ങളുടെ ചിത്രങ്ങൾ കാറ്റിൽ കീറി മുറിഞ്ഞു. ഞാനും ശ്രീനിയും ബാലനും മോസ്കോവും താഷ്കെന്റും, കീവും, ജോർജിയയും വിരൽതൊട്ട് വായിച്ചിട്ടുള്ള യൂണിയൻ ഓഫ് സോവിയറ്റ് സോഷ്യലിസ്റ്റ് റിപ്പബ്ലിക്ക് എന്ന് വലിയ അക്ഷരങ്ങളിലെഴുതി വെച്ച ലോകഭൂപടം പാറ്റയും കൂറയും തിന്ന് നിറം കെട്ട് ദ്രവിച്ചു.

'മോസ്കോ' യുടെ കനൽവിത്തുകൾ ഏതാണ്ടെല്ലാവരും കാലയവനികക്കുള്ളിൽ മറഞ്ഞു. പൊലീസിന്റെ തൊഴിയേറ്റ് ചതഞ്ഞ നെഞ്ചിൽ കഫം കെട്ടി ശ്വാസം മുട്ടലോടെ തേവാലിൽ ബാലൻ മരിച്ചു. മദ്യത്തിൽ ജീവിതം മുക്കിയെടുത്ത് അബ്ദുൽഖാദർ അസ്തമിച്ചു. ഇൻസ്പെക്ടർ ജോർജിന്റെ ചവിട്ടേറ്റ് ചക്കമ്പി വാസുവിന്റെ കുടൽ വാടി. വയറുവേദനക്കാരനായി ആ അവിവാഹിതൻ പാർട്ടി പതാക പുതച്ച് നിത്യമായ ഉറക്കത്തിലാണ്ടു. അവർ പിടിച്ചു നടന്ന കൊടിയും ആവേശത്തോടെ വിളിച്ച മുദ്രാവാക്യങ്ങളും മാത്രം അവശേഷിച്ചു.

ഉഴുവത്തുകടവിൽ നിന്നിപ്പോൾ ഒരു ജാഥയും കാവിൽ മൈതാനത്തേക്ക് നിരനിരയായി പോകാറില്ല. ജന്മിത്തത്തിന്റെ കൊടുംക്രൂരതകളെപ്പറ്റി പാടാൻ കഥാപ്രാസംഗികരില്ല. പൊലീസ്ഭരണം അറബിക്കടലിലെന്ന്, പഴയപോലെ ഓണപ്പാട്ടുകാർ കൈത്താളം കൊട്ടി പാടികേൾക്കാറുമില്ല.

പൊരിയുന്ന നാട്ടുമനസ്സ്

ആള് നിന്നാൽ കാണാത്ത മതിലകത്ത് വൻമരങ്ങളുടെ തണലിൽ ശിരസ്സുയർത്തി നിൽക്കുന്ന കോവിലകങ്ങളിൽനിന്നും വിളിപ്പാടകലെയാണ് ഉയർന്ന തറയിൽ പണിത ബോയ്സ് ഹൈസ്കൂൾ. അവിടെയായിരുന്നു എന്റെ പഠനം. സാഹിത്യനിരൂപകൻ പ്രൊഫസർ എം എൻ വിജയൻ, സിനിമാ സംവിധായകനും വിപ്ലവകവിയുമായിരുന്ന പി ഭാസ്കരൻ, വിഖ്യാത നർത്തകൻ ഗുരുഗോപാലകൃഷ്ണൻ, മാർക്സിസത്തിലെ മാനവികതയെ ശ്രീനാരായണ ദർശനവുമായി ഇഴചേർത്ത് ചരിത്രഗ്രന്ഥമെഴുതിയ പി കെ ഗോപാലകൃഷ്ണൻ, അവർണർക്ക് സഞ്ചരിക്കാൻ പൊതുവഴി തുറന്നു കിട്ടാനുള്ള അവകാശവാദവുമായി പാലിയത്തച്ചന്റെ കൊട്ടാരക്കെട്ടിനുമുന്നിലെ സമരമുഖങ്ങളിൽ ജ്വലിച്ചുനിന്ന ടി എൻ കുമാരൻ, ആധുനിക മലയാള കവികളിൽ പ്രമുഖനായ കെ സച്ചിദാനന്ദൻ എന്നീ പ്രഗത്ഭമതികൾ പഠിച്ചിറങ്ങിയ സരസ്വതീക്ഷേത്രം.

ജാതിഭേദങ്ങളും തീണ്ടലും ദൃഷ്ടിദോഷവും കൊടികുത്തി വാണിരുന്ന പഴയ കാലത്ത് തമ്പുരാൻക്കുട്ടികൾക്കും ആശ്രിതർക്കുംവേണ്ടിയായിരുന്നിരിക്കണം കോവിലകങ്ങൾക്കടുത്തും ശ്രീകുരുംബകാവിന് വടക്കുഭാഗത്തും വിദ്യാലയങ്ങൾ സ്ഥാപിച്ചത്. കീഴാളരുടെ വഴികളിൽ വർണഭേദങ്ങളും രാജശാസനകളും വിലങ്ങായി നിന്ന കാലം. അക്ഷരവെളിച്ചത്തിലേക്കും അതിരുകളില്ലാത്ത അറിവിന്റെ ലോകത്തേക്കുമുള്ള യാത്രകളെ മനുസ്മൃതിയും ശങ്കരവാക്യങ്ങളും വഴിമുടക്കിയ ഇരുണ്ട നാളുകൾ. ആചാര്യന്മാർ എത്ര പൂജ്യരായിരുന്നാലും നിലനിൽക്കുന്ന കീഴ്വഴക്കങ്ങൾ അനുസരിക്കുകയേ അവർക്ക് നിവൃത്തിയുണ്ടായിരുന്നുള്ളൂ ഫ്യൂഡലിസം മദിച്ചു നടന്ന ഇരുപതാം നൂറ്റാണ്ടിന്റെ ആദ്യപാദം വരെ.

ഹൈസ്കൂളിൽനിന്ന് നാലുചാലകലെ തെക്കു കിഴക്കു ഭാഗത്ത്

മഹാകവി കുഞ്ഞിക്കുട്ടൻതമ്പുരാന്റെ കോവിലകം. കോവിലകത്തിന്റെ കൺവെട്ടത്ത് ചെന്താമരകളുടെ സാമ്രാജ്യമെന്നു പറയാവുന്ന വിശാലമായ പൊയ്ക. അരാകുളം എന്ന് വിളിപ്പേര്. മൂന്നോ നാലോ ഏക്രയോളം വിസ്തീർണത്തിൽ നയനാഭിരാമമായ കാഴ്ച. അതിനപ്പുറം ഏഷ്യയിലെ ആദ്യത്തെ മുസ്ലീം ദേവാലയം; ചേരമാൻ മസ്ജിദ്. മസ്ജിദിനടുത്ത് ആനപ്പള്ളവച്ചു പണിഞ്ഞ ചുറ്റുമതിലകത്ത് ചേരരാജവംശത്തിന്റെ പ്രാർഥനാദൈവം തിരുവഞ്ചിക്കുളത്തപ്പന്റെ മഹാക്ഷേത്രം. ക്ഷേത്രത്തിന്റെ കിഴക്കുഭാഗത്ത് ശിൽപ്പവടിവാർന്ന ഉത്തുംഗമായൊരു ഗോപുരകവാടം. അതുപോലൊന്ന് പടിഞ്ഞാറുഭാഗത്തുമുണ്ടായിരുന്നു. ഏതോ കാലത്തെ പടയോട്ടത്തിൽ അത് നശിപ്പിക്കപ്പെട്ടു. പഴയ പ്രതാപത്തിന്റെ രക്തസാക്ഷിയായി ബലിഷ്ഠമായ ഒരു തറ മാത്രമുണ്ട് ബാക്കി.

മതപ്പോരുകൾ തീണ്ടാത്ത സ്നേഹോദാരമായൊരു സാംസ്കാരിക പൈതൃകത്തിന്റെ തിരുശേഷിപ്പുകൾ ഒരുപാടുണ്ട്, കൊടുങ്ങല്ലൂരമ്മയുടെ തട്ടകത്തിൽ. ക്ഷേത്രങ്ങൾക്ക് ചുറ്റും മേൽജാതികളും തീരഭൂമികളിൽ കീഴ്ജാതികളും എന്നമട്ടിലാണ് പാരമ്പര്യമായി ജനവിഭാഗങ്ങളുടെ പൊറുതി. സ്കൂളിനും കോവിലകങ്ങൾക്കും കിഴക്ക് സാരസ്വതബ്രാഹ്മണരുടെ പ്രൗഢഗൃഹങ്ങളുടെ നിര. എസ് എൻ ഗോവിന്ദ പ്രഭുവിന്റെ വർത്തക ശാലകളും കുടക്കമ്പനിയും, മറ്റാരും കടന്നുചെല്ലാത്ത പൈ, പ്രഭുക്കന്മാരുടെ ആഢ്യവും അനിഷേധ്യവുമായ കൂട്ടായ്മ. ഉയർന്ന മതിൽക്കെട്ടിനുള്ളിൽ അവരുടെ ആരാധനാമൂർത്തി ശ്രീകൃഷ്ണൻ. അണുവിട തെറ്റാത്ത ജാത്യാചാരങ്ങൾ. പോറലേൽക്കാത്ത സ്വത്വം.

സാരസ്വത ബ്രാഹ്മണരുടെ നടപ്പുശീലങ്ങൾക്കകലെ, കാനോലിക്കനാലിന്റെ ഓരങ്ങളിൽ, ചളിമണ്ണിന്റെ ഗന്ധമുള്ള വായു ശ്വസിച്ച് നിൽക്കുന്ന പുലയന്മാരുടെയും വേട്ടുവന്മാരുടെയും ദരിദ്രരായ ഈഴവരുടെയും ഓലപ്പുരകൾ. നാലുകണ്ടം, ആറുകണ്ടം എന്നൊക്കെ അറിയപ്പെട്ട കോളനികൾ.

ആറുകണ്ടത്തിൽ നിന്ന് വന്നിരുന്ന തുപ്രൻ എന്റെ സഹപാഠിയായിരുന്നു ചാത്തപ്പന്റെ മകൻ. ചാത്തപ്പന് ജോലി കായൽപ്പരപ്പിൽ മണ്ണും ചളിയും വാരിയെടുക്കൽ. വെളുപ്പിന് ഭാരം നിറച്ച വഞ്ചിയുമായി ചാത്തപ്പൻ വരുമ്പോൾ കരയിലേക്ക് മണ്ണും ചളിയും കോരിയിടാൻ തുപ്രൻ സഹായിക്കും. പഠിക്കുന്നതിനേക്കാളും തുപ്രന് താൽപ്പര്യം വേലയിൽ അച്ഛനെ സഹായിക്കുന്നതിലായിരുന്നു.

തുപ്രൻ പരീക്ഷകളിൽ നിരന്തരം തോറ്റു. ഇംഗ്ലീഷിൽ അഞ്ച്, കണക്കിൽ ഏഴ്, സയൻസിൽ മൂന്ന്, മലയാളത്തിൽ പതിനൊന്ന്. എനിക്ക് തുപ്രനേക്കാളും ഭേദപ്പെട്ട മാർക്ക് കിട്ടി. ഇംഗ്ലീഷിൽ ഏഴും കണക്കിൽ പത്തും. മലയാളത്തിൽ ഗോവിന്ദ പ്രഭുവിന്റെ മകൻ മോഹൻദാസായിരുന്നു ക്ലാസിൽ ഒന്നാമൻ, തൊട്ടു താഴെ ഞാൻ. അതെന്നിൽ അഭിമാനം വളർത്തി. മലയാളം ക്ലാസിൽ ഞാനൊരു 'ചെറിയ ദിവ്യ'നായി.

ഏഴിൽ രണ്ടുവട്ടം തോറ്റപ്പോൾ തുപ്രൻ പഠിപ്പ് നിർത്തി. ഒരിക്കൽ

ശൃംഗപുരം കമ്പോളത്തിൽ കണ്ടുമുട്ടിയപ്പോൾ ആ സതീർഥ്യൻ പറഞ്ഞു: "കണക്കും ഇംഗ്ലീഷൊന്നും തലമണ്ടേക്കേറാത്ത സാധന ങ്ങളാ. പിന്നെന്തിനാ കുത്തിര്ന്ന് മറ്റൊള്ളേര്ടെ എടം കളയണത്?"

കണക്കും ഇംഗ്ലീഷും മെരുങ്ങിയില്ലെങ്കിലും കായലും കായൽ ക്കാറ്റും തുപ്രന് മെരുങ്ങി. കോട്ടപ്പുറം ചന്തയുടെ തൊട്ടു തെക്ക് ആഴം കൂടിയ കായൽപ്പരപ്പിൽ വഞ്ചി തളച്ചിട്ട് തുപ്രൻ മണൽ വാരിയെടുത്തു. അച്ഛനോടൊപ്പം മകനും വഞ്ചിപ്പണിക്കാരനായി. പതിറ്റാണ്ടുകൾക്കു ശേഷം പട്ടാളത്തിൽനിന്ന് ലീവിന് വന്ന ഞാൻ വീട് പണിയാരംഭിച്ച പ്പോൾ ചളിക്കട്ടകളും ഇത്തൾ പൊടികളുമില്ലാത്ത മണ്ണ് തോട്ടുവക്കത്തി റക്കിത്തന്നത് തുപ്രനായിരുന്നു.

ഉപ്പുവെള്ളത്തിൽ മുങ്ങി ജീവിതം കോരിയെടുക്കുന്ന തുപ്രൻ കലാ കാരൻ കൂടിയാണ്. മണ്ഡലകാലമായാൽ അയ്യപ്പൻ പാട്ട്. ചിങ്ങം പിറ ന്നാൽ താളത്തിൽ കൈകൊട്ടി ചുവടുവയ്പോടെ ഓണക്കളി. ഓണക്കളി യിൽ മെഡലുകളും നോട്ടുമാലകളും നേടിയ തുപ്രൻ ഒരു പ്രണയത്തി ലകപ്പെട്ടു. എള്ളിൻ കറുപ്പുള്ള ഓണപ്പാട്ടുകാരി മീനാക്ഷിയായിരുന്നു കാമുകി.

തുപ്രനെപ്പോലെ ഞാൻ സ്വതന്ത്രനായിരുന്നില്ല. മൂന്നിൽ പഠിക്കു മ്പോൾ പലചരക്കു കച്ചവടക്കാരനും കയർ റാട്ടുകളുടെ ഉടമയും ദയാ ലുവുമായിരുന്ന അച്ഛൻ മരിച്ചു. ദാഹിക്കുമ്പോൾ തെങ്ങിൻകള്ള് മോന്താൻ അച്ഛൻ ചെത്തുകാരെത്തേടി പോകുമായിരുന്നു. ദാനശീലവും കയർ പണിക്കാരികളായ കാമുകിമാരോടുള്ള ഭ്രമവും കൂടിയായപ്പോൾ അദ്ദേഹം പാപ്പരായി. പറമ്പുകൾ വിറ്റു തുലച്ചു. ഉഴുവത്തുകടവിലെ കുടി യിടകളിൽ കൊമ്പനായിരുന്ന അച്ഛന് ദാരിദ്ര്യം തിന്നു ജീവിക്കേണ്ടി വന്നു. ക്ഷയരോഗം നാൽപ്പത്തിയഞ്ചാം വയസിൽ ജീവൻ അപഹരിച്ചു.

വിശപ്പ് സഹിയാതെ കരയുന്ന എന്നെ അമ്മ അമ്മാവന്റെ തണലി ലേക്ക് യാത്രയാക്കി. അമ്മാവന് 'കാവിൽ' കമ്പോളത്തിൽ ഹോട്ടലുണ്ടാ യിരുന്നു. സഹൃദയനായ കാരണവർ. അനന്തിരവന് ഒരുപാടു ജോലി കൾ വീതിച്ചു തന്നു. സ്കൂളിൽ പോകുന്നതിനു മുമ്പ് ഹോട്ടൽ അടിച്ചു വാരണം. ശാപ്പാടിനു വരുന്നവർക്കുവേണ്ടി ഇലമുറിച്ച് തുടയ്ക്കണം. എച്ചിൽ പ്ലേറ്റുകൾ കഴുകണം. സോഡാകുപ്പികളിൽ വെള്ളം നിറയ് ക്കണം. ഞായറാഴ്ചകളിൽ എൻ സി സി കാഡറ്റുകൾക്കുള്ള പരിപ്പ് വടയും പഴവും ചായനിറച്ച കൂർമ്പൻ ചെമ്പുപാത്രവും ഒരു മരപ്പെട്ടി യിൽ ഭദ്രമാക്കി ചുമന്ന് ബോയ്സ് ഹൈസ്കൂളിലെത്തിക്കണം.

സഹപാഠികളായ കെ വേണുവും (പിന്നീട് വേണു നക്സൽ നേതാവും സാമൂഹിക ചിന്തകനുമായിത്തീർന്നു) ജാക്സനും ശിവരാ മനും തങ്കപ്പനുമടങ്ങുന്ന നാൽപ്പതംഗ എൻ സി സി കാഡറ്റുകളുടെ മുന്നിലേക്ക് ചായക്കറ പുരണ്ട വേഷമിട്ട ഹോട്ടൽ ജോലിക്കാരനായി കടന്നു ചെല്ലാൻ ആദ്യമൊക്കെ ഞാൻ മടിച്ചു. അപമാനഭാരത്തിൽ തനി ച്ചിരുന്നു വിതുമ്പി! ഒടുവിൽ രാജിയായി. മനസിൽ ശപഥമെടുത്തു. ഈ

ദുരിതങ്ങളെ വകവെയ്ക്കാതെ പഠിക്കണം, പത്ത് പാസാകണം, സർട്ടിഫിക്കറ്റുമായി ബോംബെയിലേക്കോ മദ്രാസിലേക്കോ ട്രെയിൻ കയറി പോയി ഒരു ലാവണം നേടണം, കരുത്തനായി മടങ്ങി വന്ന് അമ്മാവന്റെ മുന്നിൽ ശിരസുയർത്തി നിൽക്കണം!

ഹോട്ടലിനടുത്ത് ശ്രീകാളീശ്വരി സിനിമാതിയേറ്ററുള്ളത് പലപ്പോഴും വലിയൊരാശ്വാസവും ആഹ്ലാദവുമായിരുന്നു. രാത്രി ഇടയ്ക്ക് തിയേറ്ററിലെ ഫിലിം ഓപ്പറേറ്റർമാർക്ക് ചായ കൊണ്ടുപോകും. ആ തക്കത്തിന് അൽപ്പനേരം സിനിമകാണും. വെള്ളിത്തിരയിലെ പാട്ടും പ്രണയവും മനസിൽ നിറഞ്ഞു നിന്നു. മിസ്സ് കുമാരിയുടെ വിഷാദമെങ്കിലും മനോഹരമായ ചിരിയും, പ്രേംനസീറുമൊത്തുള്ള നടി ഷീലയുടെ പ്രണയഗാനങ്ങളും, പങ്കജവല്ലിയുടെ ചടുലോക്തികളും – സമ്പന്നമായ ഓർമകൾ. അക്കാലത്ത് ഒരുച്ച നേരത്ത് തമിഴ് സിനിമയിലെ ഹാസ്യനടൻ ഫ്രണ്ട് രാമസ്വാമി ഹോട്ടലിൽ വന്നു. അദ്ദേഹത്തിന്റെ വീട് പൊടിയൻബസാറിലാണ്. നിരൂപകൻ എം എൻ വിജയൻ മാസ്റ്ററുടെ അമ്മാവൻ. ചന്ദനനിറമുള്ള പട്ടു ഷർട്ടിട്ട രാമസ്വാമിക്ക് പൊന്നിന്റെ നിറമായിരുന്നു. തമിഴിൽ പ്രസിദ്ധനായ ഹാസ്യനടനെ കാണാൻ കമ്പോളത്തിന്റെ കണ്ണുകൾ തിരക്കിട്ടു. "ഫ്രണ്ട് രാമസ്വാമി..." ചിലരൊക്കെ വിളിച്ചു പറഞ്ഞു. അമ്മാവന്റെ ബേക്കറിക്കടയ്ക്കു മുന്നിൽ തിരക്കായി. രണ്ടു നാളായി സ്വാമി പൊടിയൻബസാറിലെ തറവാട്ടിലെത്തിയിട്ട്. കാവിലമ്മയെ തൊഴാൻ വന്നതായിരുന്നു. അപ്പോഴാണ് 'ക്രാങ്കനൂർ കഫെ ആന്റ് ബേക്കറി' യിൽ നല്ല ബന്നും റസ്കും കിട്ടുമെന്നറിഞ്ഞത്. സ്വാമി പൊതിയുമായി കാറിൽ കയറിപ്പോയപ്പോൾ ജനം സ്വപ്നദൃശ്യത്തിൽനിന്ന് മോചിതരായി.

കേരളപ്പിറവിയുടെ ആഘോഷങ്ങളും ആദ്യത്തെ കമ്യൂണിസ്റ്റ് സർക്കാരിന്റെ സ്ഥാനാരോഹണത്തിന്റെ ആഹ്ലാദങ്ങളും ഒട്ടൊടുങ്ങിയപ്പോൾ വിമോചനസമരത്തിന്റെ അലയൊലികൾ കേട്ടു തുടങ്ങി. വിദ്യാർഥികൾ ക്ലാസ് മുറികളിൽനിന്ന് തെരുവിലേക്കിറങ്ങി. സമരം വിജയിപ്പിക്കാനും ഇ എം എസ് സർക്കാരിനെ തറ പറ്റിക്കാനും കൊടുങ്ങല്ലൂരിലെ എം എൽ എ യും മുന്തിയ ജന്മിയുമായ പി കെ അബ്ദുൽഖാദറിന്റെ നേതൃത്വത്തിലായിരുന്നു പടപ്പുറപ്പാട്.

തെരുവുകളിൽ മദിച്ചുനടക്കാൻ സ്വാതന്ത്ര്യം കിട്ടിയതിൽ വിദ്യാർഥികൾക്ക് ആഹ്ലാദം, എങ്ങും ആരവം. മഹാത്മാഗാന്ധിക്കും നെഹ്റുവിനും ജയ് വിളിച്ച് കടലാസ് പതാകകളും പിടിച്ച് ജാഥയായി കമ്പോളം ചുറ്റൽ. ക്ലാസ് തുടങ്ങുന്നതോടെ സമര നേതാക്കന്മാരുടെ വരവ്. ജയ് വിളികൾ. പഠിപ്പ് ബഹിഷ്കരിക്കാൻ ആഹ്വാനം. ഇരിക്കപ്പൊറുതി മുട്ടിയ വിദ്യാർഥികൾ ഡസ്കിൽ തല്ലി ഒച്ചവെച്ച് ഓരോരുത്തരായി പുറത്തേക്ക് വരുന്ന കാഴ്ച.

എനിക്ക് ക്ലാസ് മുറിയുടെ ചുമര് പൊളിച്ച് പുറത്തേക്ക് പോകാനായിരുന്നു ഇഷ്ടം. ആരവങ്ങളിൽ മുങ്ങാൻ കൂട്ടുകാരോടൊപ്പം ഇളംകാ

റ്റുപോലെ, സ്വാതന്ത്ര്യത്തോടെ അലയാൻ. ലോകത്തോട് തൊണ്ട തുറന്ന് എന്തെങ്കിലും വിളിച്ചു പറയാൻ, എതിർക്കാൻ.....

സമരത്തിന് തീപിടിപ്പിക്കാൻ എൻ എസ് എസ്, നേതാവ് മന്നത്ത് പത്മനാഭൻ കൊടുങ്ങല്ലൂരിൽ വന്നു. അദ്ദേഹത്തിന് സഞ്ചരിക്കുന്നതിനു വേണ്ടി മരം കൊണ്ട് ഒരു തേര് സമരസമിതിക്കാർ ഉണ്ടാക്കി. ആ തേരിലിരുന്നാണ് മന്നത്ത് ആചാര്യൻ ഊര് ചുറ്റിയത്. തേരുവലിക്കാൻ വിദ്യാർഥികൾ മത്സരിച്ചു. ഞാനും ആ തേരിന്റെ പിന്നാലെ കൂടി. എന്തിനാണ് മന്നം വന്നത്, എന്തിനാണ് വിദ്യാർഥികൾ തേര് വലിക്കുന്നത് എന്നൊന്നും എനിക്കറിയില്ല. കുട്ടികളുടെ ആഹ്ലാദക്കൂട്ടായ്മയിൽ ഞാനും പങ്കാളിയായി. ഞാനും വിമോചനസമരം ആഘോഷിച്ചു.

ശ്രീകാളീശ്വരി തിയേറ്ററിൽ മന്നത്തിന് വിമോചന സമരസമിതി പ്രത്യേകമൊരു സ്വീകരണം ഏർപ്പാടാക്കിയിരുന്നു. വലിയ തിരക്ക്. ഞാനും സതീർഥ്യരോടൊപ്പം വേദിയുടെ മുന്നിലിരുന്ന് മന്നത്തിന്റെ പ്രസംഗം കേട്ടു. മന്നം രാഷ്ട്രീയം പറഞ്ഞില്ല. സമരകാരണങ്ങളും ഒരുപാട് നിരത്തിയില്ല. അദ്ദേഹം സ്വന്തം സമുദായക്കാരെ ഉപദേശിക്കുകയായിരുന്നു. ജോലിയും വരുമാനവുമില്ലാത്ത ആണുങ്ങളെ നായർ പെൺകുട്ടികൾ ഭർത്താക്കന്മാരായി സ്വീകരിക്കരുത്! സമുദായത്തിൽ പട്ടിണിയും പരിവട്ടവും ഉണ്ടാവരുത്. സാമ്പത്തിക ഭദ്രതയാണാവശ്യം. ഭൂമി വിറ്റു തുലയ്ക്കരുത്. വിദ്യാഭ്യാസത്തിലും സർക്കാർ ലാവണത്തിലുമായിരിക്കണം കണ്ണും മനസ്സും. കളക്ട്രേറ്റും സെക്രട്ടറിയേറ്റും പിടിച്ചടക്കാനാണ് നിങ്ങൾ പരിശ്രമിക്കേണ്ടത്!

വിമോചന സമരക്കാർ കൊടുങ്ങല്ലൂരിൽ ഒരു ബന്ദിന് ആഹ്വാനം ചെയ്തു. സമരനേതാക്കന്മാർ ചുറ്റിനടന്ന് ഓരോ കടയും അടപ്പിക്കുന്നതു കണ്ടു. അതെനിക്ക് തീരെ പിടിച്ചില്ല. പകലിൽ കടകളടഞ്ഞു കിടക്കുന്നതു കാണാൻ ഞാനിഷ്ടപ്പെട്ടില്ല. ചായയും പലഹാരങ്ങളും ബിസ്കറ്റും റൊട്ടിയും വേണ്ടവർ പിന്നെന്തു ചെയ്യും?

പി കെ അബ്ദുൽഖാദർ; എം എൽ എ യുടെ അധികാരഭാവത്തോടെ ആവേശഭരിതരായ സഹപ്രവർത്തകരോടൊപ്പം അടയ്ക്കാത്ത കടകളുടെ മുന്നിൽ ചെന്നു നിന്ന് മുദ്രാവാക്യം വിളിച്ചു. കരിങ്കാലികൾക്കെതിരെ ഭീഷണി മുഴക്കി.

കൊടിമരം പോലെ നീണ്ട ഉടലും ഊക്കുമുള്ള പി കെ അബ്ദുൽഖാദറിന്റെ ഭീഷണിക്ക് അമ്മാവൻ വഴങ്ങിയില്ല. കട അടയ്ക്കാൻ കൂട്ടാക്കാതെ ഒരിടതുപക്ഷക്കാരന്റെ കരുത്തുറ്റ വീറോടെ അമ്മാവൻ എതിർത്തുനിന്നു. പി കെ യും കൂട്ടരും പത്തി മടക്കി മടങ്ങി.

നന്മകളുടെ പൂമരങ്ങൾ

ആയിരത്തിത്തൊള്ളായിരത്തി അമ്പത്തി എട്ടിലെ ഒരു വേനൽപ്പകലിൽ മുഖ്യമന്ത്രി ഇ എം എസ് നമ്പൂതിരിപ്പാട് കൊടുങ്ങല്ലൂരിൽ വന്നു. ക്ഷേത്രവളപ്പിലുള്ള സത്രത്തിൽ വിശ്രമം. ആരാധ്യനായ നേതാവിനെ ഒരുനോക്ക് കാണാൻ തിരക്ക് കൂട്ടുന്ന സഖാക്കൾ. അമ്മാവന്റെ ഹോട്ടലിൽനിന്ന് മുഖ്യമന്ത്രിക്കും പരിവാരങ്ങൾക്കും ബിസ്കറ്റും ഉഴുന്നുവടയും ചായ നിറച്ച കെറ്റിലും തളികകളുമായി ഞാനും സപ്ലയർ ദേവസിയും സത്രത്തിലേക്ക് നടന്നു.

അന്നപാനങ്ങൾ വിളമ്പുന്നവർക്ക് ജീവിതത്തിൽ മറക്കാനാവാത്ത ചില സന്ദർഭങ്ങൾ വീണു കിട്ടാറുണ്ട്. വി ഐ പി കളുടെ സമീപം ആഹാരവുമായി ചെല്ലാം. അടുത്ത് നിന്ന് അവരെ കാണാം. ചിലപ്പോഴൊക്കെ അവർ പറയുന്നത് കേൾക്കുകയും ചെയ്യാം.

മുഖ്യമന്ത്രിക്ക് നിവേദനം നൽകാൻ ചിലരൊക്കെ സത്രത്തിനു പുറത്ത് കാത്തു നിന്നിരുന്നു. ചായ മൊത്തുന്നതിനിടയിൽ മുഖ്യമന്ത്രി ചുറ്റും കൂടിനിൽക്കുന്നവരോട് കുശലം പറയുന്നുണ്ട്. അവരുടെ കൂട്ടത്തിൽ സഖാവ് ജോൺവൈദ്യർ, വീരുമുല്ല, കാക്കുമേസ്ത്രി, ടി എൻ കുമാരൻ, കുഞ്ഞിക്കുട്ടിത്തമ്പുരാട്ടി, ഇ ഗോപാലകൃഷ്ണ മേനോൻ, അബ്ദുൽഖാദർ എന്നിവരെല്ലാമുണ്ട്.

പട്ടാര്യ സമുദായത്തിന് പ്രത്യേകമായൊരു കോളനി അനുവദിക്കണമെന്ന അപേക്ഷയുമായി ഒരു വൃദ്ധൻ മുഖ്യമന്ത്രിയുടെ മുന്നിലെത്തി. അപേക്ഷയിലെ കാര്യങ്ങൾ അവതരിപ്പിക്കുന്നതിനിടയിൽ വൃദ്ധൻ ഇ എം എസിന്റെ കാൽക്കൽവീണ് ദണ്ഡനമസ്കാരം നടത്താനൊരുങ്ങി. കാൽതൊട്ട് വന്ദിക്കുന്നതിനുമുമ്പ് ഇ എം എസ് “ഛെ! ഛെ! എന്താ ഈ കാണിക്കണത്?” എന്നു ചോദിച്ചുകൊണ്ട് പിന്നിലേക്ക് മാറി. കാക്കു

മേസ്ത്രിയും ജോൺവൈദ്യരുംകൂടി വൃദ്ധനെ പിടിച്ചെഴുന്നേൽപ്പിച്ചു.

ജോൺവൈദ്യരെയും കാക്കുമേസ്ത്രിയെയും പാർട്ടി ചരിത്രം അടയാളപ്പെടുത്തിയിട്ടുണ്ടാവില്ല. ദുരിതജീവിതത്തിന് കമ്യൂണിസം മാത്രമാണ് പ്രതിവിധി എന്നു വിശ്വസിച്ചവരാണ് അവർ രണ്ടുപേരും. ജോൺ വൈദ്യർക്ക് ക്ഷേത്രത്തിന്റെ കിഴക്കെ നടയിൽ ഒരു വൈദ്യശാലയുണ്ടായിരുന്നു. വൈകുന്നേരങ്ങളിൽ അവിടെയാണ് സഖാക്കൾ ഒന്നിച്ചു കൂടിയിരുന്നത്. നിത്യവൃത്തിക്ക് വൈദ്യം വേണമായിരുന്നെങ്കിലും മാർക്സിസം പ്രചരിപ്പിക്കുന്നതിലായിരുന്നു വൈദ്യർക്ക് താൽപ്പര്യം. കാക്കു മേസ്ത്രി കൽപ്പണിക്കാരനായിരുന്നു. കൃത്യമായി പണിയെടുക്കാൻ പോകും. പണി കഴിഞ്ഞ് പാർട്ടി പ്രവർത്തനം. കൽപ്പൊടിയും കുമ്മായവും പുരണ്ട മുണ്ടും ചുറ്റി പണിസ്ഥലത്തു നിന്നും പ്രസംഗവേദിയിലേക്കുവരുന്ന, തടിച്ച് ഉയരമധികമില്ലാത്ത മേസ്ത്രിയുടെ നരച്ചമുഖമിന്നും ഓർമയിലുണ്ട്. 'പ്രിയപ്പെട്ട സഖാക്കളേ....' എന്ന സംബോധനയോടെ മേസ്ത്രി പ്രസംഗിക്കുമ്പോൾ അതിൽ നല്ല നാളെയുടെ സ്വപ്നങ്ങളുണ്ടായിരുന്നു. ചൂഷണത്തിനെതിരെയുള്ള ആ ശബ്ദം ഇന്നും കാതിൽ മുഴങ്ങുന്നു.

സ്കൂൾവിട്ടാൽ എങ്ങും തങ്ങാതെ ഹോട്ടലിലെത്തണമെന്നാണ് അമ്മാവന്റെ കർശന നിർദേശം. വരുന്നവഴി കുഞ്ഞിക്കുട്ടിത്തമ്പുരാട്ടിയുടെ 'റോയൽ ഇൻസ്റ്റിറ്റ്യൂട്ട് ഓഫ് എഞ്ചിനീയറിങ്ങി' ലെ അധ്യാപകർക്ക് പകർച്ചയെത്തിച്ച ഹോട്ടലിലെ നാലടുക്കുള്ള രണ്ട് പാത്രങ്ങളും എടുത്തുപിടിക്കണം.

രണ്ടു കയ്യിലും അടുക്കുപാത്രങ്ങളും കക്ഷത്തിൽ പുസ്തകക്കെട്ടുമായി സഹപാഠികളോടൊപ്പമുള്ള യാത്ര എന്നെ വിഷാദവാനാക്കി. കൂട്ടുകാരിൽ പലരുമെന്നെ 'ഹോട്ടൽ ബോയ്' എന്നു പരിഹസിച്ചു. ചിലർ സാമ്പാറ് നാറുന്നു എന്ന് പറഞ്ഞകറ്റി നിർത്തി. ഗേൾസ് ഹൈസ്കൂളിൽനിന്നും വരുന്ന പെൺകുട്ടികളുടെ കൺവെട്ടത്തുപെടാതെ ഞാൻ ജാള്യതയോടെ ഒതുങ്ങി നടന്നു. എനിക്ക് മാത്രം എന്തിനീ ഭാരം എന്നൊക്കെ ഓർക്കാൻ തുടങ്ങി.

ധൂർത്തന്മാരായ പിതാക്കന്മാർ, വളരുന്ന മക്കളുടെ പൊട്ടിച്ചിരികളാണ് ഉടച്ചു കളയുന്നതെന്ന് ചിലപ്പോഴൊക്കെ ഞാൻ ഓർത്തു. കുടുംബനാഥൻ പറമ്പുകൾ വിറ്റ് യൗവനം ആഘോഷിക്കുമ്പോൾ ഇളമുളകളുടെ കടവേരുകളാണ് വാടിപ്പോകുന്നത്. മദ്യലഹരിയിൽ വീടണയുന്ന അച്ഛനെക്കുറിച്ചോർത്ത് അമ്മ ഒരുപാട് കരഞ്ഞിരിക്കണം. മക്കളേയുംകൊണ്ട് കാനോലിക്കനാലിൽ മുങ്ങിച്ചാവാൻ അവർ പലപ്പോഴും ഒരുങ്ങി. എങ്കിലും വിധി പിന്നേയും ജീവിതത്തിന്റെ തുറസിലേക്ക് പിടിച്ചു വലിച്ചിടുകയായിരുന്നു.

അമ്മാവന്റെ ഹോട്ടലിലെ എച്ചിൽപ്പാത്രങ്ങൾക്കിടയിൽ ജീവിക്കുമ്പോഴും ഭാവിയെപ്പറ്റിയുള്ള പ്രതീക്ഷകൾ എന്നിൽ തളിർക്കുന്നുണ്ടായിരുന്നു. ശ്രീകാളീശ്വരി കൊട്ടകയിലെ സിനിമാപാട്ടും നൃത്തങ്ങളും

ആഹ്ലാദം നൽകി. തമിഴ്നടികളും നടന്മാരും സ്വപ്നം കാണാൻ പഠിപ്പിച്ചു. മനുഷ്യത്വമുള്ള വീരനായകനെ അവതരിപ്പിക്കുന്ന എം ജി രാമചന്ദ്രനും പത്മിനിയും സാവിത്രിയും ഭാനുമതിയും മനസിൽ വസന്തമായി നിറഞ്ഞു നിന്നു. വില്ലൻ വീരപ്പയെയും എം എൻ നമ്പ്യാരെയും വാളുകൊണ്ടും വടികൊണ്ടും മുഷ്ടികൊണ്ടും അടിയറവ് പറയിപ്പിക്കുന്ന എംജിയാറായിരുന്നു എന്റെ നായകൻ!

ഒരു ദിവസം പുസ്തകക്കെട്ടും പിച്ചളയുടെ ചോറുപാത്രങ്ങളുമായി വരുമ്പോൾ കുഞ്ഞിക്കുട്ടി തമ്പുരാട്ടി പേരും പഠിക്കുന്ന ക്ലാസും ചോദിച്ചു. മുഷിഞ്ഞ വേഷക്കാരൻ പയ്യൻ ഹോട്ടൽവേലയും പഠിപ്പും ഒന്നിച്ചു കൊണ്ടുപോകുന്നതെങ്ങനെയെന്ന് അവർ സംശയിച്ചുകാണും. പരീക്ഷകളിൽ മാർക്ക് കുറവാണെന്നറിഞ്ഞപ്പോൾ ട്യൂഷന് വന്നോളൂ എന്നവർ സ്നേഹത്തോടെ ഉപദേശിച്ചു.

കുഞ്ഞിക്കുട്ടിത്തമ്പുരാട്ടിയെ പിന്നീട് പലപ്പോഴും പാർട്ടിഓഫീസിൽ വച്ച് കണ്ടിട്ടുണ്ട്. അവിടെയും എന്റെ ഡ്യൂട്ടി 'ചായവാല' യുടേതായിരുന്നു. പാർട്ടി കമ്മിറ്റി കൂടുമ്പോൾ ചായയോടൊപ്പം പരിപ്പുവടയോ പപ്പടവടയോ ഹോട്ടലിൽനിന്ന് കൊണ്ടുപോയിരുന്ന പയ്യൻ.

കൊടുങ്ങല്ലൂർ കോവിലകത്ത് പുരോഗമനാശയങ്ങളുടെ വിത്തു പാകിയത് കുഞ്ഞിക്കുട്ടിത്തമ്പുരാട്ടിയാണ്. ഇന്ത്യയിലെ മറ്റേതൊരു നാട്ടുരാജ്യത്തേയും പോലെ കൊച്ചിരാജ്യവും അക്കാലത്ത് അനാചാരങ്ങളുടെ തടവറയിലായിരുന്നു. ജാതിഭേദങ്ങളും മതദ്വേഷങ്ങളും ഭരണവർഗത്തിന്റെ ചോരയിൽ അലിഞ്ഞു ചേർന്നിരുന്നു. സ്വാതന്ത്ര്യം കിട്ടിയിട്ടും കൊച്ചി രാജാവ് അയിത്തജാതിക്കാരെ ക്ഷേത്രങ്ങളിൽ കയറാൻ അനുവദിച്ചിരുന്നില്ല.

കൊച്ചിരാജ്യത്തെ മന്ത്രിമാരാണ് പാലിയത്തച്ചന്മാർ. പാലിയം കൊട്ടാരത്തിന്റെ മുന്നിലുള്ള പൊതുവഴിയിലൂടെ അവർണർ നടക്കരുതെന്നായിരുന്നു തിട്ടൂരം. ആ തിട്ടൂരത്തെയാണ് കൊടുങ്ങല്ലൂർ കോവിലകത്തെ തമ്പുരാട്ടിമാർ ധിക്കരിച്ചത്. അവർക്ക് കൂട്ടായി കമ്യൂണിസ്റ്റ് പാർട്ടിയും പ്രജാമണ്ഡലവും എസ് എൻ ഡി പിയും.

പാലിയത്തച്ചന്റെ അധികാരത്തെ ചോദ്യം ചെയ്ത കുഞ്ഞിക്കുട്ടിത്തമ്പുരാട്ടിക്ക് അധ്യാപിക ജോലി നഷ്ടമായി. കൊട്ടാരത്തിൽ തമ്പുരാട്ടി പാർട്ടി സെൽ രൂപീകരിച്ചു. തമ്പുരാട്ടിമാരിൽ പലരും അംഗങ്ങളായി.

പിന്നീടവർ കൊട്ടാരവളപ്പിൽ 'റോയൽ ഇൻസ്റ്റിറ്റ്യൂട്ട് ഓഫ് എഞ്ചിനീയറിങ്' എന്ന സ്ഥാപനം തുടങ്ങി. ഒരുപാട് ആലംബഹീനരായ വിദ്യാർഥികൾക്ക് അവർ അഭയം നൽകി. ഫീസ് കൊടുക്കാൻ കഴിവില്ലാത്തവർക്ക് അതൊരു സഹായമായി. ആ സ്ഥാപനം ഒരു മാതൃകാ സ്ഥാപനമായി വളർന്നു.

അമ്മാവന്റെ ഹോട്ടലിൽ കുഞ്ഞിക്കുട്ടിത്തമ്പുരാട്ടി ഒരുപാട് തവണ വന്ന് കണ്ടിട്ടുണ്ട്. ഇടതുപക്ഷാനുഭാവിയായതുകൊണ്ടാവണം അമ്മാ

വനോട് തമ്പുരാട്ടിക്ക് ഇഷ്ടമായിരുന്നു. അവർ വരുമ്പോൾ അമ്മാവൻ എഴുന്നേറ്റ് പ്രത്യേകമൊരു കസേര ഇട്ടുകൊടുക്കും.

പലപ്പോഴും ചിറക്കൽ കോവിലകത്തേക്ക് തമ്പുരാട്ടിയുടെ കൂടെ പൊതിക്കെട്ടുകളുമായി ഞാൻ പോയിട്ടുണ്ട്. പൊതികളിൽ പഞ്ചസാരയും പഴവും ബിസ്കറ്റുമായിരിക്കും. കോവിലകത്തിന്റെ പരുക്കൻ വരാന്തയിൽ അമ്മാവൻ തന്നയച്ച പൊതികൾ വച്ച് പോരുമ്പോൾ തമ്പുരാട്ടി ഓർമിപ്പിക്കും: “ഹോട്ടൽ വേലക്കിടയിലും പഠിക്കാൻ മറക്കരുത്ട്ടോ കുട്ടീ! അതേ തനിക്ക് നാളേക്ക് ഉപകരിക്കൂ!”

എച്ചിലിലകളുടെ ഭാരം

ഒന്നാം ഇ എം എസ് മന്ത്രിസഭയിൽ സഖാവ് ടി എ മജീദ് ആയിരുന്നു പൊതുമരാമത്ത് മന്ത്രി. അദ്ദേഹമൊരിക്കൽ കൊടുങ്ങല്ലൂരിലും വന്നു. വന്നൂ എന്നല്ല കാനോലിക്കനാലിന്റെ തീരംവരെയെത്തിയ മന്ത്രി സംഘർഷം ഒഴിവാക്കാനായി മടങ്ങിപ്പോയി എന്നാണ് പറയേണ്ടത്. അത്രയ്ക്കുണ്ടായിരുന്നു ചങ്ങാടം വന്നടുക്കുന്ന കടവിൽ തടിച്ചുകൂടിയ നാട്ടുകൊമ്പന്മാരായ കോൺഗ്രസ് നേതാക്കന്മാരുടെ എതിർപ്പിന്റെ മൂർച്ച. അക്കാലത്ത് കാവിൽക്കടവിൽ പാലം പണി പൂർത്തിയായിട്ടില്ല.

നായർ സർവീസ് സൊസൈറ്റിയുടെ സാരഥി മന്നത്തു പത്മനാഭനും കത്തനാർമാരും പണച്ചാക്കുകളും വിമോചന സമരത്തിന് കോപ്പ് കൂട്ടിത്തുടങ്ങാത്ത കാലം. എന്നാലും ഏതോ മുജ്ജന്മവിരോധം മൂലമാവാം, മന്ത്രി ടി എ മജീദിന് ഗോ ബാക്കും, ചുവപ്പൻ ഭരണം വേണ്ടേ വേണ്ട എന്ന മുദ്രാവാക്യം വിളിക്കാനും ഉഴുവത്തുകടവിൽ എത്തിയ ഖദർധാരികൾ കടുത്ത ആവേശത്തിലായിരുന്നു. മന്ത്രിയുടെ കാറും വഹിച്ച് ചങ്ങാടം വരുന്നതും നോക്കി കുറുവടികളും ഇരുമ്പുദണ്ഡുകളുമായി കാത്തുനിൽക്കുകയായിരുന്നു ഗാന്ധിയന്മാർ.

കേരളത്തിലെ ഏതൊരു തീരപ്രദേശവുംപോലെ ഒരു പിന്നോക്ക തൊഴിൽ പ്രദേശമാണ് ഉഴുവത്തുകടവും. മടല് തല്ലിചകിരിയാക്കലും കയർപിരിയുമാണ് ജീവിതമാർഗം. മറ്റൊരു ജോലി ഓലമെടച്ചിലാണ്. അൽപ്പം ഉള്ളിലേക്ക് മാറിയാൽ പായ നെയ്ത്തുണ്ട്. കുളവും തോടും, വെട്ടി മാടുന്നവരുണ്ട്. പാടത്തെപ്പണിക്കാരും ഒരുപാടുപേരുണ്ട്. മണ്ണും ചളിയുമായിട്ടാണവർക്ക് ബന്ധം. മണ്ണിൽ നിന്നാണവർ ജീവിതം കോരിയെടുക്കുന്നത്.

പറമ്പായ പറമ്പൊക്കെ ഓരോരോ തറവാട്ടുകാരുടെ അധീനതയി

ലായതുകൊണ്ട് മെടയാൻ ഓലയ്ക്കുവേണ്ടി അവരുടെ മുന്നിൽ തല ചൊറിഞ്ഞും ഓച്ഛാനിച്ചും നിൽക്കണം. ഓലയുടെ മൊത്തക്കച്ചവടക്കാർക്ക് ജന്മിയുമായാണ് കൂട്ടായ്മ. അവരാണ് മെടച്ചിലുകാരുടെ കൂലി നിശ്ചയിക്കുന്നത്.

പായനെയ്ത്തുകാർ വെയിലും മുള്ളിന്റെ കുത്തും ഒരുപാട് സഹിക്കുന്നവരാണ്. നെയ്ത പായ വാങ്ങാൻ ഇടനിലക്കാർ വരും. അവർ പറയുന്നതാണ് വില. അവരാണ് മൊത്തക്കച്ചവടക്കാർക്ക് പ്രിയപ്പെട്ടവർ. കയറിന്റെ ലോകത്തുമുണ്ട് നാല് തട്ടുകൾ. റാട്ടുടമസ്ഥന്മാർ, ചീക്കച്ചൂരുള്ള മടല് തല്ലി ചകിരിയാക്കിയും കയറാക്കിയും കഴിയുന്ന ജോലിക്കാർ, കയർ വാങ്ങി കെട്ടുവള്ളങ്ങളിൽ നിറച്ച് കൊച്ചിയിലെത്തിക്കുന്നവരും കയറിന് വിലയിട്ട് പണം എണ്ണി നൽകുന്ന സേട്ടുമാരും. ഇവരിൽ സേട്ടുമാരും സേട്ടുമാർക്ക് ചരക്കെത്തിക്കുന്നവരുമാണ് നേട്ടം കൊയ്യുന്നത്. റാട്ടുടമസ്ഥർക്ക് 'ഉടമസ്ഥൻ' എന്ന പദവിയേയുള്ളൂ. കൂലിക്കാർക്ക് വറുതിയും.

എന്റെ കുടുംബം കയർത്തൊഴിലാളികളുടേതായിരുന്നു. അമ്മയും ചേച്ചിയും മടൽ ഉമ്മറത്ത് ചുമന്നു കൊണ്ടുവന്നാണ് തല്ലി ചകിരിയാക്കിയിരുന്നത്.

നേരം കറുക്കുന്നതിനു മുമ്പേ പിഞ്ഞിയ ചകിരിയുടെ കെട്ട് റാട്ടുടമസ്ഥന്റെ വീട്ടുമുറ്റത്തെത്തിക്കണം. കൂലി കിട്ടുമ്പോഴേക്കും അന്തി അഴിഞ്ഞു വീണിരിക്കും. റേഷൻ വാങ്ങണം. ചിമ്മിണി തെളിയിക്കാൻ മണ്ണെണ്ണ വേണം. മീനും ഉപ്പും മുളകും വാങ്ങണം. വട്ടിയും കുപ്പിയുമായി ചന്തപ്പുരയിലെ റേഷൻ കടയിലേക്ക് ചേച്ചിയോടൊപ്പം നടക്കും, മടങ്ങുമ്പോൾ നേരം ഇരുട്ടിക്കഴിഞ്ഞിരിക്കും.

നീണ്ടുനിവർന്ന് കടപ്പുറത്തിന്റെ പരുക്കൻ ഒച്ചയുള്ള കോയമാപ്ലയും മൊയ്തുമാപ്ലയുമാണ് ചന്തയിലെ മീൻകച്ചവടക്കാർ. അവർ അരയണക്ക് ഒരുപാട് ചാള ഈർക്കിലിവള്ളിയിൽ ഒന്നേ ഒന്നേ..... രണ്ടേ രണ്ടേ..... മൂന്നേ മൂന്നേ... എന്നുറക്കെ എണ്ണിക്കോർത്ത് കോർമ്പയായിത്തരും. ചാളയില്ലാത്തപ്പോൾ വെള്ളിനിറമുള്ള മുള്ളനോ കരിമോന്തയുള്ള മാന്തളോ ചെമ്മീനോ ചേമ്പിലയിൽ പൊതിഞ്ഞു തരും. അന്നൊക്കെ മീനും റേഷനരിച്ചോറുമായിരുന്നു എന്നും ഭക്ഷണം. അരി കിട്ടാത്തപ്പോൾ മരക്കിഴങ്ങ് പുഴുങ്ങും. അരിയും മരക്കിഴങ്ങും കിട്ടാത്തപ്പോൾ, പ്രത്യേകിച്ചും പഞ്ഞക്കർക്കിടകത്തിൽ, കപ്പലണ്ടിപ്പിണ്ണാക്കുകൊണ്ട് വിശപ്പടക്കും.

"കപ്പലണ്ടിപ്പിണ്ണാക്കില്ലെങ്കിൽ പണ്ടേ പോയേനെ, ഞങ്ങള് പണ്ടേ ചത്തേനെ....." എന്നു തുടങ്ങുന്നൊരു പാട്ട് അന്നൊക്കെ ഓണക്കാലത്ത് പെണ്ണുങ്ങൾ പാടിക്കളിക്കുന്നതു കേട്ടിട്ടുണ്ട്. ചിങ്ങം പിറന്നാൽ ഓണം വന്നപോലെയാണ്. അത്തം മുതൽ തുടങ്ങും കളംമെഴുകി പൂവിടൽ. ഉത്രാടം മുതൽ അഞ്ചു ദിവസം ഉത്സവം. ചെറുപ്പക്കാർക്ക് ചിങ്ങം പിറന്നാൽ കല്യാണം എന്നാണ് ചൊല്ല്. മഴ തോരാതെ പെയ്തു തുടങ്ങിയാൽ വേലയും പണിയും കുറയും. അടുപ്പുകൾ പുകയ്ക്കാൻ കടം

വാങ്ങും. ഓട്ടുകിണ്ണവും മൊന്തയും ലോട്ടയും പെട്ടാപ്പെട്ട വിലക്ക് വിൽക്കും. മുക്കുറ്റിക്കമ്മലോ മറ്റോ ഉണ്ടെങ്കിൽ ജന്മിക്ക് പണയം വയ്ക്കും.

എഴുപതിന്റെ ഏതാണ്ട് പകുതിവരെ കഠിനമായ വിശപ്പിലും വറുതിയിലുമായിരുന്നു കേരളം. പിന്നീട് അവസ്ഥ മാറി. അറബിപ്പൊന്നും തേടി ചെറുപ്പക്കാർ തുരുതുരാ കടൽ കടന്ന് പോയിക്കൊണ്ടിരുന്നു. ഡ്രാഫ്റ്റുകളും ചെക്കുകളും നാട്ടിലേക്ക് പ്രവഹിച്ചു. കേരളം പൊട്ടിച്ചിരിക്കാൻ തുടങ്ങി. അത്തർമണത്തിൽ നാട് നീന്തിത്തുടിച്ചു.

അതിനൊക്കെ മുമ്പ് അമ്പതിന്റെ അവസാനങ്ങളിലെ ഓർമകളാണ് ഞാൻ ചുരുക്കഴിക്കുന്നത്. കായൽ വക്കത്ത് നിരനിരയായി ഓലച്ചീന്ത് വിരിച്ച കുറുമാടങ്ങളിൽ കുന്തിച്ചിരുന്ന് മടല് തല്ലിയും കയർ പിരിച്ചും രക്തം വിയർപ്പാക്കുന്നവരുടെ വിശപ്പാറ്റാൻ ചെറുവഞ്ചിക്കാർ മരക്കിഴങ്ങുമായി എത്തുമായിരുന്നു. മടല് തല്ലുന്നവരിൽപ്പെട്ട വയസികളപ്പോൾ പിള്ളേര് കൊട്ടിപ്പാടി വരുന്നുണ്ട് എന്നു തമാശ പറയും. വരവറിയിക്കാൻ വഞ്ചിപ്പള്ളയിൽ വടികൊണ്ട് മുട്ടുന്നതിനെയാണ് കൊട്ടിപ്പാടൽ എന്നു പറയുന്നത്. പെണ്ണുങ്ങൾ കൂട്ടമായിച്ചെന്ന് കിഴങ്ങ് വാങ്ങി തല്ലിപ്പൊട്ടിച്ച് ആർത്തിയോടെ ചവച്ചിറക്കും. ഇന്ധനം നിറച്ച് തൃപ്തിയോടെ വീണ്ടും ചീക്കച്ചൂരുള്ള മടലിന്റെ ലോകത്തിലേക്ക്.

അമ്പത്തൊൻപതിലായിരുന്നു ചേച്ചി ശാന്തയുടെ വിവാഹം. ചേച്ചി അക്കാലത്ത് അമ്മാവന്റെ ഹോട്ടലിലെ ജോലിക്കാരിയായിരുന്നു. അരിയും മുളകും മല്ലിയും മഞ്ഞളും ഉരലിലിട്ട് ഇടിച്ച് പൊടിക്കുന്ന ജോലിയാണ് ദയാവാനായ അമ്മാവൻ അനന്തിരവൾക്ക് നൽകിയത്. അതും പോരാഞ്ഞ് അടുക്കളപ്പാത്രങ്ങൾ തേച്ചു കഴുകണം. വീട്ടിലെ തുണിയലക്കണം. ഇരുപതു വയസുള്ള ചേച്ചി ഉലക്ക പിടിച്ച് ക്ഷീണിച്ചു. രക്തമില്ലാതെ മുഖം വിളറി. ചേച്ചിയെക്കുറിച്ചോർത്ത് അമ്മ കരയാത്ത രാത്രികളില്ല. മകൾക്ക് ആങ്ങള സ്നേഹവാനായൊരു ഭർത്താവിനെ തേടിക്കൊണ്ടു വരുമെന്ന് അമ്മ ആശ്വസിച്ചു. ആ പ്രതീക്ഷയിൽ ചേച്ചിയുടെ യൗവനം വിയർപ്പ് പൊടിയുന്ന ഉലക്കയുടെ ഭാരം സഹിച്ചുകൊണ്ടിരുന്നു.

അമ്മ പ്രതീക്ഷിച്ചിരുന്ന ആ സുദിനം വന്നു ചേർന്നു. മഴ മാറി മാനം തെളിഞ്ഞുനിന്നൊരു ചിങ്ങപ്പകലിൽ കടൽമണമുള്ള കാറ്റ് വീശുന്ന മേത്തല എന്ന ഉൾനാട്ടിലെ ഒരു പായനെയ്ത്തു കുടുംബത്തിൽനിന്നും ചന്ദനനിറമുള്ള കസവുകര മിന്നുന്ന മുണ്ടും ഷർട്ടും ധരിച്ചു വന്ന ഇരുണ്ടുമെലിഞ്ഞ മുഖമുള്ള സുബ്രഹ്മണ്യൻ എന്നൊരാൾ ചേച്ചിയുടെ കഴുത്തിൽ താലികെട്ടി.

നാദസ്വരമേളമോ നാണിവേലത്തിയുടെ ശിവപുരാണം പാടിയുള്ള അമ്മാനക്കായയാട്ടമോ താലിച്ചാർത്ത് മുഹൂർത്തത്തിന് മോടി കൂട്ടിയില്ല. അയൽക്കാരികളായ നാരായണിയും മാധവിയും പാർവതിയും ദാക്ഷുവും കല്യാണിയും എച്ചുമുവും മുഖം കൂട്ടിനിന്ന് കുരവയിട്ടു. കിളികൾ

ചിലയ്ക്കുന്നതുപോലെയുള്ള അവരുടെ കുരവനാദം കല്യാണപ്പന്തലിൽ സംഗീതധാരയായി.

സദ്യ ആരംഭിച്ചു. നിലത്ത് ഓലയും, ഓലയിൽ തഴപ്പായയും വിരിച്ച് ഇലയിട്ടു. പുളിയിഞ്ചിയും നാരങ്ങയച്ചാറും അവിയലും കൂട്ടുകറിയും വിളമ്പി. ആവി പൊങ്ങുന്ന ചോറ് ചെറിയ വാരിക്കൊട്ടയിൽനിന്ന് ഇലകളിലേക്ക് കുടഞ്ഞിട്ടു. സാമ്പാറിന്റെയും ചൂടാറാത്ത പപ്പടത്തിന്റെയും മണം പന്തലിൽ കുമിഞ്ഞു.

പന്തലിനു പുറത്ത് കല്യാണ സദ്യക്ക് വിളിക്കാത്ത ഒരുകൂട്ടർ ഇലകളിൽ വിളമ്പുന്നതും നോക്കി ആർത്തി കത്തുന്ന മിഴികളോടെ കാത്തുനിന്നിരുന്നു. അവർ ഊണുകഴിഞ്ഞ് കൈകഴുകാൻ പുറത്തിറങ്ങുന്നവരിൽ നിന്നും എച്ചിലില വാങ്ങി നക്കിത്തോർത്താൻ വന്ന ഏഴകളായ വേട്ടുവന്മാരായിരുന്നു.

ഊണുകഴിഞ്ഞിറങ്ങുന്നവരുടെ മുന്നിൽ യാചനയോടെ കയ്യുംവിരിച്ച് നിൽക്കുന്ന അത്തരക്കാരിൽ എന്റെ സതീർഥ്യരായ കറപ്പനും ഇക്കണ്ടനും അമ്മിണിയും സുശീലയുമുണ്ടായിരുന്നു.

കറപ്പൻ പിന്നീട് കെട്ടുവള്ളം ഊന്നുകാരനായി. ഇക്കണ്ടൻ തെങ്ങുകയറ്റം കൊണ്ട് പിഴച്ച് ഒടുവിൽ ആസ്മരോഗത്താൽ വലഞ്ഞു. അമ്മിണി ഒരു ഇത്തൾചൂളക്കാരനെ വിവാഹം ചെയ്തു. വീടുകൾ തോറും നടന്ന് ചുണ്ണാമ്പ് വിറ്റ് മക്കളെ പോറ്റി അകാലത്തിൽ മരിച്ചു പോയി. സുശീലയ്ക്ക് ഒരു കള്ളവാറ്റുകാരന്റെ വീട്ടുകാരിയാവാനായിരുന്നു യോഗം. വാറ്റിനോടൊപ്പം അയാൾ കുടിയും തുടങ്ങി. കുടിച്ചുകുടിച്ച് കുടൽ വെന്തു കരൾ ഓട്ടയായി രോഗവേദന സഹിയാതെ അയാൾ തൂങ്ങിച്ചത്തു.

ചേറ്റുവയിലും കോട്ടപ്പുറത്തും പാലങ്ങൾ വന്നപ്പോൾ ലോറികളിലായി ചരക്ക് മാറ്റം. കെട്ടുവള്ളങ്ങൾ ആർക്കും വേണ്ടാതായി. ഇത്തൾ വേവുന്ന ചൂളകളിലെ തീ കെട്ടു. കള്ളവാറ്റുകാരുടെ കലങ്ങളും കുടങ്ങളും കുപ്പികളും ഏതോ കുപ്പകളിൽ ഇടം പിടിച്ചു.

ഓലമെടഞ്ഞും പായനെയ്തും ചുണ്ണാമ്പ് വിറ്റും മടൽ തല്ലിയും റാട്ട് കറന്നും ജീവിച്ചവരുടെ സന്തതികൾ കാനോലിക്കനാലിന്റെ തീരങ്ങളിൽ നിന്ന് കമ്പോളത്തിലേക്കിറങ്ങി. നൂറുകണക്കിന് കടകളിൽ സെയിൽസ് ഗേളുകൾ വേണമായിരുന്നു. അതോടെ റാട്ടുകൾ ചിതൽ തിന്നാൻ തുടങ്ങി. കൈതകൾ കരിഞ്ഞുണങ്ങി. ഓലകൾ മണ്ണുതിന്ന് നുറുമ്പിച്ചു. പരമ്പരാഗത തൊഴിലുകൾ ഒരു പഴമ്പാട്ടായി മാറി.

മന്ത്രി ടി എ മജീദ് ഉഴുവത്തുകടവിൽ കാല് കുത്തിയാൽ ആ കാല് തല്ലിയൊടിക്കുമെന്ന് പ്രതിജ്ഞയെടുത്ത കൊമ്പന്മാരിൽ പലരും കാലം മാറിയതോടെ കളം മാറ്റിച്ചവിട്ടി.

കോൺഗ്രസിന്റെ കരുത്തൻ നേതാവും എം എൽ എ യുമായിരുന്ന പി കെ അബ്ദുൽഖാദർ ഇടതുപക്ഷ സഹയാത്രികനായി പരിണമിച്ചു. അദ്ദേഹത്തോടൊട്ടി നിന്നിരുന്ന പലരും കോൺഗ്രസിൽനിന്നും അടർന്നു മാറി. പി കെ യുടെ കൂറുമാറ്റം കൊടുങ്ങല്ലൂരിന്റെ രാഷ്ട്രീയ ഭൂപടത്തിൽ

മാറ്റങ്ങളുണ്ടാക്കുമെന്ന വാർത്ത പരന്നു. കുടുംബപരവും സംഘടനാപരവുമായ ഏതൊക്കെയോ സമസ്യകൾ പൂരിപ്പിക്കാതെ കിടന്നു. ശത്രുക്കളിലാരോ അരയിൽ തിരുകിവച്ചിരുന്ന കൈത്തോക്കിന്റെ ബുള്ളറ്റുകൾ പി കെയുടെ നെഞ്ചിനു നേരെ തൊടുത്തു. സ്നേഹവാനായ ആ രാഷ്ട്രീയ നേതാവ് മരണഗൃഹത്തിലേക്ക് യാത്രയായി.

ശ്രീ. പി കെ അബ്ദുൽഖാദർ ധനാഢ്യനായ ഒരു കോൺഗ്രസുകാരനായിരുന്നെങ്കിലും ആശ്രിതവത്സലനായിരുന്നു. കമ്യൂണിസ്റ്റുകാരെ വകവരുത്താനായി ഒരുപാട് ഒറ്റുകാരെ തീറ്റിപ്പോറ്റിയിട്ടുണ്ടെങ്കിലും ചിലനേരങ്ങളിൽ അലിവുനിറഞ്ഞ ഹൃദയമായിരുന്നു അദ്ദേഹത്തിന്റേത്. അതുകൊണ്ടാണദ്ദേഹം എനിക്ക് കൊച്ചിയിലെ ഫാക്ടിൽ ഒരു ജോലി കിട്ടാനായി ശുപാർശക്കത്ത് തന്നത്. കത്ത് വാങ്ങിവച്ച ഫാക്ടിലെ അദ്ദേഹത്തിന്റെ ബന്ധുവായ ഉദ്യോഗസ്ഥൻ ഇപ്പോഴവിടെ ഒഴിവില്ല എന്നു പറഞ്ഞു. എന്റെ വാക്കുകൾ ശ്രദ്ധിക്കുന്നതിനും എന്നെ വ്യക്തമായി ഒന്നു കാണുന്നതിനും മുമ്പ് അദ്ദേഹം വിവരമറിയിക്കാം എന്നു മറുപടി തന്നു. നിരാശനായി ഞാൻ കൊടുങ്ങല്ലൂരിലേക്ക് മടങ്ങി.

വീണ്ടും അമ്മാവന്റെ ഹോട്ടലിൽ. അടിച്ചു വാരലും എച്ചിൽ പ്ലേറ്റുകൾ കഴുകി വൃത്തിയാക്കലും.

ബഹദൂറും മറ്റു പലരും

ഒമ്പതിൽ പഠിക്കുമ്പോൾ വീട്ടിൽ മറ്റൊരു ദുരന്തം സംഭവിച്ചു. ഏക കൂടപ്പിറപ്പ് ശാന്തചേച്ചിയുടെ ഭർത്താവ് മരിച്ചു. തൃശ്ശൂർ മെഡിക്കൽ കോളേജിൽ അദ്ദേഹമൊരു ശസ്ത്രക്രിയയ്ക്ക് വിധേയനായിരുന്നു. വയറു വേദന. കാര്യം നിസ്സാരമായിരുന്നില്ല. ശസ്ത്രക്രിയക്കുശേഷം ആരോഗ്യനില വഷളായിക്കൊണ്ടിരുന്നു. മരുന്നുകൾ ഏശാതായി. രണ്ടു കൈക്കുഞ്ഞുങ്ങളും ഭാര്യയും വൃദ്ധരായ മാതാപിതാക്കളുമടങ്ങുന്ന കുടുംബത്തെ കണ്ണീരിലാഴ്ത്തിക്കൊണ്ട് അദ്ദേഹം യാത്രയായി.

ജീവിതത്തിൽ തനിച്ചായതുപോലെ തോന്നി. സഹപാഠികളുമായി കളിക്കാനും സൊറപറയാനും മനസ്സ് മടിച്ചു. ഹോട്ടൽ ജീവനക്കാരൻ പയ്യന് ചങ്ങാത്തം കൂടാനും സമയം കുറവായിരുന്നു.

സ്കൂൾ പകലിന്റെ കേവലം അഞ്ചോ ആറോ മണിക്കൂറൊഴിച്ച് ബാക്കി നേരങ്ങളിൽ അനന്തിരവൻ ഹോട്ടലിൽ ഉണ്ടാവണമെന്ന് അമ്മാവന് നിർബന്ധമായിരുന്നു. ഓരോ കസ്റ്റമറുടെ മുന്നിലും, ഞാൻ ചായയോടൊപ്പം വടയും പഴംപൊരിയും ബോണ്ടയും നിരത്തി വെച്ചു. ചാത്തുക്കുട്ടി ഡോക്ടറുടെ വത്സാക്ലിനിക്കാണ് കടയുടെ നേരെ മുന്നിൽ, പ്രധാന നിരത്തിനപ്പുറത്ത്. രോഗികളുടെയും അവരെ ശുശ്രൂഷിക്കുന്നവരുടെയും തിരക്കാണവിടെ. ക്ലിനിക്കിലെ ഓരോ മുറിയിലും ചോറും ചായയും പലഹാരങ്ങളും കൃത്യസമയത്ത് എത്തിച്ചു കൊടുത്തു. തൊട്ടടുത്തുള്ള ശ്രീകാളീശ്വരി കൊട്ടകയുടെ ഓഫീസ് ക്യാബിനിലേക്ക് ചായയും ജിലേബിയും ബിസ്കറ്റും കൊണ്ടുപോയി. ഒരിക്കലവിടെ മലയാള സിനിമയിലെ പ്രസിദ്ധനായ ഹാസ്യനടൻ ബഹദൂർ സൊറപറഞ്ഞിരിക്കുന്നതു കണ്ടു.

അതിനു മുമ്പും ഹോട്ടലിൽ വച്ച് ബഹദൂറിനെ ഞാൻ കണ്ടിട്ടുണ്ട്. പ്രത്യേകം തെരഞ്ഞെടുത്ത തൂശനിലയിൽ അത്താഴം വിളമ്പിക്കൊടു

ത്തിട്ടുണ്ട്. കാര കടപ്പുറത്തുള്ള വീട്ടിലേക്ക് പോകാൻ ടാക്സി ഡ്രൈവർ കറപ്പനാശാന്റെ വീടന്വേഷിച്ച് പോയിട്ടുണ്ട്.

നേരം രാത്രി രണ്ടുമണി കഴിഞ്ഞാലും പറ്റുവരവുകാരെ കാത്ത് കൺമിഴിച്ചിരിക്കുന്ന കമ്പോളത്തിലെ ഏക സ്ഥാപനമായിരുന്നു ക്രാങ്കനൂർ കേഫ്. ഉറങ്ങാതെ കാമോത്സവത്തിന് ഇരകളെ തപ്പി നടക്കുന്ന പൂവാലന്മാർ അന്നേരത്തൊക്കെയാണ് ചായ നുണയാനും ബീഡിയും സിഗരറ്റും വാങ്ങാനും വരുന്നത്. വൈകിയ രാത്രികളിൽ ശൃംഗപുരത്തെ ഹിന്ദുസ്ഥാൻ അംബ്രലാ ഫാക്ടറിയിലെ ഓവർ ടൈം ജോലി കഴിഞ്ഞ് വരുന്നവർക്കു തിന്നാനും കുടിക്കാനും വേണം. 'കമ്പോളം വല്യാമ്മായി'യെന്ന് വിളിക്കുന്ന കോമ്പാറ ജാനകിക്കും അവരുടെ ശിഷ്യകളായ ജമീലയ്ക്കും അമ്മുവിനും പാലൊഴിച്ച് കുതിർത്തിയ പെറോട്ടയും മുട്ടക്കറിയും തിന്നണം. രാത്രീഞ്ചരന്മാർക്കും തെരുവ് തെണ്ടികൾക്കും എന്തെങ്കിലും തിന്ന് വയറ് നിറക്കണം.

തൃശൂരിൽനിന്ന് പുറപ്പെടുന്ന അവസാനത്തെ ബസിൽ പുല്ലൂറ്റ്കടവിൽ വന്നിറങ്ങാറാണ് ബഹദൂറിന്റെ പതിവ്. ഉടനെ പ്രത്യേകം കൂലി കൊടുത്ത് കടത്തുവഞ്ചിയിൽ ഇക്കരേക്ക് കടക്കും. സ്യൂട്ട്കെയ്സും തൂക്കിപ്പിടിച്ച് നടന്ന് ക്രാങ്കനൂർ കേഫിലേക്ക് വന്നാൽ ആദ്യം അമ്മാവനുമായി അൽപ്പം കുശലം. പിന്നെ അത്താഴം.... സിഗരറ്റ്.... കാരയിലെ വീട്ടിലേക്ക് പോകാനുള്ള തത്രപ്പാട്.

ബഹദൂറിനെ ഹോട്ടലിൽ അവസാനമായി കണ്ടത് ശ്രീകാളീശ്വരിയിൽ രാത്രി ഒമ്പതരക്ക് ഫസ്റ്റ് ഷോ വിട്ട് ചായ കുടിക്കാൻ വന്നവരുടെ തിക്കും തിരക്കുമുള്ള നേരത്തായിരുന്നു.

ചായ മൊത്തിയിരിക്കുന്നവർക്ക് അവിചാരിതമായി അവരുടെ പ്രിയപ്പെട്ട ഹാസ്യനടനെ കണ്ടപ്പോൾ കൗതുകവും സന്തോഷവും തോന്നി. അവരിൽ പലരും ബല്ലാത്ത പഹയൻ, ദേ നമ്മടെ ചക്കരവക്കൻ എന്നൊക്കെ പരസ്പരം പിറുപിറുക്കാനും ചൂണ്ടിക്കാട്ടാനും തുടങ്ങി. ഹോട്ടലിനകത്ത് ആരാധകർ തിങ്ങി നിറഞ്ഞു. പൊട്ടിച്ചിരികൾ. ഹസ്തദാനങ്ങൾ.

ബഹദൂർ കേന്ദ്രകഥാപാത്രമായി – ഒരു കാളത്തരവുകാരനായി – വേഷമിട്ട് പുളുപറഞ്ഞ് ജനത്തെ ചിരിപ്പിക്കുന്ന സിനിമയാണ് *ബല്ലാത്ത പഹയൻ*. ആ സിനിമ ശ്രീകാളീശ്വരിയിൽ കളിച്ചപ്പോൾ വൻ തിരക്കായിരുന്നു. കാര കടപ്പുറം ദേശങ്ങളിൽനിന്ന് ഒരുപാടാളുകൾ അവരുടെ പ്രിയപ്പെട്ട കുഞ്ഞാലു അഭിനയിക്കുന്നതു കാണാൻ സ്നേഹാഭിമാനങ്ങളോടെ വന്നെത്തിയിരുന്നു.

*ബല്ലാത്ത പഹയനി*ലെ കാളത്തരവുകാരനെപ്പോലെ *പാടാത്ത പൈങ്കിളി* സിനിമയിലെ ചക്കരവക്കനും ബഹദൂറിന്റെ സ്വതഃസിദ്ധവും അനായാസവുമായ അഭിനയശൈലികൊണ്ട് കാണികളെ ആകർഷിച്ചിരുന്നു. ബഹദൂറിനെ കാണാനും മിണ്ടാനും തിങ്ങിക്കൂടിയ ജനത്തിന്റെ കണ്ണിൽ ആ കഥാപാത്രങ്ങളോടുള്ള ആദരവ് നിറഞ്ഞു നിന്നു.

ഫറൂഖ് കോളേജിൽ പഠിച്ചുകൊണ്ടിരുന്ന കുഞ്ഞാലുവിനെ – അതാണല്ലോ ബഹദൂറിന്റെ ശരിയായ പേര് – ജീവിതബദ്ധപ്പാടുകൾ കുറച്ചു നാൾ ബസ് കണ്ടക്ടറുടെ ജോലി ചെയ്യിപ്പിച്ചു. സിനിമാഭിനയത്തിന്റെ ലഹരിയിൽ നിൽക്കക്കള്ളിയില്ലാതായപ്പോൾ നാടുവിട്ടു, തിരുവനന്തപുരത്തെത്തി. കുടുംബബന്ധുവായ പി കെ അബ്ദുള്ള അന്നവിടെ ജില്ലാ കളക്ടറായിരുന്നു. തിക്കുറിശ്ശി സുകുമാരൻ നായരുടെ സഹോദരി ഓമനക്കുഞ്ഞമ്മയായിരുന്നു ഡപ്യൂട്ടി കളക്ടർ. പി കെ അബ്ദുള്ളയും ഓമനക്കുഞ്ഞമ്മയുംവഴി തിക്കുറിശ്ശിയുമായി കുഞ്ഞാലു അടുത്തു. *പുത്രധർമം* സിനിമയിൽ മുഖം കാണിക്കാൻ അവസരം കിട്ടി. ഒരു വേലക്കാരന്റെ റോളിൽ. തിക്കുറിശ്ശി കുഞ്ഞാലുവിന് പുതിയൊരു പേരും നൽകി. ബഹദൂർ!

ആ രാത്രി ബഹദൂറിനോട് സംസാരിച്ചും ഹസ്തദാനം ചെയ്തും സംതൃപ്തിയോടെ ജനക്കൂട്ടം പിരിഞ്ഞു പോയി. സമയം ഏതാണ്ട് പത്തരയായി. ബഹദൂറിന് കാരയിലെ വീട്ടിലെത്തണം. ധൃതിയായി. അദ്ദേഹം ഊണു കഴിക്കാനിരുന്നു. തണുത്ത ചോറും കറികളും സ്പെഷ്യൽ മുട്ട ഫ്രൈ കൂട്ടി കഴിച്ചു. സിഗരറ്റ് പുകച്ചുകൊണ്ട് കറപ്പനാശാന്റെ കാറ് വിളിക്കാൻ ഒരാളെ വിടണമെന്ന് അമ്മാവനോട് പറഞ്ഞു.

മലയാള സിനിമയിലെ ഹാസ്യതാരം ബഹദൂറിന് വീടണയാൻ ടാക്സി കാറിന്റെ ഉടമയും ഡ്രൈവറുമായ കറപ്പനാശാനെത്തേടി ഞാൻ പുറപ്പെട്ടു. നാട്ടുവെളിച്ചം വീണുകിടക്കുന്ന ഇടവഴികളിലൂടെ, തുരുമ്പു പടർന്ന അമ്മാവന്റെ സൈക്കിളിൽ.

'ചാലിയ'ത്തെരുവിലൂടെ, കാട്ടുതകരകൾ തഴച്ച പെരുന്തോടിന്റെ കരയിലൂടെ കറപ്പനാശാന്റെ വീട് തേടിയുള്ള സൈക്കിൾ യാത്രക്കിടയിൽ ഞാനൊരുപാട് പുതിയ കാഴ്ചകൾ കണ്ടു. പുതിയ ശബ്ദങ്ങൾ കേട്ടു. പുതിയ ഗന്ധങ്ങൾ മണത്തു.

പണ്ടത്തെ ദേശവാഴി ഭരണത്തിന്റെ ദയയിൽ നെയ്ത്തുകാരായ പത്മശാലിയർ കുടിവെച്ച് പാർത്തിരുന്ന തെരുവിനെയാണ് ചാലിയത്തെരുവ് എന്നു പറയുന്നത്. വീതികുറഞ്ഞ നിരത്തിന്റെ കിഴക്കോരത്ത് തോളോട് തോൾ ചേർന്നു നിൽക്കുന്ന ഓലമേഞ്ഞ ചെറുവീടുകൾ. പടിഞ്ഞാറുഭാഗത്ത് സമൃദ്ധമായ നായർ ഭവനങ്ങളുടെ നിര. ചുറ്റും മതിൽക്കെട്ടുകൾ. കരച്ചിലോടെ തുറക്കുന്ന പടിവാതിലുകളും ശിരസുയർന്ന പടിപ്പുരയും. അടഞ്ഞു കിടക്കുന്ന പടിപ്പുരയിൽനിന്ന് ഇരുട്ടിന്റെ മറവിൽ ആരുടെയോ പിറുപിറുപ്പുകൾ, സീൽക്കാരങ്ങൾ.....

നക്ഷത്രപ്രകാശം വീണു കിടക്കുന്ന ചതുരവടിവാർന്ന പടാകുളത്തിന്റെ ഓരങ്ങളും കടന്ന് ഞാൻ കറപ്പനാശാന്റെ വീട്ടുമ്മറത്തെത്തി. ഇറയത്ത് ചുരുണ്ടു കിടന്നിരുന്ന ഒരു വെളുത്ത പൂച്ച മ്ലാനമായ കരച്ചിലോടെ എന്നെ എതിരേറ്റു. അടുത്തെവിടെയോ ഇല്ലിക്കാടുകളിൽ കാറ്റ് മൂരി നിവരുന്ന ശബ്ദം. ഒരായിരം ഇലകളുടെ നാമജപം. ഉയരം കുറഞ്ഞ വീടിന്റെ വാതിലിൽ ഞാൻ പതുക്കെ മുട്ടി. ഓട്ടുചിമ്മിണിയുടെ വെളിച്ച

ത്തിൽ വാതിൽ തുറന്ന ആശാന്റെ ഭാര്യയോട് ഞാൻ വന്ന കാര്യം പറഞ്ഞു. ദേഹം കാച്ചലോടെയാണ് രാത്രി ആശാൻ വന്നു കയറിയതെന്നവർ അറിയിച്ചു. ക്ഷീണം. പുതച്ചു കിടപ്പാണ്. ആശാന് കാറെടുക്കാൻ കഴിയില്ല.

ഹോട്ടലിൽനിന്നും നാലഞ്ച് മൈലെങ്കിലും ദൂരെയാണ് കടലലകളുടെ ഇരമ്പം കേൾക്കുന്ന കാര പ്രദേശം. ബഹദൂറിന് അവിടെയാണെത്തേണ്ടത്. നേരം പാതിരയാവാറായി. സെക്കന്റ് ഷോ വിടാൻ ഇനിയൽപ്പ നേരം കൂടി. ഞാൻ സൈക്കിൾ ആഞ്ഞുചവിട്ടി. കിതപ്പോടെ ഹോട്ടലിലെത്തി ബഹദൂറിനോട് വിവരം പറഞ്ഞു.

അന്നേരം കുട്ടിപ്പ എന്നു വിളിക്കുന്ന കമ്പോളത്തെരുവിലെ പൊരിഞ്ഞ വിത്ത് കട്ടൻ ചായ മോന്താനും ബീഡിക്കെട്ട് വാങ്ങാനും കടയിലെത്തി. അമ്മാവൻ കുട്ടിപ്പയോട് സൈക്കിളിൽ ബഹദൂറിനെ കാരയിലെത്തിക്കാമോ എന്നു ചോദിച്ചു. കുട്ടിപ്പ ബഹദൂറിനെ നോക്കി. പൊതുവെ ഇരുണ്ട് ക്രൂരമെന്നു തോന്നുന്ന ആ മുഖത്ത് ഒരു പ്രകാശം പരന്നു. ബല്ലാത്ത പഹയനെ കണ്ട സന്തോഷം. കുട്ടിപ്പ ബഹദൂറിനെ സൈക്കിളിന്റെ പിന്നിലിരുത്തി വലിഞ്ഞു ചവിട്ടി. കൊടുങ്ങല്ലൂർക്കാവിനെ വകഞ്ഞു പോകുന്ന വിജനവീഥികൾ താണ്ടി രണ്ട് പഹയന്മാരും പതിഞ്ഞു വീശുന്ന കാറ്റിലൂടെ നീങ്ങി.

വീറ് കൂടിയ കമ്പോള സൃഷ്ടിയാണ് കുട്ടിപ്പ. ആടുകൾക്കിഷ്ടപ്പെട്ട പ്ലാവില പറിച്ച് കെട്ടുകെട്ടാക്കി വിൽക്കലാണ് പ്രധാന തൊഴിൽ. സീസണായാൽ വീടായ വീടുതോറും നടന്ന് ചക്കയും മാങ്ങയും മൊത്തമായി വാങ്ങും. കക്കിരിക്കാലത്ത് തിരുവള്ളൂരിലെ പാടങ്ങളിൽ അലഞ്ഞു നടക്കും. മോന്തിയായാൽ നന്നായി മിനുങ്ങും. മിനുക്കം കൂടിയാൽ കുട്ടിപ്പ ഉഷാറാകും. ഇഷ്ടമില്ലാത്തവരെയൊക്കെ ഉറക്കെ തെറിപറയും. കുട്ടിപ്പയെ ഇടയ്ക്കൊക്കെ ആസ്പത്രിക്കാർ അന്വേഷിച്ചു വരാറുണ്ട്. അനാഥശവങ്ങൾ പനമ്പായയിൽ കെട്ടിപ്പൊതിഞ്ഞ് മറവ് ചെയ്യുന്നതിൽ ആശാനാണത്രെ കുട്ടിപ്പ!

റിക്ഷക്കാരന്റെ വിയർപ്പ്

ഒരുപാട് ചലച്ചിത്രഗാനങ്ങൾക്ക് ഈണം നൽകി പ്രശസ്തനായ ബാബുരാജ് *ഓടയിൽ നിന്ന്* എന്ന സിനിമയിൽ "ഹലാക്കിന്റെ വലി വലിച്ച് നടുവൊടിഞ്ഞല്ല ഞമ്മട നടുവൊടിഞ്ഞല്ല, അരപ്പണം കൂലി തന്നത് മൊഖത്തെറിഞ്ഞ് ഞമ്മള് മൊഖത്തെറിഞ്ഞ്" എന്നു പാടുന്നതിനും എത്രയോ മുമ്പ് റിക്ഷവലിക്കാൻ തുടങ്ങിയ പരമനും പൈലിമാപ്ലയും എന്റെ അയൽക്കാരായിരുന്നു. ഏതാണ്ട് മൂന്നര പതിറ്റാണ്ട് മുമ്പുവരെ അവരൊക്കെയായിരുന്നു തെരുവിൽ മനുഷ്യനെ കയറ്റി ഭാരം വലിക്കാൻ വിധിക്കപ്പെട്ടവർ. കേശവദേവാണ് ആദ്യമായി ഒരു റിക്ഷക്കാരനെ നായകനാക്കി നോവലെഴുതിയത് – *ഓടയിൽ നിന്ന്*. പപ്പു എന്ന കഥാപാത്രത്തെ അദ്ദേഹം തെരുവിൽനിന്ന് തൂലികയിലൂടെ ജനഹൃദയങ്ങളിലേക്ക് പറിച്ചു നട്ടു. വിയർത്തും കിതച്ചും ചുമച്ചും ജനപഥങ്ങളിലൂടെ പപ്പു റിക്ഷയും വലിച്ച് ഓടിക്കൊണ്ടിരുന്നു. പരമനും പൈലിയും പപ്പുവിനെപ്പോലെ ക്ഷീണിതമായ ജീവിതം ഓടിത്തീർക്കുകയായിരുന്നു.

പരുക്കൻ ജീവിതപാഠാവലികൾ വായിച്ചു പഠിച്ചവരാണ് പരമനും പൈലിയും. അവർ കിതയ്ക്കുന്നതും ചുമയ്ക്കുന്നതും റിക്ഷയിലിരിക്കുന്ന യാത്രക്കാരനോ യാത്രക്കാരിയോ കേട്ടില്ല. അവർ ഭാരം വലിക്കാനായി ജനിച്ചു. ഭാരം വലിച്ച് ദാരിദ്ര്യം തിന്ന് രോഗികളായി.

റിക്ഷക്കാരൻ പരമന്റെ മകൻ സത്യൻ ക്രാങ്കനൂർ കെയ്ഫിലെ കുരുന്നു ജോലിക്കാരനായിരുന്നു. അവന് അമ്മാവൻ കൊടുത്ത ജോലി എച്ചിൽ പ്ലേറ്റെടുക്കലും കഴുകലും. മേശതുടപ്പ്. അടിച്ചു വാരൽ. ശകാരം കേൾക്കൽ. ഉറക്കമിളക്കൽ. പതിനെട്ടു മണിക്കൂർ ജോലിചെയ്താൽ കിട്ടുന്നത് മാസം പതിനഞ്ച് രൂപ.

കരപറ്റാതെ കഠിനസഹനങ്ങളിലായിരുന്നു സത്യന്റെ കുടുംബജീവിതം. നാലു സഹോദരങ്ങൾ. പ്രായമായ അമ്മൂമ്മ. മാതാപിതാക്കൾ.

ചോരുന്ന വീട്. പഴകി ദ്രവിച്ച ഒരു റിക്ഷയാണ് അച്ഛൻ പരമന്റെ ഏക സമ്പത്ത്.

അതിജീവനത്തിനുവേണ്ടി തപിക്കുന്ന പരമൻ കൊടുങ്ങല്ലൂരമ്മയെ മനസിൽ ധ്യാനിച്ചു. യഥാവിധി വഴിപാടുകൾ നേർന്നു. ദൈവങ്ങളൊന്നും, പക്ഷേ, പരമനെ തുണച്ചില്ല. ദാരിദ്ര്യത്തിന്റെ വേരറുത്തു കളഞ്ഞില്ല. ഈ അവസ്ഥയിലാണ് പരമൻ ആറിൽ പഠിക്കുന്ന മൂത്ത മകൻ സത്യനെ ക്രാങ്കനൂർ കെയ്ഫിൽ ജോലിക്കു വിട്ടത്. അണ്ണാൻകുഞ്ഞും തന്നാലായത് കുടുംബത്തിന് കൊണ്ടുത്തരുമല്ലോ എന്ന പ്രതീക്ഷയോടെ.

യൗവനത്തിൽ ജോലിചെയ്ത് ഉറച്ച ശരീരമായിരുന്നു പരമന്റേത്. വിവാഹം കഴിഞ്ഞ് വീട്ടിൽ വായും വയറും പെരുകിയപ്പോൾ മനം വാടി. അന്നക്കിണ്ണങ്ങൾ നിറയാതായി. പരമൻ റിക്ഷവലിച്ച് എത്ര ഓടിയിട്ടും രണ്ടറ്റവും കൂട്ടിമുട്ടിക്കാൻ കഴിഞ്ഞില്ല. നിരാശനായ പരമൻ മെലിഞ്ഞു. ചുമ അലട്ടിക്കൊണ്ടിരുന്നു.

ശ്രീകുരുംബക്കാവിലെ മീനഭരണിത്തിരക്കിൽ കച്ചവടം പൊടിപൊടിക്കുന്ന ഒരു പകൽ നേരത്ത് ചടച്ച് കവിളെല്ലുകൾ പൊന്തിയ സത്യന്റെ അമ്മ കണ്ണീരോടെ വന്നു മകനോട് പറയുന്നതു കേട്ടു. “അച്ഛനെ ധർമ്മാസ്പത്രീല് കെടത്തീരിക്ക്ണ്. ചൊമച്ച് ചോരതുപ്പീ ആള് വല്ലാണ്ടായി. നെഞ്ചിന്റെ ഫോട്ടോ എടുക്കണംന്നാ പറഞ്ഞത്. നീ കാശെന്തെങ്കിലും കടേന്ന് വാങ്ങിത്താ.”

സത്യൻ അത് കേട്ടപാടെ അമ്മാവന്റെ അടുത്തേക്ക് പാഞ്ഞുപോയി. അമ്മാവൻ ഒരുമാസത്തെ ശമ്പളം അഡ്വാൻസായി നൽകി.

നെഞ്ചിന്റെ ഫോട്ടോ കണ്ട ഡോക്ടർ ഇനിമുതൽ റിക്ഷ വലിക്കരുതെന്ന് പരമനെ ഉപദേശിച്ചു. മരുന്നും ‘വട്ടു’കളും ഒരുപാട് കഴിച്ചു. രോഗത്തെ സുല്ലിട്ട് നിർത്തിക്കൊണ്ട് പരമൻ വീണ്ടും റിക്ഷ വലിക്കാൻ തുടങ്ങി. ഒരാഴ്ചക്കുള്ളിൽ വീണ്ടും രക്തം തുപ്പി പരമൻ മരിച്ചു.

ക്രാങ്കനൂർ കെയ്ഫിൽ മേശ തുടപ്പുകാരനായി ജോലി ചെയ്തിരുന്ന സത്യൻ പിന്നീട് സൈക്കിൾ റിപ്പയറിങ് ഷോപ്പിൽ പണി പഠിക്കാൻ കൂടി. ഒഴിവുള്ള വിവിധ വീഥിയോരങ്ങളിൽ നാലഞ്ച് പഴഞ്ചൻ സൈക്കിളുകളുമായി വാടകക്കാരെ കാത്തു നിന്നു. പഞ്ചറായ ട്യൂബുകൾ പശചേർത്തൊട്ടിച്ചു കൊടുത്തു. റോഡ് നിയമത്തെ പേടിച്ച് സത്യൻ സൈക്കിൾ റിപ്പയർ ഷോപ്പ് മാറ്റിക്കൊണ്ടിരുന്നു. ഒടുവിൽ കാണുമ്പോൾ ചന്തപ്പുരയിൽ ഒരു മരത്തിന്റെ തണലിലായിരുന്നു സത്യന്റെ സൈക്കിൾ വർക്ക് ഷോപ്പ്. പെരുവഴിയിൽ ജീവിതം തേടുന്ന പൗരൻ.

പരമനും പൈലിമാപ്ലയും റിക്ഷക്കാരാവുന്ന കാലത്ത് നിരത്തിൽ മറ്റധികം വാഹനങ്ങളൊന്നുമില്ലായിരുന്നു. പിറകെ പിറകെ മത്സരിച്ച് പറക്കുന്ന ബസുകൾ പെരുകിത്തുടങ്ങിയിരുന്നില്ല. കാറുകൾ പ്രമേഹം പോലെ ധനാഢ്യനുവേണ്ടി മാത്രമുള്ള സൃഷ്ടിയായിരുന്നു. എഴുപതുകളുടെ പകുതിയോടെയാണ് ഓട്ടോറിക്ഷകളുടെ ഇരമ്പം നാട്ടിൽ കേട്ടുതുടങ്ങിയത്.

വാഹനങ്ങളുടെ കുറവ് ഏറ്റവുമധികം അനുഭവിച്ചത് അൽപ്പവരുമാനക്കാരായ വീടുകളിലെ വിവാഹ സംഘങ്ങളായിരുന്നു. താലിച്ചാർത്തിന് ദൂരെ ദൂരെ ഉൾനാടുകളിലുള്ള വധൂഗൃഹങ്ങളിലേക്ക് വരനും കൂട്ടരും നടന്ന് പോകേണ്ടിയിരുന്നു. വിയർപ്പറിയാതെ സൊള്ളിയും സൊറ പറഞ്ഞും നടകൊണ്ടിരുന്ന വിവാഹ സംഘങ്ങളുടെ കൂട്ടത്തിൽ ഞാനുമുണ്ടായിട്ടുണ്ട്. കൈതവേലികൾക്കിടയിലൂടെ, കറുകപ്പുല്ലുകളും, തൊട്ടാവാടികളും തഴച്ച നാട്ടുതാരകളിലൂടെ, തെങ്ങിൻതടിയിട്ട തോടുകൾ താണ്ടി, കൊപ്രക്കളങ്ങളുടെ മണം ശ്വസിച്ചും, കയർ റാട്ടുകളുടെ പരുക്കൻ കടച്ചിൽ കേട്ടും, ഇളവെയിലിലൂടെ നിരനിരയായി നടന്നു നീങ്ങിയിരുന്ന പുതുമാരനും സംഘവും അക്കാലത്തൊരു കാഴ്ചയായിരുന്നു.

ശാന്തചേച്ചിയെ വിവാഹം ചെയ്തയച്ചത് ഏഴെട്ടുമൈലകലെ കൈതത്തെഴപ്പുകളും കക്കിരിപ്പാടങ്ങളും സമൃദ്ധമായുള്ള മേത്തല പ്രദേശത്തേക്കായിരുന്നു. വഴികളൊരുപാട് താണ്ടി ക്ഷീണത്തോടെയാണ് അന്ന് വരനും കൂട്ടരും വർണവിതാനങ്ങൾ കാര്യമായൊന്നുമില്ലാത്ത വീടിന്റെ മുറ്റത്തൊരുക്കിയ കല്യാണപ്പന്തലിലേക്ക് കയറി വന്നത്. താലികെട്ടും ചടങ്ങുകളും സദ്യയും കഴിഞ്ഞ് വെയിൽ ചായുന്നതിനു മുമ്പേ നവവധൂവരന്മാരും കൂട്ടരും നടകൊണ്ടു. വഴിയോരങ്ങളിൽ ഇരുന്നും നിന്നും വിയർപ്പാറ്റിയാണവർ കല്യാണ വേഷമിട്ട വരന്റെ വീടണഞ്ഞത്.

ഭൂവുടമകളായ നാട്ടിലെ കൊമ്പന്മാർക്ക് സഞ്ചരിക്കാൻ കാറുകളുണ്ട്. പി കെ അബ്ദുൾഖാദറും, ഡോ. സഗീറും ഡോ. ചാത്തുക്കുട്ടിയും സിലോണിൽ (ഇന്നത്തെ ശ്രീലങ്ക) പോയി കള്ള് കച്ചവടം ചെയ്ത് നാട്ടിൽ ഭൂമി വാങ്ങിക്കൂട്ടിയ അപ്പുവും സ്വന്തം കാറിലാണ് സഞ്ചാരം. അൽപ്പം കൂനുള്ള കട്ടമീശക്കാരൻ ഗോവിന്ദനായിരുന്നു ഡോക്ടർ ചാത്തുക്കുട്ടിയുടെ ഡ്രൈവർ.

കൊടുങ്ങല്ലൂരിലെ പേരുകേട്ട ആയുർവേദ ചികിത്സകൻ മാധവൻ വൈദ്യർക്ക് സഞ്ചരിക്കാൻ കാറുവേണ്ട, റിക്ഷ മതിയായിരുന്നു. സ്ഥിരമായി വൈദ്യരുടെ റിക്ഷ വലിച്ചിരുന്നത് പൈലിമാപ്ലയായിരുന്നു. പൈലിമാപ്ല വലിക്കുന്ന റിക്ഷയിലിരുന്ന് വൈദ്യർ പുറംലോകം കണ്ടു. റിക്ഷക്ക് പിച്ചളക്കെട്ടിട്ട ആരക്കാലുകളും അച്ചാണിയുടെ ചുണ്ടിൽ കിലുകിലാ ചിരിക്കുന്ന കിങ്ങിണിയും. പൈലിമാപ്ല റിക്ഷ മണ്ണും ചളിയും പുരളാതെ വൃത്തിയായി സൂക്ഷിച്ചു. മിനുക്കി മിനുക്കി റിക്ഷയെ സുന്ദരിയാക്കി. പച്ച ക്യാൻവാസിന്റെ മേൽപ്പുതപ്പ് ഭംഗിയിൽ പിന്നിലേക്ക് മടക്കിയൊതുക്കി വെച്ചു. കൈത്തണ്ടിൽ പിടിപ്പിച്ച മണിയടിച്ച് ഒരേ താളത്തോടെ ഓടിയും കിതക്കുമ്പോൾ നടന്നും പൈലിമാപ്ല വലിക്കുന്ന വൈദ്യരുടെ റിക്ഷയെ ഞങ്ങൾ സ്കൂൾ കുട്ടികൾ കൗതുകത്തോടെ കണ്ടു നിന്നു.

ധർമാസ്പത്രിപ്പടിക്കലായിരുന്നു യാത്രക്കാരെ കാത്ത് റിക്ഷക്കാരുടെ നിൽപ്പ്. താലൂക്ക് ആസ്പത്രിയുടെ അന്നത്തെ പേരാണ് ധർമാസ്പത്രി. ആസ്പത്രിമുറ്റത്ത്, മതിലിനോട് ചേർന്ന് ധർമാസ്പത്രി എന്നൊരു കൽബോർഡ് സ്ഥാപിച്ചിരുന്നു. അക്കാലത്ത് ആസ്പത്രി വള

പ്പിൽ ഒരുപാട് ഗുൽമോഹറുകളുണ്ടായിരുന്നു. വേനലിൽ ഗുൽമോഹറുകൾ ആകെ പൂക്കും. ചുവന്ന പൂക്കളെകൊണ്ട് ചില്ലകൾ നിറയും.

ആസ്പത്രിയുടെ തെക്കു പടിഞ്ഞാറെ മുറ്റത്ത് തണൽച്ചെടികൾ പന്തൽ വിരിച്ചു നിന്നിരുന്നു. സൂര്യപ്രകാശത്തെ താങ്ങി നിൽക്കുന്ന പച്ചിലകളുടെ ആ പന്തലിലാണ് ആസ്പത്രിയിൽ വരുന്നവർ ഇരുന്ന് കിതപ്പാറ്റിയിരുന്നത്. രോഗികൾ മണിക്കൂറുകളോളം കാത്തു നിന്നാലെ അപ്പോത്തിക്കിരിയെ കാണാനൊക്കൂ. അദ്ദേഹം ചീട്ടിൽ കുറിച്ചു തരുന്ന മരുന്നുവെള്ളം കുപ്പിയിൽ പകർന്നു കിട്ടാനും നീണ്ട ക്യൂവിൽ നിൽക്കണം. കുടുസ്സ് വായയുള്ള തടിയൻ ചില്ലുജാറകളിലാണ് പല നിറങ്ങളിലുള്ള മരുന്നുവെള്ളം. ജാറ കരുതലോടെ കമിഴ്ത്തി കമ്പൗണ്ടർ ഔൺസ് കുപ്പിയിൽ നിറച്ചു തരുന്ന സർക്കാർ ധർമം സേവിച്ച് ഒരുപാട് പേർ രോഗമുക്തരായി. ഒരുപാടു പേർ ചത്തുജീവിച്ചു. വിളർപ്പും പിത്തവും ചൊറിയും ചിരങ്ങും ക്ഷയവും വയറൊഴിവുമായിരുന്നു അന്നൊക്കെ പ്രധാന രോഗങ്ങൾ. എല്ലാ രോഗങ്ങളും ജാറകളിലെ മരുന്നുവെള്ളം നക്കിത്തുടച്ചെടുക്കുമെന്ന് ജനം വൃഥാ മോഹിച്ചു.

മരുന്നും വാങ്ങി വെയിലത്ത് ദൂരം താണ്ടാൻ കഴിയാത്തവരെ കാത്താണ് ധർമാസ്പത്രിപ്പടിക്കൽ റിക്ഷക്കാർ നിരന്നു കിടന്നിരുന്നത്. കേശവദേവ് നോവലിൽ വരച്ചു കാണിച്ച പപ്പുവിന്റെ കൂട്ടുകാർ. അങ്ങനെ കാത്തുനിന്ന പരമന്റെ റിക്ഷയിലാണ് മുമ്പൊരിക്കൽ വയറ്നോവും ഛർദിയും തളർത്തിയ അമ്മയെ ആസ്പത്രിയിൽ കൊണ്ടുപോയത്. കറ പിടിച്ച ഒരു കുപ്പിയുമായി ഞാൻ ഓടിയും നടന്നും റിക്ഷയെ അനുഗമിച്ചു. ആസ്പത്രി വരാന്തയിലെ തണുത്ത നിലത്ത് അമ്മ പരവശയായി കിടന്നു. പരമൻ വേഗം പോയി ഡോക്ടറെ കണ്ട് മരുന്ന് വാങ്ങി വന്നു. ഞാൻ എന്തു ചെയ്യണമെന്നറിയാതെ അമ്മയുടെ അടുത്തിരിക്കുകയായിരുന്നു. കൂലി ചോദിക്കാതെ പരമൻ റിക്ഷയുമായി നടന്നു പോകവേ അമ്മ മുണ്ടിന്റെ കോന്തലയഴിച്ച് ചില്ലറയെടുത്തു പരമനു കൊടുക്കാൻ എന്റെ കയ്യിൽ തന്നു.

വിധിപ്രകാരം ഉണ്ടാക്കിയ അരിഷ്ടങ്ങൾക്കും ലേഹ്യത്തിനും പേരുകേട്ട ശങ്കര ഫാർമസിയിലെ മാധവൻ വൈദ്യരുടെ വിയോഗം പൈലിമാപ്ലയെ അനാഥനും ദുഃഖിതനുമാക്കി. അപ്പോഴേക്കും ബസുകളും ടാക്സി കാറുകളും വർധിക്കാൻ തുടങ്ങിയിരുന്നു. ഓട്ടോറിക്ഷകളുടെ ഇരമ്പം കേട്ടു തുടങ്ങി. ആസ്പത്രിപ്പടിക്കൽ വെയിലുകൊണ്ട് രോഗികളെ കാത്തിരിക്കുന്ന റിക്ഷക്കാർ അപ്രത്യക്ഷരായി.

ഓടയിൽ നിന്ന് എന്ന സിനിമ ശ്രീകാളീശ്വരിയിൽ പ്രദർശിപ്പിച്ചിരുന്ന കാലത്ത് വെളുപ്പിനൊരു ദിനം നിരാശനും രോഗാവശനുമായ പൈലിമാപ്ല കിടക്കപ്പായയിൽ മരിച്ചു കിടന്നു.

ജന്മിവർഗം

ഞങ്ങളാദ്യം പറമ്പത്തുകണ്ടി മുഹമ്മദ് എന്നൊരു ജന്മിയുടെ കുടികിടപ്പുകാരായിരുന്നു. മുഹമ്മദ് സിലോൺ പണക്കാരനായ പോളക്കുളത്ത് അപ്പുവിന് പറമ്പ് വിറ്റു. അപ്പോൾ അപ്പുവായി ഞങ്ങളുടെ ജന്മി.

നാലുകാലോലപ്പുര കുത്തിമറച്ച് അതിൽ അന്തി മുളയേണ്ടി വന്നത് അച്ഛന്റെ പിടിപ്പുകേട് കൊണ്ടാണെന്ന് അമ്മ പറഞ്ഞു കേട്ടിട്ടുണ്ട്. അച്ഛൻ ചാണയിൽ തറവാട്ടുകാരുടെ പാട്ടക്കുടിയാനും, ദേശത്തെ എണ്ണംപറഞ്ഞ ഒരു കയർ റാട്ടുടമസ്ഥനുമായിരുന്നു. ഒരുപാട് മടൽക്കുഴികളും അതിൽ പതിനായിരക്കണക്കിന് ചീക്കമടലും സ്വന്തം. എല്ലാം ഓരോന്നോരോന്നായി നഷ്ടപ്പെട്ടു. മടലും മടൽക്കുഴികളും, റാട്ടും, റാട്ടുപുരകളും, വീടും, പറമ്പും എല്ലാം ഒന്നൊന്നായി ചോർന്നു പോയി. ഒടുവിൽ 'പൊന്നുകാരൻ' മുഹമ്മദിന്റെ കുടികിടപ്പുകാരനായി.

മുഹമ്മദിന് പൊന്നുകാരൻ എന്ന പേര് ജനം ചാർത്തിക്കൊടുത്തതാണ്. മുഹമ്മദിന്റെ വീട് ഒരു സ്വകാര്യ ബാങ്കായിരുന്നു. പൊന്നും കൊണ്ട് ചെന്നാൽ പണയമായെടുത്ത് ആവശ്യത്തിന് കാശ് തരും. കുടികിടപ്പുകാർക്കും കുടിയാന്മാർക്കും ഓരോരോ കാര്യത്തിന് പണം വേണ്ടിയിരുന്നു. കുഞ്ഞുങ്ങളുടെ പേരുവിളിച്ചടങ്ങ് കെങ്കേമമായി സദ്യവട്ടങ്ങളോടെ ആഘോഷിക്കണം. തിരണ്ടു കല്യാണവും താലികെട്ടു കല്യാണവും, ചാവടിയന്തിരവും തറവാട്ടിലെ മറ്റു കുടുംബങ്ങളേക്കാളും കേമമാക്കണം ഉത്സവം പോലെയാണ് പുര കെട്ടി മേയൽ. കാവിലെ തോറ്റത്തിന് നെൽപ്പറയല്ല, എള്ള് പറയും അവിൽപ്പറയും ചൊരിയുമ്പോഴാണ് ഗമ!

1949 ൽ ആണ് അച്ഛൻ ഓലയും മുളവാരികളും പനമ്പ് പായകളും കരിശിന്റെ വലുതും ചെറുതുമായ തൂണുകളും സ്വരുക്കൂട്ടി പൊന്നുകാ

രന്റെ വീട്ടിൽ ചെന്ന് കുടിൽ കുത്താനിടത്തിനു വേണ്ടി അഭ്യർഥിച്ചത്. ഞാനന്ന് കൊടുങ്ങല്ലൂർ ടൗൺ എൽ പി സ്കൂളിൽ ഒന്നാം ക്ലാസ് വിദ്യാർഥിയായിരുന്നു. ഒരു ദിവസം സ്കൂൾ വിട്ടു വരുമ്പോൾ അച്ഛനും അമ്മയും പുരമേച്ചിലിൽ ആശാനായ കോന്നനും കൂടി പനമ്പും ഓലയും കൊണ്ട് വീടിന്റെ പുറംഭാഗം കുത്തി മറക്കുന്നതാണ് കണ്ടത്.

അക്കാലത്ത് നാട്ടിൻപുറങ്ങളിൽ ഓലക്കുടിലുകളേ കാണാമായിരുന്നുള്ളൂ. ഓടു മേഞ്ഞ ഗൃഹങ്ങൾ വളരെ കുറവ്. പാടത്തും പറമ്പിലും പണിയെടുത്ത് പിഴയ്ക്കുന്നവരുടെ മനസിൽ തീയായിരുന്നു. പാട്ടവിളക്കിന്റെ മഞ്ഞപ്രകാശത്തിൽ അക്ഷരങ്ങൾ പെറുക്കിത്തിന്നുന്ന പുത്തൻ തലമുറ. മണ്ണെണ്ണ അമൂല്യ വസ്തുവായിരുന്നു. കരിച്ചന്തക്കാർക്കായിരുന്നു കൊയ്ത്ത്.

ജന്മിത്തത്തിന്റെ പരുക്കൻ ശീലങ്ങൾ മുഹമ്മദിന് വേണ്ടുവോളമുണ്ടായിരുന്നു. ദൈവം ശിക്ഷിച്ചവരാണ് കുടികിടപ്പുകാരാവുന്നതെന്ന് അയാൾ പരസ്യമായി പറഞ്ഞു. തേങ്ങ പറിച്ചു കൂട്ടുന്ന നാളുകളിൽ ഇരവിന് വരുന്നവരെ അയാൾ കണ്ണെടുത്തുപോലും നോക്കിയില്ല. ഒരു തേങ്ങ മുറിച്ച് ഓരോ മുറി ഓരോ കുടികിടപ്പുകാരന് അവകാശമായി നൽകാൻ മുഹമ്മദ് പ്രത്യേകം ശ്രദ്ധിച്ചു. അടുപ്പിലെ ചാരവും കോഴിക്കാട്ടവും അടിക്കാട്ടും തെങ്ങിൻ തടത്തിലിടുന്നതിനുള്ള കൂലി.

പുതിയ ജന്മി, അപ്പു കുറച്ചുകൂടി ഉദാരനായിരുന്നു. മുഹമ്മദിൽ നിന്ന് പറമ്പ് തീറ് വാങ്ങിയ ഉടനെ അപ്പു കുടികിടപ്പുകാർക്ക് മാസം ഈരണ്ട് നാളികേരം വീതം അവകാശമായി നൽകാൻ തുടങ്ങി.

തൊള്ളായിരത്തി മുപ്പതുകളിൽ സിലോണിലേക്ക് ചേക്കേറുന്നതിനു മുമ്പ് അപ്പു നാട്ടിൻപുറത്തൊരു ചുമട്ടു തൊഴിലാളിയായിരുന്നു എന്നാണറിവ്. സൗഭാഗ്യങ്ങളിലേക്ക് കടൽ കടന്നു ചെന്ന മറ്റൊരു മലയാളി. ശ്രീബുദ്ധൻ പിറന്ന മണ്ണിൽനിന്നും വരുന്ന മലയാളികളെ സിംഹളർക്ക് വിശ്വാസമായിരുന്നു. കള്ള് കച്ചവടം പ്രവാസി ഈഴവന്റെ കുത്തകയായി. ലാഭം കുമിഞ്ഞു. കുമിഞ്ഞതെല്ലാം കേരളത്തിലേക്കൊഴുകി. നാട്ടിൽ പുതിയൊരു വർഗമുണ്ടായി. കൊളമ്പ് പണക്കാരുടെ കൂട്ടം.

അപ്പു തെങ്ങിന് വളമിടാൻ കൊച്ചിയിൽനിന്ന് കെട്ടുവള്ളം നിറയെ കപ്പലണ്ടിപ്പിണ്ണാക്കും, അഴീക്കോട് കടപ്പുറത്തുനിന്ന് ചാളമീനും കൊണ്ടുവന്നു. പുതിയ തീറ്റയുടെ മണത്തിൽ തെങ്ങിൻ തലപ്പുകൾ നൃത്തമാടി. നാട്ടുകാർക്ക് അതിശയമായി. വിശപ്പിന് ചവച്ചിറക്കുന്ന കപ്പലണ്ടിപ്പിണ്ണാക്കും വേവിച്ചു തിന്നുന്ന ചാളയും തെങ്ങിൻ തടങ്ങളിൽ ചൊരിയുന്ന ജന്മിയെ അവർ പുകഴ്ത്തി.

അയൽക്കാരികളായ ഇട്ട്യമ്മയും കല്യാണിയും വള്ളിക്കുട്ടിയും വന്ന് അമ്മയോട് എന്തോ പിറുപിറുക്കുന്നത് കേട്ടു. കരിപ്പ് വീണു തുടങ്ങിയ ആ നേരത്ത് അവർ നാൽവരും കൊട്ടകളുമായി പറമ്പിലേക്കിറങ്ങി. തെങ്ങിന്റെ മൂട്ടിലെ മണ്ണ് മാറ്റി അപ്പുവിന്റെ കൂലിക്കാർ ചൊരിഞ്ഞിട്ട ചാള അത്താഴക്കറിക്കുള്ളത് പെറുക്കിയെടുത്തു.

എന്റെ സതീർഥ്യൻ ശ്രീനിയുടെ അമ്മയാണ് കല്യാണി. ചടച്ച ദേഹം. വിളർത്ത മുഖം. രാത്രി ചാളക്കറി തിന്ന് ആയമ്മയുടെ വയറ് കേടായി. ഛർദി. അവശയായ അവരെ കയറ്റുകട്ടിലിൽ കിടത്തി രണ്ടാൾ ചുമന്ന് ധർമാസ്പത്രിയിലേക്ക് നടന്നു. കല്യാണിയുടെ അമ്മ കുഞ്ഞിപ്പെണ്ണ് വാവിട്ട് കരയുന്നുണ്ടായിരുന്നു. വള്ളിക്കുട്ടിയും ഇട്ട്യമ്മയും തള്ളയെ സാന്ത്വനിപ്പിച്ചു. രാത്രി നേരത്ത് കട്ടിൽ ചുമക്കുന്നവർക്ക് നടവഴി തെളിഞ്ഞു കാണാൻ കത്തുന്ന ഓലച്ചൂട്ട് ഉയർത്തിപ്പിടിച്ചു കൊണ്ട് അച്ഛൻ മുന്നിൽത്തന്നെയുണ്ടായിരുന്നു.

പെണ്ണുങ്ങൾ തെങ്ങിൻതടങ്ങളിൽനിന്ന് ചാളയും പിണ്ണാക്കും വാരിയെടുത്ത കാര്യം ആരോ ജന്മിയുടെ ചെവിയിലെത്തിച്ചു. കാര്യസ്ഥൻ കുമാരൻ വന്ന് കളവ് ചെയ്തവരെ കുടിയിറക്കും, പൊലീസിനെക്കൊണ്ട് തല്ലിക്കും എന്നൊക്കെ എല്ലാവരും കേൾക്കെ ഭീഷണിപ്പെടുത്തി.

കാര്യസ്ഥന്റെ ഭീഷണി കേട്ട് അമ്മ ഭയന്നു. ഇട്ട്യമ്മയോടും വള്ളിക്കുട്ടിയോടും തൊപ്പിക്കാര് വന്ന് കേസാക്കോ എന്നു ചോദിച്ചു. "അങ്ങേരതൊക്കെ നമ്മെ പേടിപ്പിക്കാൻ വേണ്ടി പറയുന്നതാ ദേവകിചേച്ചീ. ഒന്നൂണ്ടാവൂല. വെശപ്പ് മാറ്റാൻ തെങ്ങിൻതടത്തീന്ന് നാല് ചാളേം ഇത്തിരി പിണ്ണാക്കും എടുത്തേനാ പോലീസ് കേസ്!" ഇട്ട്യമ്മ അമ്മയെ ധൈര്യപ്പെടുത്തി.

ഒരു വർഗത്തെ മുഹമ്മദും അപ്പുവും പ്രതിനിധീകരിച്ചപ്പോൾ കൊപ്രക്കളത്തിൽ തേങ്ങ വെട്ടിയുണക്കുന്ന ഇക്കോരനും റിക്ഷക്കാരൻ അയ്യപ്പനും കയർ പിരിക്കുന്ന രാവുണ്ണിയും മണ്ണുവാരുന്ന ചാത്തപ്പനും മറ്റൊരു വർഗത്തെ പ്രതിനിധീകരിച്ചു. ഉള്ളവരും ഇല്ലാത്തവരും എന്ന വ്യത്യാസം ചോദ്യം ചെയ്യപ്പെടാതെ നിലനിന്നു. ചുവന്ന നക്ഷത്രങ്ങളെപ്പറ്റി പാടുന്ന ഒരു കൂട്ടർ അപ്പോഴേക്കും ഉഴുവത്തുകടവിൽ നിലവിൽ വന്നിരുന്നു. കറുകപ്പറമ്പിൽ ശങ്കരനും വട്ടപ്പറമ്പിൽ അബ്ദുൽഖാദറും ചക്കമ്പി വാസുവും തേവാലി ബാലനും. അവർക്ക് സ്റ്റഡിക്ലാസെടുക്കുന്ന ജോർജ് ചടയൻമുറി, പി ഗംഗാധരൻ, വി വി കൃഷ്ണൻ മാസ്റ്റർ, സി ജനാർദനൻ.

എഴുത്തും വായനയും അറിയാത്ത ചകിരിത്തൊഴിലാളിയായ അമ്മ ആഗ്രഹമുണ്ടെങ്കിലും പാർട്ടി ജാഥകളിൽ പങ്കെടുക്കാനൊന്നും പോയില്ല. അച്ഛൻ അപ്പോഴേക്കും അസുഖബാധിതനായിക്കഴിഞ്ഞിരുന്നു. അച്ഛന്റെ ശുശ്രൂഷയും ധർമാസ്പത്രിയിലേക്കുള്ള പോക്കും വരവുമായി അമ്മ അവശയായി. നിറപ്പകിട്ടില്ലാത്ത ജീവിതം. ആഹ്ലാദിക്കാനൊന്നുമില്ലാത്ത മനസുകൾ.

ആയിടക്ക് ഉഴുവത്തുകടവിലേക്ക് ജന്മി പൊലീസിനെ കൊണ്ടുവന്നു. രാത്രികളിൽ തെങ്ങിൽ കയറി ആരോ നാളികേരക്കുല ചെത്തിയിറക്കുന്നു എന്ന പരാതി അദ്ദേഹത്തിന്റെ ചെവിയിലെത്തിയിരുന്നു. പൊലീസ് വന്ന് ചിലരെ ചോദ്യം ചെയ്തു. കളവ് കണ്ടു പിടിച്ചാൽ ലോക്കപ്പിലിട്ട് ചതക്കുമെന്ന് അവർ ആകാശംമുട്ടെ വിളംബരം ചെയ്തു.

കാനോലിക്കനാലിന്റെ തീരങ്ങളിൽ ജീവിതം വലിയ ത്രസിപ്പൊന്നുമില്ലാതെ ഒഴുകിക്കൊണ്ടിരുന്നു. നിരവധി രാഷ്ട്രീയ നേതാക്കൾ ഉഴുവത്തുകടവിൽ വന്ന് പ്രസംഗിച്ചും മനസിൽ തീ കോരിയിട്ടും പിൻവാങ്ങുന്നുണ്ടായിരുന്നു. വേണ്ടത്ര മരുന്നു കിട്ടാതെ അച്ഛൻ അകാലത്തിൽ കൊഴിഞ്ഞു വീണു. അച്ഛന്റെയും പിന്നീട് സഹോദരീ ഭർത്താവിന്റെയും മരണങ്ങൾ എന്നിൽ നിസ്സഹായതയുടെ കൊടുമുടികൾ പണിതു.

പിന്നീടെപ്പോഴോ പട്ടാളത്തിൽ ചേരാനിടയായ എനിക്ക് ഒരു തഴപ്പായ നിവർത്താൻ പോലും വിസ്താരമില്ലാത്ത കുടിൽ പൊളിച്ച് കൽത്തറ കെട്ടി മോടിയാക്കണമെന്നു തോന്നി.

പട്ടാളത്തിൽനിന്ന് അവധിക്കു വന്ന ഞാൻ മുന്നൂറ് വെട്ടുകല്ല് വള്ളത്തിലേറ്റി വീട്ടുമ്മറത്തെത്തിക്കാൻ ഏർപ്പാടാക്കി. അപ്പോഴാണ് പഴയ കളിച്ചങ്ങാതി ശ്രീനിയുടെ അപ്പൂപ്പൻ ഇക്കോരൻ കുടികിടപ്പുകാരന് ജന്മിയുടെ അനുമതിയില്ലാതെ വീട് പൊളിച്ച് കൽത്തറ കെട്ടാൻ അവകാശമില്ല എന്ന് ഓർമിപ്പിച്ചത്.

കുടിൽ കുത്തി മറയ്ക്കുന്നതിനുമുമ്പ് എട്ടണ മുദ്രപത്രത്തിൽ കുടികിടപ്പുകാരൻ ജന്മിക്ക് എഴുതിക്കൊടുക്കുന്ന സത്യവാചകമുണ്ട്. കൂലിച്ചാർത്തെന്നാണതിന്റെ നാടൻ പേര്.

ഒരുകാരണവശാലും മറ്റൊരാൾക്ക് വീട് വിറ്റു മാറാനോ, ഭൂമിയിൽ അവകാശം പറഞ്ഞ് ഒഴിയാതിരിക്കാനോ നിലവിലുള്ള നിയമം അനുവദിക്കുന്നില്ല എന്നാണ് കൂലിച്ചാർത്തിലെ മൊഴികൾ. അച്ഛൻ എഴുതിക്കൊടുത്തിരിക്കാവുന്ന കൂലിച്ചാർത്തിനെപ്പറ്റിയാണ് ഇക്കോരനപ്പൂപ്പൻ ഓർമിപ്പിച്ചത്.

ഞാനാകെ ബേജാറായി.

ഈ ഭൂമിയും അതിലെ നാട്ടുനിയമങ്ങളും എന്നെ നോക്കി കൊഞ്ഞനം കുത്തുന്നതുപോലെ തോന്നി.

ഞാൻ ജന്മിയെ കണ്ട് സംസാരിച്ചു. കർക്കിടകത്തിൽ മലവെള്ളം ഇരച്ചുവന്ന് പുരത്തറയും ചെറ്റയും മുങ്ങുമ്പോൾ കെട്ടും മാറാപ്പുകളുമായി സ്കൂളിലേക്ക് പൊറുതി മാറ്റാതിരിക്കാനാണ് വീടിന്റെ തറ ഉറപ്പായി കെട്ടാൻ മോഹിച്ചതെന്ന് ധരിപ്പിച്ചു. അല്ലാതെ താങ്കൾ തെറ്റിദ്ധരിച്ചതുപോലെ ഈ പറമ്പിൽ അവകാശം സ്ഥാപിക്കാനല്ല!

അതുവരെ അറിഞ്ഞിട്ടില്ലാത്ത ഒരു ജന്മിമനസ്സ് എനിക്കുമീതെ ഉണർന്നിരിപ്പുണ്ടെന്ന് എന്റെ ചെവിയിൽ ആരോ മന്ത്രിച്ചു. മൊസൈക്ക് വിരിച്ച വീടിന്റെ തറയിലിട്ട ചാരു കസേരയിലിരുന്ന് ജന്മിത്തം എന്നോട് പരുക്കൻ മട്ടിൽ കൽപ്പിച്ചു: 'കല്ലിന്റെ തറ കെട്ടി പാർക്കണോന്ന് മോഹമുണ്ടെങ്കി പറമ്പൊരെണ്ണം തീറ് വാങ്ങിക്കൂടെ നെനക്ക്? എന്റെ പറമ്പില് നിന്റെ തോന്ന്യാസോം അതിമോഹോം നടത്താന്ന് കർതണ്ട! പോലീസിനെ വര്ത്തി നിന്റെ പെര ഞാൻ മാന്തിപ്പൊളിപ്പിക്കും! എന്നിട്ട് ഞാനവിടെ കൊളം കോരും!'

ശേഷം വെള്ളിത്തിരയിൽ

ഇളങ്കോവടികൾ രചിച്ച തമിഴ് കാവ്യം *ചിലപ്പതികാരത്തി*ലെ ദുഃഖ നായിക കണ്ണകി വാഴുന്ന അമ്പലക്കാവിന് തൊട്ടടുത്താണ് ശ്രീകാളീ ശ്വരി സിനിമാ ടാക്കീസ്. ശ്രീകാളീശ്വരി ഒരു സ്വപ്നക്കൂട് മാത്രമല്ല സാംസ്കാരിക ഭൂമികകൂടിയാണ്. കറുത്ത പർദകൾ ഉലയുന്ന അതിന്റെ വാതായനങ്ങൾക്കുള്ളിൽ പ്രണയഗാനങ്ങളും ചിലമ്പൊലികളും നിലാവും പുഴയും പൂക്കളും കിനാവുകളും കണ്ണീരും ഗദ്ഗദങ്ങളും മിന്നി മറഞ്ഞു. ദീർഘചതുരത്തിലുള്ള അതിന്റെ സ്ക്രീനിൽ ഇളകുന്ന വെള്ളി വെളിച്ചത്തിലേക്കും മധുരസംഗീതത്തിലേക്കും കാണികൾ കണ്ണും കാതും പറിച്ചു നട്ടു. കിനാവുകളുടെ നിർമാണശാലയിലേക്ക് വൈകു ന്നേരങ്ങൾ കുതിച്ചെത്തി. പുളകങ്ങൾ പൊട്ടി വിരിഞ്ഞു.

മുപ്പതുകളുടെ മധ്യത്തിൽ ശ്രീകാളീശ്വരി ആരംഭിക്കുന്ന കാലത്ത് അമ്മയുടെ മൂത്ത സഹോദരൻ കുഞ്ഞുമാമിയായിരുന്നു അവിടത്തെ പ്രധാന ജീവനക്കാരൻ. സിനിമാപോസ്റ്ററുകൾ ഒട്ടിച്ച ബോർഡുകൾ തോളിൽ ചുമക്കുന്ന ചെറുപ്പക്കാരോടും, തപ്പും ചെണ്ടയും കൊട്ടുന്ന രുക്കുമൂപ്പനോടുമൊപ്പം ഊരുകൾ ചുറ്റി കഥാസാരം അച്ചടിച്ച നോട്ടീസ് വിതരണം ചെയ്യുന്ന കാൽനടസംഘത്തിന്റെ സാരഥി. ചെണ്ടകൊട്ടിൽ മിടുക്കനായിരുന്ന രുക്കുമൂപ്പനെ പ്രായം തളർത്തിയപ്പോൾ മകൻ സന്ന പ്പൻ താളവാദ്യക്കാരനായി. കാലം മാറിയതോടെ കാളീശ്വരി ടാക്കീസിൽ ചെണ്ടവാദ്യം നിശ്ചലമായി. പോസ്റ്ററും നോട്ടീസുമായി ഗ്രാമാന്തരങ്ങ ളിൽ അലയാൻ ആളെ കിട്ടാതായി. സന്നപ്പനിപ്പോൾ അമ്പലങ്ങളിലെ തോറ്റങ്ങൾക്ക് ചെണ്ടവാടകയ്ക്ക് കൊടുത്തും കാളീശ്വരിയിൽ സിനിമാ ടിക്കറ്റ് കീറിയുമാണ് പെഴപ്പ്. രണ്ടുഭാര്യമാരെയും മക്കളെയും പോറ്റാ നുള്ള ബദ്ധപ്പാട്.

ടാക്കീസിലെ പഴയ ജോലിക്കാരന്റെ അനന്തരവനോട് 'തറ' ഡോറിലെ ടിക്കറ്റ് കളക്ടർ സന്നപ്പൻ ലേശം ഉദാരനായിരുന്നു. സെക്കന്റ് ഷോ നേരങ്ങളിൽ ചിലപ്പോഴൊക്കെ ഞാൻ കടയിൽനിന്ന് മുങ്ങി കാളീശ്വരിയിലേക്ക് പോകും. സന്നപ്പൻ എന്നോട് അകത്ത് കടന്നിരിക്കാൻ പറയും. അധികം നേരമിരിക്കാൻ ധൈര്യമുണ്ടായിരുന്നില്ല. മേശ തുടക്കുന്നവനെ കാണാഞ്ഞാൽ കാരണവർ ഒച്ചയെടുക്കും. വിളിച്ചാൽ വിളിപ്പുറത്തെത്തിയില്ലെങ്കിൽ അരിശപ്പെടും. കാരിരുമ്പിന്റെ ബലമുള്ള ചൂണ്ടുവിരൽ മടക്കി തലയ്ക്ക് കിഴുക്കും. വേദന സഹിയാതെ ഞെളിപിരി കൊള്ളേണ്ടിവരും. അതോർമയുള്ളതുകൊണ്ടാവണം, ടാക്കീസിലെ തറയിൽ അധികം നേരം ഞാൻ ചെലവഴിച്ചിരുന്നില്ല.

അന്നൊക്കെ ടാക്കീസിലെ സീറ്റിന് മൂന്നു തട്ടുകളുണ്ടായിരുന്നു. തറയും ബഞ്ചും, ഫസ്റ്റ് ക്ലാസും. ബാൽക്കണിയില്ല. തറയ്ക്ക് ഇരുപത്തഞ്ച് പൈസ, ബഞ്ചിന് അമ്പത്, ഫസ്റ്റ് ക്ലാസിന് ഒരു രൂപ.

സഹോദരി ശാന്തയുടെ വിവാഹം കഴിഞ്ഞ് രണ്ടാംനാൾ മണവാളൻ മണവാട്ടിയെയും ബന്ധുക്കളെയുംകൊണ്ട് സിനിമ കാണാൻ പോയി. നാട്ടിൻപുറത്ത് അന്നതൊരു ചടങ്ങായിരുന്നു. നേരത്തേ അത്താഴം കഴിച്ച് ഞാനും അച്ഛൻ പെങ്ങൾ കുഞ്ഞിക്കാളിയും അവരുടെ മക്കൾ തങ്കമണിയും എച്ചുമുവും എന്റെ കളിച്ചങ്ങാതി ശ്രീനിയും അവന്റെ പെങ്ങൾ സുശീലയുംകൂടി നീളത്തിൽ ഒതുക്കിക്കെട്ടിയ ഓലച്ചൂട്ട് മിന്നിച്ച് ഇടവഴികളിലൂടെ യാത്രയായി. ഇഷ്ടികചതുരങ്ങൾ പാവിയ തറയിൽ കുഞ്ഞിക്കാളിയമ്മായി മടക്കിപ്പിടിച്ചിരുന്ന തഴപ്പായ വിരിച്ചു. ഞങ്ങളതിൽ തിങ്ങിയിരുന്ന് സത്യനും രാഗിണിയും അഭിനയിച്ച സിനിമ *ഭാര്യ* കണ്ടു. അവസാനമായപ്പോൾ കഥാനായിക രാഗിണിയുടെ ദുരന്തമരണം താങ്ങാനാവാതെ ചേച്ചിയും തങ്കമണിയും എച്ചുമുവും കണ്ണീർ വാർക്കുന്നുണ്ടായിരുന്നു.

വൈകുന്നേരം ആറരയ്ക്കാണ് ഫസ്റ്റ് ഷോ. അതിനുമുമ്പ് ഏതാണ്ട് അഞ്ചരയോടെ ചലച്ചിത്രത്തിൽനിന്നെടുത്ത കുറേ ഫോട്ടോകൾ ഒട്ടിച്ച പലകത്തട്ടിക പുറത്തെടുത്ത് ചാരിവയ്ക്കും. ആകാംക്ഷയോടെ അതു കാണാൻ ജനം തിങ്ങിക്കൂടും. അതിനിടയ്ക്ക് സന്നപ്പനും സംഘവും ചെണ്ടകൊട്ടി സിനിമ തുടങ്ങാറായി എന്നു വിളിച്ചറിയിക്കും. പത്തുമിനിറ്റ് ഇടവിട്ടിടവിട്ട് ചെണ്ടയോടൊപ്പം തപ്പും ചേങ്ങിലയും ആഞ്ഞുമുഴങ്ങും.

ടാക്കീസിന്റെ നെറ്റിയിൽ ഘടിപ്പിച്ച കോളാമ്പി മൈക്കിലൂടെയുള്ള സിനിമാപ്പാട്ട് ജനത്തിന് ഹരമായിരുന്നു. അന്നേരത്താണ് തിരുവള്ളൂർ, എറിയാട്, എടവിലങ്ങ്, അഴീക്കോട്, മേത്തല, ആല, അഞ്ചപ്പാലം എന്നീ പ്രദേശങ്ങളിൽനിന്ന് ടാക്കീസിലേക്ക് സിനിമാസ്വാദകരുടെ ഒഴുക്ക്. ടിക്കറ്റ് കൊടുക്കാൻ ബെല്ല് മുഴങ്ങുന്നതോടെ കിളിവാതിലിനു മുന്നിൽ നിൽക്കുന്നവരുടെ ഉന്തും തള്ളും ആരംഭിക്കും. അന്യരെ തിക്കിത്തിരക്കി ചവിട്ടി

മെതിക്കുന്നവരുടെ ശക്തിപ്രകടനത്തിൽ ചില എലുമ്പന്മാർക്ക് നിലത്തു വീണ് പരിക്ക് പറ്റും.

ഫസ്റ്റ് ഷോയും, സെക്കന്റ് ഷോയും കഴിഞ്ഞു ഉൾനാടുകളിലേക്ക് മടങ്ങുന്നവർക്ക് കപ്പലണ്ടിയും ഓലച്ചൂട്ടും വിൽക്കുന്ന ഒരു ചെട്ടി കുടുംബം കൊട്ടകയുടെ മുന്നിലെ ചരൽമുറ്റത്ത് സ്ഥിരക്കാരായിരുന്നു. രങ്കമ്മാളും കെട്ടുപ്രായം കഴിഞ്ഞ അവരുടെ രണ്ട് പെൺമക്കളും. രങ്കമ്മാൾക്ക് അറുപതോളം പ്രായം തോന്നിക്കും. പതിഞ്ഞ മൂക്കിൽ ഇരട്ട മുക്കുത്തിയിട്ട്, മുഷിഞ്ഞ് ചതഞ്ഞൊരു സാരി വാരിച്ചുറ്റിയ തടിച്ച സ്ത്രീ. പോരാത്തതിന് നിത്യഗർഭിണിയുടെ വയറും. ഏതു നേരവും ഉച്ചത്തിൽ ഏമ്പക്കം. അവരുടെ പെൺമക്കൾ വനജയും കനകവും ചൂട്ടുകച്ചവടത്തിനിടക്ക് അമ്മാവന്റെ ഹോട്ടലിൽ ബണ്ണും ചായയും കഴിക്കാൻ വരും. അവർ കൊണ്ടുവരുന്ന നിറം കെട്ട ഓട്ടുഗ്ലാസിൽ അമ്മയ്ക്ക് കട്ടൻ ചായയും, തീറ്റയ്ക്ക് രണ്ടു പരിപ്പുവടയും പൊതിഞ്ഞു വാങ്ങും. വനജ അൽപ്പം സുന്ദരിയായിരുന്നു. പൗഡറിട്ട് മിനുക്കിയ മുഖം. മുടിക്കെട്ടിൽ ജമന്തിപ്പൂവ്. കടുപ്പിച്ചെഴുതിയ കണ്ണുകൾ, വശ്യമായ ചിരി. അവളായിരുന്നു തള്ളയുടെ മുത്ത്. കനക ഒറ്റക്കണ്ണിയായിരുന്നു. ഒട്ടിയ കവിളുകൾ. കരിക്കലത്തിന്റെ നിറം. കമ്പോളത്തിന് കനകത്തിനോടല്ല വനജയോടായിരുന്നു പ്രണയം. അവൾ കൂട്ടംതെറ്റി അമ്പലക്കുളിപ്പുരയിലേക്കായിരുന്നു കാമുകന്മാരോടൊപ്പം നടകൊണ്ടിരുന്നത്.

കമ്പോളത്തിന് വനജയെക്കൂടാതെ വേറെയും പ്രണയഭാജനങ്ങളുണ്ടായിരുന്നു. ഗോതമ്പു നിറവും, ലേശം അകത്തേക്ക് വളഞ്ഞ് ചർമ്മത്തിന് അധികം ചതവും ചുളിവും പറ്റാത്ത ജാനകിയായിരുന്നു അവരിൽ മൂപ്പത്തി. ബോംബെ നഗരത്തിന്റെ ശൈലിയിൽ പറഞ്ഞാൽ ബഡാദീദി.

ജാനകിയുടെ താവളം, ചാലിയ (പത്മശാലിയ) ത്തെരുവിനും തെക്ക്, പെരുന്തോടിന്റെ ചാരെ, കാട്ടുചെടികളും വാളൻപുളിമരങ്ങളും തിങ്ങിനിന്നിരുന്ന വിസ്താരംകുറഞ്ഞൊരു പറമ്പിലായിരുന്നു. അതിനകത്തെ പൊട്ടിപ്പൊളിഞ്ഞ്, അനാഥപ്രേതങ്ങൾ ഉറങ്ങിക്കിടക്കുന്ന പുരാതനമായൊരു മാളികപ്പുരയിൽ പാർക്കുന്ന ജാനകിക്ക് കോമ്പാറ ജാനകി എന്നാണ് പേര്. ഗോതമ്പുനിറവും വിരിഞ്ഞ ജഘനവുമുണ്ടായിരുന്ന ജാനകി പാർക്കുന്ന റോഡ്വളവിന് കോമ്പാറ മുക്കെന്ന് പേരും വീണു.

ജാനകിയുടെ ഇടിഞ്ഞു പൊളിഞ്ഞ മാളികയിൽ എവിടെയൊക്കെയോ നിന്ന് കൂട്ടം തെറ്റിപ്പോന്ന പെണ്ണുങ്ങൾ വന്നടിയാറുണ്ട്. അത്തരം കൊച്ചനുജത്തിമാർക്ക് ജാനകി അന്തിമുളയാനിടം കൊടുക്കും. അങ്ങനെ വന്നുപെട്ട രണ്ടു പേരായിരുന്നു ജമീലയും അമ്മുവും.

വെയിൽ ചായുന്ന വൈകുന്നേരങ്ങളിൽ വർണത്തട്ടം വിരിച്ചിട്ട് തിയറ്ററിന്റെ മുറ്റത്തുകൂടെ അലസമായി ലാത്തിയിരുന്ന എണ്ണമൈലി ജമീലയുടെ രൂപം അരനൂറ്റാണ്ടിനു ശേഷവും മനസ്സ് മറന്നിട്ടില്ല. ജമീലയുടെ ചിരി വശ്യവും നിഷ്കളങ്കവുമായിരുന്നു. ജമീലയെപ്പോലെയല്ല അമ്മു..

അധികം ചിരിക്കില്ല. വാക്കുകൾക്കും മയമില്ല. യൗവനാരംഭത്തിൽ എവിടേയൊ കടുത്ത ജോലിക്കാരിയായിരുന്ന അമ്മുവിനെ പ്രണയകാമുകൻ വഞ്ചിച്ചു. ഒരു കുഞ്ഞുമായി അവൾ അലഞ്ഞു നടന്നു. വീട്ടുവേലകൾ ചെയ്തു. കരപറ്റിയില്ല. ഒടുവിൽ ജാനകിയുടെ മാളത്തിൽ വന്നു പെട്ടു.

എരിവെയിലത്ത് പങ്കായം വലിച്ച് അമ്മുവിന്റെ മുഖം കരിവാളിച്ചിരുന്നു. വാടിയ എലിക്കണ്ണുകൾ. പരുക്കൻ ശബ്ദം. ചുരുണ്ടു ചുരുണ്ടു കിടക്കുന്ന മെഴുക്കുപുരളാത്ത മുടി.

ജമീലയും അമ്മുവും വൈകിയ രാത്രികളിൽ കാളിയമ്മക്കാവിന്റെ പരിസരങ്ങളിലാണ് രാത്രീഞ്ചരന്മാരെ കാത്ത് ബീഡിയും പുകച്ച് നിന്നിരുന്നത്. വിജനമായ തെരുവുകളിൽ, ഇരുട്ട് കട്ടകുത്തിക്കിടക്കുന്ന പീടികവരാന്തകളിൽ, അമ്പലക്കുളിപ്പുരയിൽ, ആൽത്തറകളിൽ.......

കടുത്ത നിറമുള്ള തട്ടം കാറ്റിൽ പറത്തി വിലാസവതിയായി ടാക്കീസിന്റെ മുന്നിലൂടെ എന്തിനാണ് ജമീല നടക്കുന്നതെന്ന് ബാല്യം വിടപറഞ്ഞിട്ടില്ലാത്ത ഞാനോർക്കാറുണ്ട്. തടിച്ചുരുണ്ട ചുണ്ടുകൾ എന്തിനാണവർ മുറുക്കിച്ചുവപ്പിക്കുന്നത്? അമ്മുവിനെ, ഇങ്ങനെയൊക്കെയാണെങ്കിലും, എനിക്കിഷ്ടമല്ലായിരുന്നു. അവർ തെറിപറയും. ഹോട്ടലിലെ ഇറച്ചിക്കറിക്ക് എരിവ് പോരാ, വെള്ളേപ്പം പുളിക്കുന്നു എന്നൊക്കെ നിത്യവും കുറ്റപ്പെടുത്തും.

രാത്രി നേരങ്ങളിൽ ജമീലയും അമ്മുവും സെക്സ് വർക്കിൽ നിന്നും കിട്ടുന്ന പ്രതിഫലം ഹോട്ടലിൽ വന്ന് അമ്മാവന്റെ കയ്യിൽ സൂക്ഷിക്കാൻ ഏൽപ്പിക്കുമായിരുന്നു. വിയർപ്പ് ഗന്ധം പുരണ്ട പാപത്തിന്റെ ശമ്പളം സിസേഴ്സ് ടിന്നുകളിൽ കാരണവർ ഭദ്രമായി സൂക്ഷിച്ചു; മുരടന്മാരുടെ പിടിച്ചുപറിയിൽനിന്നും രക്ഷപ്പെടാൻ അവർ കണ്ട മാർഗം.

എന്നും വെയിൽ മൂക്കുന്ന നേരങ്ങളിൽ അമ്മുവും ജമീലയും കുളിച്ച് ഉടുത്തൊരുങ്ങി തീറ്റയെടുക്കാൻ ഹോട്ടലിലെത്തുമായിരുന്നു. മട്ടൻ കറിയും വെള്ളേപ്പവും നേന്ത്രപ്പഴവുമായിരുന്നു ഇഷ്ടഭോജ്യങ്ങൾ. ബഡാദീദിക്കുള്ള തീറ്റപ്പൊതിയും ബീഡിക്കെട്ടുകളും വാങ്ങിയാണ് മടക്കം. ബീഡി രാത്രികളിൽ അവർക്കും ആവശ്യമുള്ളതാണ്. തെരുവുവിളക്കുകളില്ലാത്ത അക്കാലത്ത് ഇരകളുടെ ശ്രദ്ധയാകർഷിക്കാൻ ബീഡി കത്തിച്ച് വെറുതെ പുകയൂതുന്നത് അവരുടെ തൊഴിലിന്റെ ഭാഗമായിരുന്നു.

കാലവും കഥയും മാറി. പഴയ ഇരുണ്ട തെരുവുകളെ വെളിച്ചം വിഴുങ്ങി. അമ്പലക്കാവിനു ചുറ്റും കരിങ്കല്ല് മതിലും ഇരുമ്പഴികളും കാവൽക്കാരുമുണ്ടായി. കോമ്പാറ വളവിൽ മണിമന്ദിരങ്ങൾ ഉയർന്നുവന്നു. ജാനകി ഓർമയായി. രങ്കമ്മാളും മണ്ണടിഞ്ഞു. വനജത്തെയും കനകത്തെയും കാണാറേയില്ല.

മെലിഞ്ഞുണങ്ങിയ അമ്മുവിനെ വടക്കേ നടയിലെ ക്ഷേത്രവഴികളിൽ വല്ലപ്പോഴും കാണാറുണ്ട്. സങ്കടം തോന്നും. അലസമായി ചുറ്റിയ അഴുക്കു വസ്ത്രങ്ങൾ. അവശമായ കാൽവയ്പ്പുകൾ.

ലോട്ടറി ടിക്കറ്റും നീട്ടിപ്പിടിച്ച് കോടതി മുറ്റത്തെ മതിലും ചാരി ഒതുങ്ങി നിൽക്കുന്ന ജമീലയെയും കാണാറുണ്ട്. മറ്റുള്ളവരെപ്പോലെ ഓടിനടന്ന് ടിക്കറ്റ് വിൽക്കാൻ പ്രായവും രോഗവും അനുവദിക്കാത്ത പഴയ ദേവദാസി!

കമ്പോളത്തിൽ പുളകം വിതച്ച ജമീലയോട് എന്താണ് ചോദിക്കേണ്ടത്? കാലം എന്തു ഭിക്ഷയാണവർക്ക് നൽകുന്നത്?

അവിവാഹിതന്റെ നൊമ്പരങ്ങൾ

ഉഴുവത്തുകടവിലെ വയസുമൂപ്പുള്ള സ്ത്രീകൾ ആദരവോടെ ഓർക്കുന്ന കാർത്യായനിയമ്മായി 'ഓടിച്ചാടി' ജീവിച്ച് തൊണ്ണൂറിലെത്തിയപ്പോൾ മിഥുനമഴ തിമിർത്തു പെയ്യുന്നൊരു വെളുപ്പാൻകാലത്ത് ഉറക്കത്തിൽനിന്നും ഉണരാതായി.

ഞങ്ങൾ കാർത്യായനിയമ്മൂമ്മ എന്നു വിളിക്കുന്ന അവർ നാട്ടിൻപുറത്തെ വയറ്റാട്ടിയായിരുന്നു. മിഡ്‌വൈഫ് എന്ന് ഇംഗ്ലീഷിൽ. 'പത്തും തികഞ്ഞു' നിൽക്കുന്ന പെണ്ണുങ്ങളുടെ പ്രസവമെടുക്കാൻ 'പാത്രോം കൊഴലു'മായി രാപ്പകലില്ലാതെ വിളിപ്പുറത്തെപ്പോഴും അവരുണ്ടായിരുന്നു.

ഗർഭിണികളുടെ ഉൽക്കണ്ഠയും ഉൾത്തുടിപ്പും ഏറ്റുവാങ്ങിയവരായിരുന്നു പഴയ ആ മേൽമുണ്ടുകാരി. ആറോ ഏഴോ, പതിറ്റാണ്ട് മുമ്പുവരെ ജാതിയിൽ താഴ്ന്നവർക്ക് മാറ് മറച്ച് പുറത്തിറങ്ങിക്കൂടായിരുന്നല്ലോ. കോറത്തുണികൊണ്ട് തുന്നിക്കൂട്ടിയ ബ്ലൗസ് ധരിക്കാമെന്നായപ്പോഴും പരിഷ്കാരത്തിന് മുമ്പിൽ വഴിമാറി കാർത്ത്യായനി ഒരു കുട്ടിത്തോർത്തുകൊണ്ട് മാറ് മറച്ചു. അവർ മാത്രമല്ല, എന്റെ അമ്മയുടെ ജ്യേഷ്ഠാസഹോദരി ലക്ഷ്മി വല്യമ്മയും, സതീർഥ്യൻ ശ്രീനിയുടെ അമ്മൂമ്മ കുഞ്ഞിപ്പെണ്ണും തറവാട്ടിലെ കൊച്ചുകാളിയമ്മൂമ്മയും ഓലമെടയുന്ന നീലിക്കണക്കത്തിയും, തളിക്കൽ ചാത്തുവൈദ്യരുടെ അമ്മ ഉണിക്കോതയും, കുട്ടിത്തോർത്തിന്റെ തുമ്പ് കഴുത്തിനു പിന്നിൽ കൂട്ടിക്കെട്ടി മാറ് മറച്ചു ജീവിച്ചവരായിരുന്നു.

വയറ്റാട്ടിയമ്മൂമ്മ പതിനാലാം വയസിൽ മുറച്ചെറുക്കന്റെ ഭാര്യയായി. പതിനാറാം വയസിൽ മകളെ പ്രസവിച്ചു. പതിനേഴാം വയസിൽ വിധവയായി. വള്ളപ്പണിക്കാരൻ ഭർത്താവ് മഴക്കാലത്ത് വഞ്ചിക്കൊമ്പത്തുനിന്ന്

കാൽവഴുതി കായലിൽ വീണു. കൂട്ടുകാർ എത്ര മുങ്ങിത്തപ്പിയിട്ടും മൃത ശരീരം കിട്ടിയില്ല.

മകളുടെ പേര് ചീരു. ചീരു അമ്മയുടെ പ്രാണനായിരുന്നു. കര ളിന്റെ കരളായിരുന്നു കാർത്യായനിയുടെ വിധവാജീവിതത്തിലെ ഏക ആശ്വാസം. ചീരു അമ്മയുടെ നെഞ്ചിൽക്കിടന്ന് ഉറങ്ങി. പനിവരുമ്പോൾ തുളസിയിലയും ആര്യവേപ്പിലയും പനിക്കൂർക്കയും ആടലോടകവും പേരയിലയും കഷായം വച്ചു കൊടുത്ത് വട്ടിയിലും മടിയിലും ഇട്ട് പോറ്റി യെടുത്തു.

കാർത്യായിനി സ്കൂളിൽ പോയില്ല. വായിച്ചു പഠിച്ചിട്ടില്ല. അക്ഷര ച്ചെപ്പിലെ കളികളൊന്നുമവർക്കറിയില്ല. എന്നിട്ടും ജീവിതാനുഭവങ്ങൾ അവരിൽ കവിതയുണർത്തി. പ്രസവവേദനയിൽ ഞരങ്ങുന്നവർക്ക് ആശ്വാസമായി. പുതുപിറവിയുടെ വേദനകൾ ഏറ്റുവാങ്ങി.

1959 ൽ ആണ് എന്റെ സഹോദരി ശാന്ത നളിനിയെ പ്രസവിച്ചത്. ഞാനന്ന് പതിനാല് വയസ്സുള്ള ഒരു പയ്യൻ. ഉച്ചക്ക് പേറ്റ്നോവ് തുടങ്ങി. അമ്മ പറഞ്ഞതനുസരിച്ച് ഞാൻ പോയി വയറ്റാട്ടിത്തള്ളയോട് വിവരം പറഞ്ഞു. അവർ എനിമയെടുക്കുന്ന കുഴലും പാത്രവുമായി ഓടിയെ ത്തി. ഗർഭിണിയുടെ മട്ടും മാതിരിയും ആകെയൊന്നു നോക്കി അവർ പറഞ്ഞു: "രണ്ട് നാൾ ഇനീം പിടിക്കും. ഇന്ന് ബുധൻ, മറ്റന്നാള് വെളു പ്പിനേ തള്ളേം പിള്ളേം തിരിയൂ."

കാർത്യായനി പ്രസവമുഹൂർത്തം പറഞ്ഞാൽ അതേ സംഭവിക്കൂ. ബുധനാഴ്ച നോവുകൊണ്ട ചേച്ചി വെള്ളിയാഴ്ച വെളുപ്പിന് പ്രസവിച്ചു. പേറ്റുമുറിയിൽ എത്തിനോക്കിയവർക്ക് പരിഭ്രമമായി. ഈറ്റിൽ മുറിവുണ്ട്. എന്നിട്ടും വയറ്റാട്ടിക്ക് യാതൊരു ബേജാറുമില്ല. അവർ മഞ്ഞളും ആര്യ വേപ്പിലയും കൂട്ടി നന്നായി തിരുമ്മി ഈറ്റുമുറിവിൽ പൊത്തി. നീറ്റൽ സഹിയാതെ ചേച്ചി വാവിട്ടു കരഞ്ഞു എന്നാണ് പറഞ്ഞു കേട്ടത്. വയ റ്റാട്ടി ചേച്ചിയുടെ വായ പൊത്തി. നാണക്കേട്! പ്രസവവേദനയും അതിന്റെ അരിഷ്ടതകളും സഹിക്കാൻ വിധിക്കപ്പെട്ട പെണ്ണ് വലിയ വായാലെ കരയുന്നോ?

അമ്മ തന്റെ ഒമ്പത് മക്കളേയും നൊന്തുപെറ്റിട്ടത് കാർത്യായനിയ മ്മായിയുടെ കൈകളിലേക്കായിരുന്നു. അതിലൊരാളാണീ ഞാൻ. അമ്മ യുടെ ഗർഭപാത്രത്തിലെ ജീവജലത്തിൽ ഞാൻ ഒമ്പതുമാസം നീന്തി ത്തുടിച്ചു. എന്നെ സ്വതന്ത്രനാക്കാൻ വയറ്റാട്ടിയമ്മൂമ്മ വന്ന് അമ്മക്ക് എനിമ കൊടുത്തു. എന്നിട്ടും ഞാൻ അനങ്ങിയില്ലത്രെ അപ്പോൾ വയ റ്റാട്ടിയമ്മൂമ്മ അൽപ്പം നല്ലെണ്ണയെടുത്ത് ചെറുക്കനെ ചൂടാക്കി ഗർഭി ണിയുടെ അടിവയറ്റിൽ പുരട്ടി തലോടി. അതോടെ ഞാൻ നിദ്രവിട്ടു ണർന്നു. മിനിറ്റുകൾക്കുള്ളിൽ ഭൂമിയിൽ എന്റെ പിറവിയും സംഭവിച്ചു.

കാർത്യായനിയുടെ മകൾ ചീരു വളർന്നു; ചീരുവിന്റെ മോഹങ്ങളും. മുട്ടും കാലും ഉറച്ച് ഒത്തപെണ്ണായി.

കിഴക്ക്, കാനോലിക്കനാലിന്റെ തീരത്താണ് വയറ്റാട്ടിയമ്മൂമ്മയുടെ

വീട്. ചെറിയൊരു ഓലപ്പുര. ചീരു വീടിന്റെ തിണ്ണയിൽ ഒഴുകുന്ന കായൽ ജലത്തിലേക്ക് നോക്കിയിരിക്കും. ചിലപ്പോഴവൾ ചൂണ്ടയിടും. വീശുവലക്കാരോട് വർത്തമാനം പറയും. സൂര്യൻ ചില്ലുപാളികളായി വീണു തിളങ്ങുന്ന കായലിലൂടെ ഒഴുകുന്ന കടത്തുവഞ്ചിക്കാരുടെ ഉറക്കെയുള്ള സംഭാഷണങ്ങൾക്ക് കാതോർക്കും.

ചീരു വെറുതെ കിനാവു കണ്ടിരിക്കുന്നവൾ മാത്രമായിരുന്നില്ല. റാട്ടുകാരൻ നാരായണന്റെ മടല് തല്ലിച്ചകിരിയാക്കി. ചെറിയ വരുമാനം. അമ്മയും കരുതി പെണ്ണ് മിടുക്കിയാണ്. ജോലി ചെയ്ത് പെഴക്കാമെന്ന് കരുതലോടെ ചിന്തിക്കുന്ന പെൺകുട്ടി.

നാരായണന്റെ മകൻ പപ്പു. ചീക്കമടൽ കുഴിയിൽ നിന്നെടുക്കാൻ വഞ്ചിയുമായി കായലോരത്തുകൂടെ വരും. ചീരുവിനെക്കാണുമ്പോൾ എന്തെങ്കിലും തമാശവർത്തമാനം പറയും. പരസ്പരം കളിയാക്കും. അവരങ്ങനെ വർത്തമാനങ്ങളിലൂടെ പ്രണയബദ്ധരായി. അവരുടെ പ്രണയം അതിരുകടന്നു. ചീരു ഗർഭിണിയായി. പപ്പുവിന്റെ അച്ഛൻ നാരായണനതിഷ്ടപ്പെട്ടില്ല. അയാൾ കയർത്തു. പൊന്നും പണവുമില്ലാത്ത വയറ്റാട്ടി മോൾക്ക് എന്തെടുത്ത് സ്ത്രീധനം കൊടുക്കും.?

ചീരു പ്രസവിച്ചു. ഒരാൺകുഞ്ഞ്. കുഞ്ഞിന് ബാലൻ എന്നു പേരിട്ടു. നിർദയനായ നാരായണൻ മകൻ പപ്പുവിനെക്കൊണ്ട് വേറൊരു പെണ്ണ് കെട്ടിച്ചു. പപ്പു അച്ഛന്റെ ചൊൽപ്പടിക്ക് നിന്നു. ചീരുവിനെ തിരിഞ്ഞു നോക്കിയില്ല. ബാലൻ തന്റെ ചോരയിൽ പിറന്നവനാണെന്നും കരുതിയില്ല.

മകൻ ബാലനുവേണ്ടി തന്റെ യൗവനം ബലികഴിക്കാൻ ചീരു തയാറായില്ല. അവൾക്ക് ജീവിക്കണം. കുടുംബിനിയാവണം. ഒരു പുരുഷന്റെ കൂടെ പൊറുക്കണം. പുരുഷന്റെ ചൂരും ചൂടും അറിയണം. അവൾ കടത്തുകാരൻ കുഞ്ഞിമൊയ്തീന്റെ കൂടെ ഓടിപ്പോയി. കാനോലിക്കനാലിനക്കരെ പുല്ലൂറ്റ് ഭാഗത്താണ് മൊയ്തുവിന്റെ വീട്. മൊയ്തുവിന്റെ ഭാര്യയായതിനു ശേഷം ചീരു അമ്മയെയും മകനെയും കാണാൻ വന്നില്ല. ആ ബന്ധം അറ്റു. കാർത്യായനിയമ്മായി മകളെ ശപിച്ചു. മനസിൽ പിണ്ഡംവെച്ച് കുടിയിറക്കി.

അമ്മൂമ്മയും ബാലനും തനിച്ചായി.

പേരക്കിടാവിനെ വളർത്താൻ അവർ വയറ്റാട്ടി വേലക്കു പുറമെ കയർ പിരിച്ചു. ഓലമെടഞ്ഞു. പശുവിനെ വളർത്തി പാൽ കറന്നു വിറ്റു.

ബാലന് എന്നേക്കാളും പ്രായം കുറവായിരുന്നു. പഠിക്കാൻ സ്ലേറ്റും സ്കൂൾകഞ്ഞി വിളമ്പിക്കിട്ടാൻ ഓട്ടുകിണ്ണവുമായി വന്നിരുന്ന കുട്ടി. ഞാൻ എട്ടിൽ പഠിക്കുമ്പോൾ ബാലൻ ഒന്നിലായിരുന്നു. അയൽക്കാരനായതു കൊണ്ട് വയറ്റാട്ടിത്തള്ള ബാലനെ എന്റെ കൂടെയാണ് സ്കൂളിലേക്ക് പറഞ്ഞയച്ചിരുന്നത്.

പപ്പുവിനെപ്പോലെ നല്ലെണ്ണ നിറത്തിൽ ഉയരംകൂടിയ ശരീരമായിരുന്നു ബാലനും. പേരക്കിടാവിനെ കാർത്യായനി വിശപ്പറിയിക്കാതെ

വളർത്തി. തിന്നുതിന്ന് ബാലൻ ശക്തിമാനായി. അവൻ ജോലിക്കു പോയിത്തുടങ്ങി. ചുമടെടുത്തു. വിറകു കീറി. തെങ്ങിന് തടമെടുത്തു. പറമ്പ് കിളച്ചു മറിച്ചു. മരം മുറിക്കാൻ കൂടി. അവൻ അലസനായിരുന്നില്ല. വേലയിലായിരുന്നു ആഹ്ലാദം. സമ്പാദ്യം നല്ലതാണെന്നു തോന്നി. ഓരോ കാശും കാത്തു വെച്ചു. വീട് പൊളിച്ച് കൽത്തറ കെട്ടി. ചുമരും പണിതു. നല്ല വാതിലും ജനലുകളും ചാർത്തി വീട് മോടിയാക്കി.

അക്കാലത്ത് നാലു കുട്ടികളും അസുഖക്കാരനായ ഭർത്താവുമായി ചീരു അരിഷ്ടതയിലായിരുന്നു. അവൾ ബാലനെ അന്വേഷിച്ചു വന്നു. അവൻ പണിത വീട്ടിൽ രാപാർത്തു. അവൻ കൊടുത്ത ചില്ലറയും വാങ്ങി അക്കരെയുള്ള വീട്ടിലേക്ക് പോയി. അമ്മ എന്നു വന്നാലും ബാലൻ ഉടുക്കാനും ഇടാനും കൊടുത്ത് സൽക്കരിച്ചുകൊണ്ടിരുന്നു.

കുട്ടിയായിരിക്കുമ്പോൾത്തന്നെ വിട്ടുപോയ അമ്മ തിരിച്ചു വന്നതിൽ ശുദ്ധമനസ്കനായ ബാലൻ സന്തോഷിച്ചു. ക്ഷോഭമോ വെറുപ്പോ ഇല്ലാത്ത അവന്റെ മനസ്സ് ശാന്തമായിരുന്നു. സൂറ, റുക്കിയ, സുലൈമാൻ, അജ്മൽ എന്നീ സഹോദരങ്ങളെ കലവറയില്ലാതെ അവൻ സ്നേഹിച്ചു. അവരുടെ വിശപ്പിലും ദാരിദ്ര്യത്തിലും പങ്കുകൊണ്ടു.

ജീവിതയാത്രയിൽ അമ്മൂമ്മയല്ലാതെ മറ്റാരും ബാലന് കൂട്ടുണ്ടായിരുന്നില്ല. അനാഥത്വത്തിൽ വാടിത്തളർന്ന ബാല്യം സ്നേഹത്തിനു വേണ്ടി ദാഹിച്ചു. അച്ഛനോട്, പക്ഷേ, അവന് വെറുപ്പായിരുന്നു. അമ്മയുടേയും തന്റേയും ജീവിതത്തിൽ യാതൊരു പങ്കുമില്ലെന്നു കരുതുന്ന ആ മനുഷ്യനെ ഒരു പുഴുത്ത പട്ടിയെപ്പോലെ അവന്റെ മനസ്സ് അകറ്റിക്കൊണ്ടിരുന്നു!

മലയാളിജീവിതങ്ങളിലേക്ക് അറബികളുടെ അത്തർ സുഗന്ധം വീശാൻ തുടങ്ങിയ കാലം. വിസക്കച്ചവടക്കാരും ട്രാവൽ ഏജന്റുമാരും പെരുകി. പാസ്പോർട്ട് ഓഫീസുകളിൽ തിരക്കായി. കള്ളലോഞ്ചുകളും കപ്പലുകളും വിമാനങ്ങളും ഗൾഫുനാടുകളിലേക്ക് ഉന്നം വച്ചു.

ചീരുവിന്റെ മകൻ സുലൈമാനും അജ്മലും ദുബായ് കടപ്പുറത്ത് കള്ളലോഞ്ചിൽ ചെന്നിറങ്ങി. ഭാഗ്യം തുണച്ചു. ആദ്യമാദ്യം ചില്ലറ ജോലികൾ. അറബിയുടെ ഈന്തപ്പനത്തോട്ടം ജോലിക്കാരായി. പിന്നെ ഫ്രൂട്ട് സ്റ്റാളും ടി സ്റ്റാളും തുടങ്ങി. കടകൾ വികസിച്ചു. ജീവിതം പച്ചപിടിക്കാൻ തുടങ്ങി.

മക്കൾ കാശയച്ചു തുടങ്ങിയപ്പോൾ കുഞ്ഞുമൊയ്തുവിന് നല്ല ചികിത്സകിട്ടി. പൊന്നും പണവും കൊടുത്ത് മൂത്ത മകൾ സൂറയെ ഒരു ലോറി ഡ്രൈവറെക്കൊണ്ട് കെട്ടിച്ചു.

മൂത്ത പെങ്ങളുടെ കെട്ട് കഴിഞ്ഞ ഉടനെ കരുപ്പടന്നയിൽ മുക്കവലയോട് ചേർന്ന് വാങ്ങിയ തെങ്ങിൻ പറമ്പിൽ പുതിയ വീടു വച്ചു.

സുലൈമാന് വിവാഹാലോചന. അഴീക്കോടുനിന്ന് വീട് കാണാൻ പെൺവീട്ടുകാർ വരുന്നുണ്ട്. ചീരു ചൂണ്ടവഞ്ചിക്കാരൻ കാതിര് മുഖേന ബാലനെ വിവരം അറിയിച്ചു.

മനമലിഞ്ഞ ബാലൻ ക്ഷണം സ്വീകരിച്ചു. അമ്മയുടെ വീട്ടിൽ ഒരു ചടങ്ങ് നടക്കുമ്പോൾ കാഴ്ചക്കാരനായി നിൽക്കാൻ അവന് കഴിയില്ല. ബാലൻ ഓരോരോ പണിയെടുത്തുകൊണ്ടിരുന്നു. വിരുന്നുകാർക്കിരിക്കാൻ കസേരകളും മേശയും പിടിച്ചിട്ടു. പിഞ്ഞാണങ്ങൾ തുടച്ചു. കൈതച്ചക്ക തൊലി ചെത്തി മുറിച്ച് പാത്രങ്ങളിൽ നിറക്കാനും, ഇറച്ചിയും മീനും പൊരിക്കുന്നവരെ സഹായിക്കാനും കൂടി. കൈ കഴുകാൻ വട്ടച്ചെമ്പിൽ വെള്ളം പിടിച്ചു വച്ചു.

ഭക്ഷണ നേരം. ദുബായിൽനിന്നും കൊണ്ടുവന്ന സ്വർണവരകളുള്ള വെണ്ണവസ്തികൾ നിറഞ്ഞും ഒഴിഞ്ഞുംകൊണ്ടിരുന്നു. ഇനിയാണ് കാര്യം പറച്ചിൽ. പരസ്പരം പരിചയപ്പെടൽ. ഇത് എളാപ്പ. ഖത്തറിലാണ്. ഇത് എളീമ. വാപ്പക്ക് കൊടുങ്ങല്ലൂരില് ഹോട്ടൽ. ഇത് മൂത്താപ്പ. ഇവിടടുത്ത് മീൻ ഹോൾസെയില്. ഇത് മൂത്താപ്പാന്റെ മോൻ, സൗദീല് ബിസിനസ്സ്.....

ബാലൻ എല്ലാം കണ്ടും കേട്ടും നിൽക്കുകയായിരുന്നു. ചീരു കലവറഭാഗത്തേക്ക് വന്ന് ബാലനെ വേഗം കൈകാട്ടി വിളിച്ചിട്ടു പറഞ്ഞു: തൊഴുത്തീന്ന് പശു കെട്ടഴിഞ്ഞ് പോയീന്നാ തോന്നണ്. വേഗംപോയി അതിനെ പിടിച്ച് കെട്ട്. രണ്ട് പിടി വൈക്കോലും ഇട്ട് കൊടുക്ക്!

അന്നേരം ആരോ ചീരുവിനോട് ചോദിച്ചു: "ഏതാ അയാള്?"

"വിളിച്ചാലും പറഞ്ഞാലും കേക്ക്ണ ഒരു ചെക്കനാ. ഇവിടടുത്താ വീട്. നാല് കാശ് കൂടുതല് കൊടുത്താ തടി പൊടിഞ്ഞ് ജോലിയെടുത്തോളും!"

ചീരുവിന്റെ വാക്കുകൾ പതുക്കെ പുറത്തുവന്നു.

എനിക്കും തറവാട്ടുകാരനാവണം!

ആയിരത്തി തൊള്ളായിരത്തി തൊണ്ണൂറ്റി എട്ടിൽ ഇളയ അമ്മാവൻ കോരുക്കുട്ടി മരണപ്പെട്ടു. ഏഴടി ഉയരത്തിൽ വെളുത്തു മെലിഞ്ഞ കൊമ്പൻ. കട്ടിക്കരയുള്ള മേൽമുണ്ടുകൊണ്ട് പഴയ റോമൻ രാജാവിന്റെ കിരീടംപോലെ ശിരസിൽ ഗംഭീരമായൊരു വട്ടക്കെട്ടുംകെട്ടി തോൾപ്പുറത്ത് കാലൻകുട നീളത്തിൽ പ്രതിഷ്ഠിച്ച് കയ്യും വീശി ഒരു പടത്തലവനെപ്പോലെ നടന്നുനീങ്ങുന്ന കാരണവരെ നാട്ടുകാർ മതിപ്പോടെ നോക്കി നിൽക്കുമായിരുന്നു.

എഴുപതിനുമുൻപുവരെ വൈകുന്നേരങ്ങളിൽ തിരക്കാവുന്ന ചന്തപ്പുരയിൽ ചില ചട്ടമ്പികളുണ്ടായിരുന്നു. ജന്മിത്തത്തിന്റെ ആശീർവാദത്തോടെ ചന്തയും പരിസരങ്ങളും അടക്കിവാണിരുന്ന അവരുടെ നിലപാടുതറകളെ അമ്മാവൻ ചോദ്യം ചെയ്തു. പലപ്പോഴും തല്ലും പോരുവിളിയും ഭീഷണിയും പൊലീസ് കേസുമുണ്ടായി.

ചന്തപ്പുരയിൽ കശപിശയുണ്ടാക്കുന്നവരെ എതിരിടാൻ ധൈര്യം കാണിച്ച കാരണവർ കാഴ്ചയിൽ സുന്ദരനായിരുന്നു. അതുകൊണ്ടാവണം അദ്ദേഹത്തിന് കാമുകിമാർ ഒരുപാടായിരുന്നു. കാമുകിമാരെന്നല്ല അവരെ പറയേണ്ടത്, അന്തിക്ക് പൂക്കുന്ന സഖികളെന്നാണ്. കരുത്തനിൽനിന്ന് കാമസുഖം കൊതിച്ച തെറിച്ച വിത്തുകൾ.

വലപ്പാട് നിന്ന് താലികെട്ടി കൊണ്ടുവന്ന കൊച്ചമ്മായി അമ്മാവന്റെ രഹസ്യവേഴ്ചകളെപ്പറ്റി അറിഞ്ഞിട്ടും എതിർപ്പ് പ്രകടിപ്പിച്ചില്ല. ദരിദ്രകുടുംബാംഗമായ അവർ ഭർത്താവിനെപ്പറ്റി ആരോടും പരാതി പറഞ്ഞില്ല. മുഖം കറുപ്പിച്ചില്ല. ആണുങ്ങളായാൽ ചെളി കണ്ടാൽ ചവിട്ടും, വെള്ളം കണ്ടാൽ കഴുകിക്കളയും എന്ന നാട്ടുരീതിയെ അവർ ശരിവെച്ചു.

അമ്മാവന്റെ പ്രധാന ജാരസഖികൾ മുന്നുപേരായിരുന്നു. റാട്ടുപ

ണിക്കാരിയായ ദേവു, വസൂരിരോഗികളെ ശുശ്രൂഷിച്ച് പിഴയ്ക്കുന്ന പാറുക്കുട്ടി. പൊലീസ് സ്റ്റേഷനും കമ്പോളത്തിലെ കടമുറ്റങ്ങളും അടിച്ചുവാരുന്ന കമലാക്ഷി. മൂന്നുപേർക്കും അമ്മാവന്റെ ഛായയുള്ള ഓരോ ആൺകുട്ടികൾ. അവരുടെ രാസലീലകൾ, കോരുക്കുട്ടിയിൽ മാത്രം ഒതുങ്ങിനിന്നില്ല. മടിശ്ശീല തുറക്കുന്ന ആരെയും അവർ സ്വീകരിച്ചു.

പേര് വെളിപ്പെടുത്താനാവാത്ത ഏതോ ഒരാളിൽ നിന്ന് ദേവു രണ്ടാമത് ഗർഭിണിയായപ്പോൾ കാര്യം കുഴപ്പത്തിലായി. ചേച്ചിയും രണ്ടനിയത്തിമാരും ദേവുവിനെ ചൂലുകൊണ്ട് തല്ലി പതം വരുത്തി. വളരുന്ന ആൺകൊച്ചന് മാനക്കേട് വരുത്തിവെച്ചതിന്റെ സങ്കടത്തിൽ തുലഞ്ഞുപോകട്ടെയെന്ന് ശപിച്ചു. ദേവുവിന്റെ ധൈര്യം ചോർന്നുപോയി. ഒരു ദിവസം രാത്രി അവർ കാനോലിക്കനാലിലേക്ക് നടന്നു. മുട്ടോളം, മൂക്കോളം, പിന്നെ ശിരസോളം വെള്ളത്തിൽ മുങ്ങി. കായലിൽ അവരുടെ ശ്വാസഗന്ധങ്ങൾ അലിഞ്ഞുചേർന്നു. പിറ്റേന്ന് മീനും ഞണ്ടും കൊത്തിപ്പറിച്ച ദേവുവിന്റെ ജഡം ഉഴുവത്തുകടവിൽ, ചെങ്കല്ല് പടുത്ത കരയോട് ചേർന്ന് കമിഴ്ന്നു കിടക്കുന്നതാണ് കണ്ടത്.

അമ്മയുടെ ദുർമരണത്തോടെ മകൻ ശ്രീധരൻ അനാഥനായി. കൊറ്റിനു വകയില്ലാത്ത വല്യമ്മയുടെയും ഇളയമ്മമാരുടെയും ദയയിൽ ചിരിയും കളിയും മറന്ന് ശ്രീധരൻ ജീവിച്ചു. പഠിക്കാൻ മിടുക്കനൊന്നുമായിരുന്നില്ലെങ്കിലും ശ്രീധരൻ പത്ത് പാസായി. സെൻട്രൽ സെക്യൂരിറ്റി ഇന്റസ്ട്രിയൽ ഫോഴ്സിൽ ശിപായിയായി ജോലി കിട്ടി. ഉത്തരേന്ത്യൻ നഗരങ്ങളിൽ പ്രവാസമായി.

കൊടുങ്ങല്ലൂർ സ്റ്റേഷനിലെ പൊലീസുകാർ അന്തിമുളഞ്ഞിരുന്ന നിരവുമുറികളിലെ തൂപ്പുകാരി കമലാക്ഷി അമ്മാവൻ സമ്മാനിച്ച ആൺകുട്ടിയേയും കൊണ്ട് ഒരു കാക്കിത്തൊപ്പിക്കാരന്റെ കൂടെ പലായനം ചെയ്തു.

കടലിലും കായലിലും ചാടിച്ചാവാനോ, തിരിഞ്ഞു നോക്കാത്ത മകന്റെ അച്ഛനെയോർത്ത് കരയാനോ പാറുക്കുട്ടി ശ്രമിച്ചില്ല. അവർ വീണ്ടും പ്രസവിച്ചു പെൺകുട്ടി. ആ കുട്ടിയുടെ പിതാവ് ഒരു റോഡ് കോൺട്രാക്ടറുടെ മേസ്തിരിയായിരുന്നു. തിന്നാനും ഉടുക്കാനും കൊടുക്കാൻ പ്രാപ്തിയുള്ള ഒരു കരുത്തൻ.

പാറുക്കുട്ടിയുടെ മകൻ ഷൺമുഖൻ അച്ഛനെപ്പോലെ വെളുത്തിട്ടായിരുന്നു. കോൺട്രാക്ടറുടെ മേസ്തിരി സമ്മാനിച്ച മകൾ മീനു കറുകറുത്തിട്ടും. പോരാത്തതിന് നീണ്ട പല്ലുകളും.

ദേവുവിന്റെ മകൻ ശ്രീധരനെ ഇളയമ്മ ദാക്ഷുവാണ് സ്കൂളിൽ ചേർത്തത്. അച്ഛന്റെ പേര് പറയാതെ അമ്മയുടെ പേരാണ് ദാക്ഷു സ്കൂൾ രേഖകളിൽ കുറിക്കാൻ ടീച്ചർമാരോട് പറഞ്ഞത്. സ്വന്തം ചേച്ചിയെ നശിപ്പിച്ച മനുഷ്യന്റെ പേര് പറയാനവരിഷ്ടപ്പെട്ടില്ല. കുട്ടിയുടെ അമ്മയുടെ വീട്ടുപേര് സ്കൂൾ രജിസ്റ്ററിൽ എഴുതിച്ചേർക്കപ്പെട്ടു: കുഴിക്കണ്ടത്തിൽ വീട്.

വീണ്ടുമൊരു ജാരഗർഭം താങ്ങാൻ കഴിയാതെ ദേവു കായലിൽ സ്വയം സമർപ്പിച്ചു. തന്റെ രണ്ടാം ഗർഭപീഡകൾക്കുത്തരവാദിയായ പൊലീസുകാരനോടൊപ്പം കമലാക്ഷി നാടുവിട്ടു. പാറുക്കുട്ടി മാത്രം രണ്ടു കൊമ്പൻമാരുടെ മക്കളേയും പോറ്റി, എന്നാൽ സമൂഹത്തിന്റെ മുന്നിൽ അച്ഛനെന്നു വിളിക്കാൻ ആരുമില്ലാതെ വയൽക്കരയിലെ വീട്ടിൽ ജീവിച്ചു.

തന്നിൽ സന്തതികളെ സൃഷ്ടിച്ചവരുടെ സഹായം അഭ്യർഥിക്കാനിഷ്ടപ്പെടാത്ത പാറുക്കുട്ടിയിൽ രണ്ടാം പ്രസവത്തോടെ ഒരു പുരുഷന്റെ സാമീപ്യത്തിനുവേണ്ടിയുള്ള ദാഹം അസ്തമിച്ചിരുന്നു. നാട്ടിൽ വസൂരിരോഗികളുണ്ടെങ്കിൽ പിഴയ്ക്കാമെന്ന് അവർക്ക് നല്ല ഉറപ്പുണ്ടായിരുന്നു. വെല്ലുവിളിയോടെ ജീവിതത്തെ നേരിട്ട തന്റേടി.

പാറുക്കുട്ടിക്ക് നാട്ടുകാർ മറ്റൊരു പേര് നൽകി: പാറുക്കുട്ടൻ!

നാട്ടിൽ ആർക്കെങ്കിലും വസൂരി പിടിപെട്ടാൽ ചികിത്സക്ക് പാറുക്കുട്ടിയുണ്ടെങ്കിലാണ് വീട്ടുകാർക്ക് ആശ്വാസം. വസൂരി പല തരത്തിലും വേഷത്തിലുമാണ് മനുഷ്യരിൽ പൊട്ടിമുളക്കുന്നത്. ചിലർക്കത് തൊലിപ്പുറമെ മുതിര വാരിയെറിഞ്ഞതുപോലെയായിരിക്കും. ചിലർക്ക് പായൽ പടർന്നപോലെ. അവർക്കാണ് ചൊറിച്ചിലും മാന്തലും കൂടുതൽ. കറുത്ത മുന്തിരി വിതറിയതുപോലെ ദേഹത്ത് പൊന്തുന്നവരുണ്ട്. അത്തരക്കാരെ കാലൻ വന്ന് വേഗം മാടിവിളിച്ചുകൊണ്ട് പോകും. കണ്ണായ സ്ഥലത്ത് മുന്തിരി പൂത്തു പഴുത്തവരുടെ കാര്യം പിശകാണെന്നാണ് പറയാറ്.

വള്ളപ്പണിക്കാരൻ കുമാരന്റെ തിരുനെറ്റിയിലും മൂക്കിൻതുമ്പിലും നെഞ്ചിലും പൊക്കിളിലും ഒറ്റക്കാശ് വട്ടത്തിലുള്ള വസൂരിവിത്തുകൾ പഴുത്തു കിടന്നു. പഴുപ്പുമണം പുരണ്ട കാറ്റിനെ ജനം ഭയന്നു. മുരുകൻ, അരവിന്ദൻ, ദേവസ്സി, അയറോസ്, ദാക്ഷു, രാജൻ, പവിത്രൻ, വിശ്വാമിത്രൻ, കുട്ടൻ എന്നിവരൊക്കെ വീടുവിട്ട് ദൂരദൂരെയുള്ള ബന്ധുഗൃഹങ്ങളിലേക്ക് മാറിപ്പാർത്തു.

അന്നം കിട്ടാതെ, ദാഹജലം കിട്ടാതെ, വെളിച്ചവും വായുവും കിട്ടാതെ ദീനപ്പായയിൽ കിടന്ന് കുമാരൻ കരഞ്ഞു. പെരുംദാഹത്തിൽ ഉള്ള് വരണ്ടു പിടഞ്ഞു. മുഴുനിലാവ് തണുത്ത പ്രകാശം പെയ്തു നിന്നൊരു രാത്രിയിൽ ദൈവങ്ങളേ കാക്കണേ..... എന്ന് നിലവിളിക്കുന്ന കുമാരന്റെ ഇടനെഞ്ചിൽനിന്നും എഴുപതുകൊല്ലം കുറുകിയ ജീവന്റെ കിളി പറന്നുപോയി!

കുമാരന്റെ മരണവാർത്തയറിഞ്ഞിട്ടും ജനം ദൂരെദൂരെയിരുന്ന് കാര്യവിചാരങ്ങളിൽ മുഴുകി. ജഡശരീരം ആര് അഗ്നിയിൽ ദഹിപ്പിക്കുമെന്ന് ഓരോരുത്തരും പരസ്പരം ചോദിച്ചു.

ആ പ്രശ്നം ജനം പാറുക്കുട്ടിക്ക് വിട്ടുകൊടുത്തു.. പാറുക്കുട്ടിയുള്ളപ്പോൾ നമ്മളെന്തിന് വസൂരി പൂത്ത കുമാരന്റെ ജഡത്തെപ്പറ്റി ബേജാറാവണം?

പാറുക്കുട്ടിയെ തിരക്കി പോയവർ നിരാശരായി മടങ്ങി വന്നു. പാറു

ക്കുട്ടിയപ്പോൾ മകൻ ഷൺമുഖന്റെ വിവാഹത്തിന് അനുഗ്രഹം കിട്ടാനായി പഴനിമല കയറുകയായിരുന്നു.

ദുർഗന്ധം വമിക്കുന്ന കുമാരന്റെ ജഡം നാടൻ റാക്കിന്റെ ലഹരിയിൽ ആരൊക്കെയോ അകത്തുനിന്ന് മുറ്റത്തേക്കെടുത്തു. അന്ത്യക്രിയകൾ നടത്താൻ ആരും വന്നില്ല. ആരും പിണ്ഡച്ചോറുരുള ഉരുട്ടിയില്ല. ദീക്ഷ പാതി വളർത്തിയ ശാന്തിക്കാരന്റെ പൂജകളും, ജല, ധൂപ, ദീപക്കാഴ്ചകളും ഉണ്ടായില്ല. ദീനപ്പായയിൽ പൊതിഞ്ഞു കെട്ടിയ ജഡം നിശ്ശബ്ദം ചിതാഗ്നിയിൽ ദഹിച്ചു ചേർന്നു. പാറുക്കുട്ടിയുടെ ജീവിതം ആകെ മാറിപ്പോയിരുന്നു. സ്കൂൾ പഠിപ്പില്ലാത്ത ഷൺമുഖൻ കാർ വർക്ക്ഷോപ്പ് ജോലിക്കാരനായി. മിടുക്കൻ മെക്കാനിക്കെന്ന് പേര് സമ്പാദിച്ചു. സ്വന്തം വർക്ക്ഷോപ്പ്; മൂന്നുനാല് ശമ്പളക്കാർ, ആവശ്യത്തിന് പണം. അമ്മ വസൂരി രോഗികളെ ശുശ്രൂഷിച്ച് നക്കാപ്പിച്ച വാങ്ങാൻ പോകരുതതെന്ന് മകൻ തിട്ടൂരമിറക്കി.

പാറുക്കുട്ടി മകന് പെണ്ണന്വേഷിക്കുന്നുണ്ടായിരുന്നു. ചെക്കന്റെ തറവാട്, അച്ഛന്റെ പേര്, ബന്ധുബലം ഇതൊക്കെ പെൺവീട്ടുകാർക്കറിയണം. എന്നാലേ അവർ പെണ്ണിനെ തരൂ. ബ്രോക്കർ കാര്യം വിവരിച്ചു. പെഴച്ചുണ്ടായ ചെക്കന് ലക്ഷണമൊത്ത തറവാട്ടുകാർ പെണ്ണിനെ തരുമോ?

അക്കാലത്ത് അമ്മാവന്റെ കുടുംബം ദാരിദ്ര്യത്തിലും രോഗപീഡകളിലുമായിരുന്നു. നാലാൺമക്കളിൽ രണ്ടാൾക്ക് ക്ഷയരോഗം. ഒരാൾ മന്ദബുദ്ധി, മൂത്തയാൾ ദൂരെ സൈനികൻ. ഒരു ദിവസം ആരുടേയും അകമ്പടിയില്ലാതെ ഷൺമുഖൻ അമ്മാവന്റെ വീട്ടിൽ ചെന്നു. കാരണവരെ കണ്ടു. കണ്ടപാടെ കാൽതൊട്ട് വന്ദിച്ചു. എന്നിട്ടു പറഞ്ഞു: "ഞാൻ ഷൺമുഖൻ. എന്റെ അമ്മ പാറുക്കുട്ടി. അച്ഛാ എന്നുവിളിക്കാനുള്ള ഭിക്ഷ യാചിക്കാനാണ് ഞാൻ വന്നത്!"

ചീറിക്കൊണ്ട് കൊച്ചമ്മായി അകത്തുനിന്നും പ്രത്യക്ഷപ്പെട്ടു. ഏതാണീ പുതിയ സൃഷ്ടി ? തറവാടിന് നാണക്കേട് വരുത്തിവച്ച ഭർത്താവിനോട് അവർ കലികൊണ്ടു!

എനിക്കെന്റെ അച്ഛനെ വേണം. എനിക്കെന്റെ തറവാട് വേണം. ഞാൻ അച്ഛന്റെ മകനും തറവാട്ടിലെ പ്രജയുമാണെന്ന് അച്ഛൻ ലോകരോട് മുഴുവൻ വിളിച്ചു പറയണം! ഷൺമുഖൻ കൊച്ചമ്മായിയോട് ഉറക്കെ പറഞ്ഞു.

"നീ എന്റെ മകനാണ്. എന്റെ തറവാട്ടിലെ വിത്ത്." അമ്മാവൻ ഷൺമുഖനെ ആശ്വസിപ്പിച്ചു.

സംതൃപ്തിയോടെ പിരിഞ്ഞുപോയ ഷൺമുഖൻ, പിന്നീട്, തന്റെ മാനം കാത്ത അച്ഛന്റെ രോഗികളായ മക്കളെ ചികിത്സിക്കാൻ പണം നൽകി. കൊച്ചമ്മായിയെ ഇളയമ്മയെന്നല്ല അമ്മ എന്നുതന്നെ വിളിച്ചു. വീട്ടിലെ അല്ലലൊന്നടങ്ങി. തറവാട്ടുകാരുടെ ഭാഗികമായ സാന്നിധ്യത്തിൽ ഷൺമുഖന്റെ വിവാഹം അമ്മാവൻ ആർഭാടമായി നടത്തി.

ഷൺമുഖനെ അമ്മാവൻ മകനായി സ്വീകരിച്ച് തറവാട്ടിൽ അംഗമാക്കിയ കാര്യം ലീവിനുവന്ന ശ്രീധരൻ അറിഞ്ഞു.

ശ്രീധരൻ ഒരിക്കൽ എന്നെ കാണാൻ വീട്ടിൽ വന്നിരുന്നു. ഷൺമുഖനെപ്പോലെ അവനും അമ്മാവന്റെ മകനാണെന്ന് പറഞ്ഞു. നാണം കുണുങ്ങിയും നനഞ്ഞ മട്ടുകാരനുമായ ശ്രീധരന് ഷൺമുഖനെപ്പോലെ മകന്റെ അവകാശം ചോദിച്ച് അച്ഛന്റെയടുത്ത് ചെല്ലാനുള്ള ധൈര്യമില്ലെന്നെനിക്കു തോന്നി. അച്ഛനെ കിട്ടാനും തറവാട്ടുകാരനാവാനും ആഗ്രഹിക്കുന്ന പാവം ഒരു കേന്ദ്രപൊലീസ് പാറാവുകാരൻ!

ഷൺമുഖനെപ്പോലെ ശ്രീധരനേയും അമ്മാവൻ മകനായി സ്വീകരിക്കേണ്ടതല്ലേ? അവനും പേരുകേട്ട തറവാട്ടിലെ പ്രജയല്ലേ?

പ്രണയപലായനം

അരനൂറ്റാണ്ടിനുമുമ്പ് കൊടുങ്ങല്ലൂർക്കാവിനു ചുറ്റുമുള്ള കമ്പോളത്തിൽ വിരലിലെണ്ണാവുന്ന ജവുളിക്കടകളേ ഉണ്ടായിരുന്നുള്ളൂ. കാളീശ്വരി കൊട്ടകയ്ക്കടുത്ത് 'പി കെ സ്റ്റോഴ്സ്,' തെക്കെ നടയിൽ തണൽ വിരിച്ചു നിൽക്കുന്ന ഊക്കൻ വാളൻപുളിമരത്തിനോടു തൊട്ട് നീണ്ട നിരവുമുറികളിലൊന്നിൽ അപ്പുപ്പിള്ളയുടെ 'ജവുളി വ്യാപാരം', ഒരു കല്ല് ദൂരെ ശൃംഗപുരത്ത് എസ് എൻ ഗോവിന്ദപ്രഭു ആന്റ് സൺസിന്റെ 'ജവുളി മൊത്തമായും ചില്ലറയായും വിൽക്കപ്പെടും' എന്നെഴുതിയ തകര ബോർഡ് നെറ്റിയിൽ ചാർത്തി പ്രൗഢിയാർന്നൊരു ഇരുനിലക്കെട്ടിടം. കഴിഞ്ഞു, കാവിലമ്മയുടെ തട്ടകത്തിലുള്ള ഭേദപ്പെട്ട തുണിക്കടകളുടെ കാഴ്ച.

ജീൻസും, ചുരിദാറും, മിഡിയും ടോപ്പും, ലാച്ചയും അരങ്ങുവാഴാൻ തുടങ്ങിയിട്ടില്ലാത്ത അക്കാലത്ത് പാന്റ്സുകൾ എഞ്ചിനീയമാർ, ഡോക്ടർമാർ, വക്കീലന്മാർ അതുപോലെ ഉന്നതരായ ഉദ്യോഗസ്ഥന്മാരുടെ കുത്തകയായിരുന്നു. ഉൾനാട്ടുകാരായ ഞങ്ങൾക്ക് മൂട് കീറാത്ത വള്ളി ട്രൗസറല്ലാതെ, മഴയത്തു പിടിക്കാൻ ചേമ്പിലയും വാഴയിലയുമല്ലാതെ ശീലക്കുട പോയിട്ട് ഒരു പനയോലക്കുടപോലുമില്ലായിരുന്നു. താഴ്ന്ന വിലയുള്ള കോറത്തുണികൾ അടുക്കിവച്ച വലിയ ഭാണ്ഡങ്ങളും ശിരസ്സിലേറ്റി 'പിള്ളമാർ' വെയിൽ മൂക്കുന്നതിനു മുമ്പേ വിൽപ്പനയ്ക്ക് ഇടനാടുകളിലെ റാട്ടുപുരകളിലേക്കും കുടിയിടകളിലേക്കുമിറങ്ങും. സൈക്കിളിലെത്തുന്ന ഇന്നത്തെ മീൻകാരന്റെ നീണ്ട കൂക്കും വിളിയും പോലെ, മുണ്ടേ..... മുണ്ടേ..... എന്ന് നീട്ടിവിളിച്ചു കൊണ്ട്..

സാരി ചുറ്റിയ കൂലിപ്പണിക്കാരികളെ കാനോലിക്കനാലിന്റെ തീരങ്ങളിൽ അത്യപൂർവമായേ കണ്ടിരുന്നുള്ളൂ. പ്രൈമറി ക്ലാസുകളിൽ ഞങ്ങളെ പഠിപ്പിച്ചിട്ടുള്ള കൊച്ചമ്മു അമ്മ, ചന്ദ്രമതി, ദേവകി, മാധവി,

എന്നീ അധ്യാപികമാരെല്ലാം മുണ്ടും നേര്യതും ചുറ്റിയാണ് സ്കൂളിൽ വന്നിരുന്നത്. വേവിത്തളിന്റെയും, ചീക്ക മടലിന്റെയും ദുർഗന്ധമുള്ള കായൽ തീരങ്ങളിൽ നായർ മുതൽ മേലോട്ട് സവർണരെന്നു മുദ്ര കുത്തിയ ഒരൊറ്റ കുടുംബംപോലും പാർത്തിരുന്നില്ല. അമ്പലവട്ടങ്ങളിലും, കോവിലകങ്ങൾക്കു ചുറ്റുമായി പടിയും പടിപ്പുരയും വെച്ചു പണിത മതിലകങ്ങളിലായിരുന്നു അവരുടെയൊക്കെ താമസം.

വിവാഹത്തലേന്ന് പുതുപ്പെണ്ണിന് 'ചമഞ്ഞിരിക്കാൻ' സാരിയും മാലയും ഇരവ് വാങ്ങാൻ 'സ്വത്തും മൊതലും' ഉള്ളവരുടെ വീട്ടുമുറ്റത്ത് കാത്തുനിൽക്കുന്നവരെപ്പറ്റി അമ്മ പറഞ്ഞു കേട്ടിട്ടുണ്ട്. ചകിരിക്കുഴിയിൽ കഴുത്തോളം മുങ്ങി മടലെടുത്ത് പിഴക്കുന്ന ദേവസിയുടെ പെങ്ങൾ ലില്ലിയുടെ വിവാഹം. കഴുത്തിലിടാൻ പൊന്നില്ലാത്ത പാവങ്ങൾ. മിന്നുകെട്ടിന് പള്ളിയിലേക്ക് പോകുമ്പോൾ മകളുടെ കഴുത്തും കൈത്തണ്ടയും മിനുങ്ങിക്കാണാനുള്ള മോഹം കൊണ്ടാവണം, ലില്ലിയുടെ അമ്മ കൊച്ചന്നം നാട്ടിലെ ജന്മി കിട്ടായിയുടെ വീട്ടിൽ ചെന്നു. കീറാതെ അലക്കിയുണക്കി തിരികെയെത്തിക്കണം എന്ന നിബന്ധനയോടെ കിട്ടായിയുടെ വീട്ടുകാരി സാരിയൊരെണ്ണം കടലാസിൽ പൊതിഞ്ഞ് കൊച്ചന്നത്തിനു കൊടുത്തു. പതക്കം തരാനൊക്കില്ലെന്നും പറഞ്ഞു. കസവിന്റെ കരയുള്ള സാരി പോലെയാണോ പൊന്നിന്റെ പതക്കം? എങ്ങാനുമത് നഷ്ടപ്പെട്ടാൽ ഒപ്പിച്ചു തരാൻ എന്തു പാങ്ങാണ് കൊച്ചന്നത്തിനുള്ളത്?

കൊച്ചന്നത്താത്തിയുടെ വാക്കുകൾ ഓർമയുള്ളതുകൊണ്ടാവണം വിവാഹത്തലേന്ന് മകൾക്ക് ഉടുത്തിരിക്കാൻ ഒരു സാരി ഇരവുചോദിക്കാൻ ജന്മിഗൃഹത്തിലേക്ക് അമ്മ പോയില്ല.

ഹൈസ്കൂൾ പരീക്ഷയുടെ ഫലവും കാത്തിരിക്കുന്ന നാളുകളിലാണ് കൊച്ചന്നത്താത്തിയും അമ്മയും വന്ദിക്കുന്ന യേശുദേവന്റെയും ശ്രീകുരുംബമ്മയുടെയും അനുഗ്രഹം തേടിയാലോ എന്നെനിക്കു തോന്നിയത്. പത്താം ക്ലാസിൽ നിന്ന് കരകയറ്റം കിട്ടണേ എന്നായിരുന്നു പ്രാർഥന. മെഴുക്കു മിന്നുന്ന കരിങ്കല്ലിന്റെ അറയിൽ ദീപാലങ്കാരങ്ങളിൽ കുളിച്ച് വടക്കോട്ട് നോക്കിയിരിക്കുന്ന കാളിയമ്മയുടെ സന്നിധിയിൽ തൊഴുകയ്യോടെ നിന്നിട്ടുള്ള ഇളംപ്രഭാതങ്ങൾ.

വീടിന്റെ പടിഞ്ഞാറ് ഭാഗത്തായിരുന്നു സർക്കാർ വക വസൂരിപ്പുര. തൊട്ടടുത്ത മതിലകത്ത് സെന്റ് തോമസ് പള്ളി. പള്ളിക്കാരുടെ നേർച്ചപ്പെട്ടിയിലാണ് പരീക്ഷയിൽ ജയമുണ്ടാകാൻ യേശുദേവൻ കനിയണേ എന്നെഴുതി താഴെ ഒരു വിദ്യാർഥി എന്നു കുറിച്ചൊരു കടലാസ് ഞാൻ നിക്ഷേപിച്ചത്. കൂടെ കാണിക്കയായി ഒരണ നാണ്യവും!

കൊടുങ്ങല്ലൂരമ്മയുടെ നടയിൽ പരീക്ഷയിൽ ജയിക്കാൻ കടാക്ഷിക്കണേ എന്നു പ്രാർഥിച്ചു നിന്ന ഒരു ഇളംപ്രഭാതത്തിലാണ് പി കെ സ്റ്റോഴ്സ് ഉടമ കൃഷ്ണപിള്ളയുടെ ഭാര്യയെയും മകൾ സാവിത്രിയെയും ഞാൻ ആദ്യമായി അടുത്തു കണ്ടത്. അമ്മയെപ്പോലെ എണ്ണ മിനുങ്ങുന്ന ചുരുണ്ട മുടിയായിരുന്നു പട്ടുപാവാടക്കാരി മകൾക്കും. പ്രായത്തെ ധിക്ക

രിക്കുന്ന തലയെടുപ്പും അംഗവടിവുകളും. അമ്മയുടെ നിഴൽപറ്റി നടന്നിരുന്ന പെൺകുട്ടി.

കച്ചവടത്തിലൂടെ തഴച്ചു വളർന്ന തറവാടാണ് പി കെ യുടേത്. കമ്പോളത്തിൽ കണ്ണായ സ്ഥലത്താണ് പി കെ സ്റ്റോഴ്സ്. കൃത്യമായ വിലയും മാന്യമായ പെരുമാറ്റവും. അമ്മാവനും പി കെ യും സുഹൃത്തുക്കളായിരുന്നു. കാരണവർ ഓണത്തിനും വിഷുവിനും എനിക്ക് ഷർട്ടിനും ട്രൗസറിനും തുണിയെടുത്തു തന്നിരുന്നത് പി കെ സ്റ്റോഴ്സിൽ നിന്നായിരുന്നു.

പി കെ ക്ക് തുണിക്കച്ചവടം കഴിഞ്ഞൊരു കാര്യമുണ്ടായിരുന്നില്ല. കാലത്ത് കൃത്യം എട്ടരക്ക് കട തുറക്കും. രാത്രി എട്ടരക്ക് നിരവ് പലകയിടും. പുറംകാഴ്ചകളില്ല. ആഘോഷങ്ങളില്ല. അച്ഛന്റെ മട്ടും മാതിരിയുമായിരുന്നില്ല മകൾ സാവിത്രിക്ക്. അവൾ മതിൽക്കെട്ടിന് പുറത്തും ലോകമുണ്ടെന്ന് കണ്ടു. കോളേജ് ദിനങ്ങൾ ആർഭാടമായി ആഘോഷിച്ചു. ലോകക്കാഴ്ചകളിൽ മനസ്സ് കൊരുത്തിട്ടു. കോളേജിലെ ബാറ്റ്മിന്റൻ കോർട്ടിൽനിന്നും കപ്പും നേടി വീടണയുന്ന മകളെ കയറൂരിവിട്ട് വഷളാക്കരുതെന്ന് പി കെ ഭാര്യക്ക് താക്കീത് നൽകികൊണ്ടിരുന്നു.

പിന്നീടെപ്പോഴോ പട്ടാളത്തിൽനിന്ന് ലീവിന് നാട്ടിലെത്തിയപ്പോഴാണ് കോളേജിലേക്ക് പോകാൻ ബസ് കാത്തു നിൽക്കുന്ന സാവിത്രിയെ കണ്ടത്. അപ്പോഴേക്കും ആ കുട്ടി കുറേക്കൂടി തടിച്ചിരുന്നു. ഉയരവും വർധിച്ചിരുന്നു. പിന്നീട് ഒരുപാടു വർഷങ്ങൾ കഴിഞ്ഞാണ് പി കെ യുടെ മകളെ ഞാൻ കൂടുതൽ അടുത്തറിയുന്നതും സംസാരിക്കുന്നതും. അപ്പോഴവർ കൊടുങ്ങല്ലൂരിൽ സപ്ലൈ ഓഫീസിലെ ക്ലർക്കും രണ്ടു കുട്ടികളുടെ അമ്മയുമായിക്കഴിഞ്ഞിരുന്നു. ഞാനവരുടെ ഓഫീസിലെ തൽക്കാല ജീവനക്കാരൻ. പോസ്റ്റോഫീസിലേക്ക് സർക്കാർ മെയിലുമായി പോക്കും വരവും. ഒപ്പം പൊടിയും പാറ്റയും സമൃദ്ധമായ സ്റ്റോർ മുറിയുടെ പരിപാലനം.

ഓഫീസ് ലാവണത്തിനിടയിൽ പി കെ യുടെ മകൾ പിന്നിട്ട ജീവിത വഴികളെക്കുറിച്ച് കുറച്ചൊക്കെ ഞാനറിഞ്ഞു. അവരുടെ പ്രണയം. അന്യ ജാതിക്കാരനായ കാമുകനുമൊത്തുള്ള പലായനം. മകളെയോർത്ത് മനസ്സ് വിങ്ങുന്ന അമ്മ. ഏക മകളോട് മരണനിമിഷം വരെ പൊറുക്കാൻ മനസ്സ് കാണിക്കാത്ത അച്ഛൻ.

അച്ഛൻ മനസുകൊണ്ട് അകറ്റി നിർത്തിയെങ്കിലും അമ്മ മകൾക്ക് താങ്ങായി നിന്നു. മകൾക്കുവേണ്ടി അവർ ഭർത്താവിനോട് തർക്കിച്ചു. അവൾക്കിഷ്ടപ്പെട്ട ചെറുക്കൻ സർക്കാർ ഉദ്യോഗസ്ഥനും അനുരൂപനുമാണെന്നും പറഞ്ഞു. വരുംവരായ്കളെപ്പറ്റി ഭാര്യ എത്ര ഉപദേശിച്ചിട്ടും പി കെ ചെവിക്കൊണ്ടില്ല എന്നാണറിവ്.

അമ്പലക്കാവിൽനിന്നും അര കാതമകലെ പെരുന്തോടിന്റെ കരയിലുള്ള പി കെ യുടെ വീടിന്റെ തൊട്ടയൽവക്കത്ത് വാടകയ്ക്ക് താമസിച്ചിരുന്ന സർക്കാർ ഉദ്യോഗസ്ഥരിലൊരാളായിരുന്നു സുകുമാരൻ. സംസ്ഥാന വോളിബോൾ താരം. ആറടി ഉയരമുള്ള സുമുഖൻ.

സാവിത്രി സുകുമാരനിൽ അനുരക്തയായി. അവർ പരസ്പരം ഇഷ്ട പ്പെട്ടു. രഹസ്യമായി പ്രണയ ലേഖനങ്ങൾ കൈമാറി.

മകളുടെ മനസ്സ് പോകുന്ന വഴിയെപ്പറ്റി പി കെ ആരോ പറഞ്ഞ റിഞ്ഞു. അയാൾ പൊട്ടിത്തെറിച്ചു. അന്യജാതിക്കാരനൊരുത്തനെ ഇഷ്ട പ്പെട്ട പെണ്ണിനെ പുറത്താക്കി പടിയടിച്ച് പിണ്ഡം വെക്കുമെന്ന് ചീറി. സപ്ലൈ ഓഫീസിലെ ഉദ്യോഗം വലിച്ചെറിഞ്ഞ് വീട്ടിലിരിക്കാൻ മകളോട് നിർബന്ധിച്ചു. പെണ്ണിന് സ്വാതന്ത്ര്യം നൽകിയതാണ് കുഴപ്പങ്ങൾക്കൊ ക്കെ കാരണം!

ആദ്യത്തെ മകൾ ജനിക്കുന്നതുവരെ സുകുമാരനും സാവിത്രിയും വാടകവീട്ടിൽ താമസിച്ചു. കുഞ്ഞുപിറന്നപ്പോൾ അമ്മയുടെ നിർബന്ധ പ്രകാരം വീട്ടിലേക്ക് പോന്നു. പതുക്കെപ്പതുക്കെ പേരക്കുട്ടിയുടെ കളി യിലും ചിരിയിലും പി കെ യുടെ മനസലിയാൻ തുടങ്ങി. സുകുമാര നോട് വല്ലപ്പോഴും ചിരിക്കാമെന്നായി. എന്നാലും മകളോട് പി കെ മനസ്സ് തുറന്നില്ല. ഒരേ മേൽക്കൂരയ്ക്കു കീഴെ അന്യരെപ്പോലെ കഴിഞ്ഞ അച്ഛനും മകളും.

സാവിത്രിക്ക് രണ്ടാമതൊരു പെൺകുഞ്ഞു പിറന്നു. മകൾ ഓഫീ സിലേക്ക് പോയ്ക്കഴിഞ്ഞാൽ അമ്മൂമ്മയും കുട്ടികളും മാത്രമാവും വീട്ടിൽ. പേരക്കുട്ടികൾ വളരുന്നതു കാണാൻ നിൽക്കാതെ, മകളോടുള്ള പകയും വെറുപ്പും ഉള്ളിലൊതുക്കി ഭൂമിജീവിതത്തിൽനിന്ന് പി കെ യാത്രയായിക്കഴിഞ്ഞിരുന്നു.

സാവിത്രി നല്ലൊരു വായനക്കാരിയായിരുന്നു. ഉച്ചനേരങ്ങളിൽ ബുക്ക് സ്റ്റാളുകാർ പുസ്തകശേഖരവുമായി ഓഫീസിൽ വരും. ബഷീറും മാധവിക്കുട്ടിയും ഓഷോയുമായിരുന്നു സാവിത്രിക്കിഷ്ടം. പ്രണയഗന്ധി യായ മനസ്സ്. സുഹൃത്തുക്കളുടെ മുന്നിൽ ഹൃദയം മലർക്കെ തുറക്കുന്ന സരള പ്രകൃതം.

ഒരേ ഓഫീസിൽ ജോലി ചെയ്യുന്നതുകൊണ്ട് സാവിത്രിയുമായി കൂടുതൽ ഇടപഴകാൻ എനിക്ക് അവസരമുണ്ടായി. എന്നേക്കാളും അൽ പ്പം പ്രായക്കൂടുതലുള്ള അവരപ്പോൾ നരയ്ക്കാൻ തുടങ്ങിയിരുന്നു. പെൺ മക്കളിൽ ഇളയവൾ തൃശൂരിലെ നവോദയ സ്കൂൾ വിദ്യാർഥിനി. അവിടെ ഹോസ്റ്റലിൽ താമസം. മൂത്തവൾ ആദ്യം 'ക്രൈസ്റ്റി' ലായി രുന്നു. ഡിഗ്രിക്ക് ആദ്യവർഷം. പഠിത്തക്കാലത്ത് ടൈഫോയ്ഡ് ബാധിച്ചു. മാസങ്ങളോളം പഠിപ്പ് മുടങ്ങി. അതോടെ ബസിൽ ദൂരയാത്ര ഒഴിവാ ക്കി. വീടിനോട് തൊട്ടുള്ള നളന്ദ ട്യൂട്ടോറിയലിൽ ചേർന്നു. ബി കോമിന് ട്യൂട്ടോറിയലായാലും മതിയെന്ന് സുകുമാരൻ തീരുമാനിച്ചു.

അച്ഛന്റെ മനസിൽ മകളോടുണ്ടായിരുന്ന വെറുപ്പും പകയും തല്ലി ക്കെടുത്തിയിരുന്ന അമ്മയെപ്പറ്റി പറയുമ്പോൾ സാവിത്രിയുടെ കണ്ണ് നിറ യുമായിരുന്നു. അമ്മയാണ് പ്രതിസന്ധികളിൽ തനിക്ക് താങ്ങും തണ ലുമായത്. പരുഷവാക്കുകളെറിഞ്ഞ് നോവിക്കാതെ, അച്ഛന്റെ കോപാ ഗ്നിയിൽ മകളെ എരിയിക്കാതെ, സാന്ത്വനമായി കാവൽ നിന്ന വാത്സല്യ നിധി!

അമ്മ എന്നും വെളുക്കുന്നതിനു മുമ്പേ ക്ഷേത്രത്തിൽ പോയി ഭഗവതിയെ തൊഴുതു വരും. ഭർത്താവിന്റെ ചിത്രത്തിനരികെ പൂക്കൾ സമർപ്പിച്ച് അദ്ദേഹത്തിന് ആത്മശാന്തി നൽകണേയെന്ന് പ്രാർഥിക്കും. തന്നിഷ്ടം കാണിച്ച് അന്യജാതിക്കാരന്റെ കൂടെ ഇറങ്ങിപ്പോയ മകളെക്കുറിച്ചോർത്ത് എത്ര വേദനിച്ച മനസാണത്! തറവാടിന്റെ അവകാശിയായ മകൾ ചെയ്ത തെറ്റിന് മാപ്പു നൽകാൻ അദ്ദേഹത്തെപ്പോലൊരാൾക്ക് എങ്ങനെയാണ് കഴിയുക?

സുകുമാരന് ഏറ്റുമാനൂരാണ് ജോലി. ആഴ്ചവട്ടത്തിലേ വീടണയൂ. അടുക്കളയുടെയും ഓഫീസ് ജോലിയുടെയും ബദ്ധപ്പാടിനിടയിൽ കോളേജിലും സ്കൂളിലും പഠിക്കുന്ന മക്കളോടൊപ്പമിരിക്കാൻ സാവിത്രിക്കെവിടെയാണ് നേരം?

സാവിത്രിയുടെ അമ്മ അതിനൊരു പോംവഴി കണ്ടുപിടിച്ചു. വർഷങ്ങൾക്കു മുമ്പ് വീട്ടിൽ ന്യൂസ് പേപ്പറെത്തിച്ചിരുന്ന ഒരു ശശികുമാറുണ്ട്.. തറവാട്ടിൽ പുറംപണിക്ക് വന്നിരുന്ന കൗസല്യയുടെ മകൻ. ഇപ്പോഴയാൾ നളന്ദ ട്യൂഷൻ സെന്ററിലെ അധ്യാപകനാണ്. എം കോം ബിരുദധാരി. കരുവാൻ കുടുംബത്തിലെ അംഗമാണെങ്കിലും മിടുക്കൻ. ഓടുമേഞ്ഞ ചെറിയൊരു വീട്. സാവിത്രിയുടെ വിറകുപുരയോളം പോന്നത്. അമ്മൂമ്മ അയാളെ കണ്ട് സംസാരിച്ചു. വൈകുന്നേരം നാലു മുതൽ ആറുവരെ വീട്ടിലെത്തി പേരക്കുട്ടികൾക്ക് ട്യൂഷനെടുക്കാമോയെന്ന് ചോദിച്ചു.

മൂത്ത മകൾ യമുനയുടെ വിവാഹാലോചനയിലായിരുന്നു സുകുമാരനും സാവിത്രിയും. തൃപ്രയാറ് നിന്ന് ഒരു കൂട്ടർ വന്ന് പെണ്ണിനെ കണ്ട് പോയിട്ടുണ്ട്. ചെറുക്കൻ കുവൈറ്റിൽ ബാങ്ക് ഉദ്യോഗസ്ഥൻ. തൃശൂർ നഗരത്തിലാണവരുടെ സ്വത്ത് നിക്ഷേപം. അഞ്ചെട്ട് മാസം കഴിഞ്ഞാൽ ചിങ്ങം. അപ്പോൾ ചെക്കൻ വരും. ഉറപ്പായ ബന്ധം. വിവാഹം വരെ പെൺകുട്ടി പഠിക്കട്ടെയെന്നാണ് ഭാവിവരന്റെ അച്ഛൻ പറഞ്ഞത്.

എന്നും ഉച്ചയൂണു നേരത്ത് ഓഫീസിലുള്ള നാലഞ്ച് സ്ത്രീ ജോലിക്കാർ ഒന്നിച്ചിരുന്നാണ് സ്റ്റീൽപാത്രങ്ങൾ തുറന്നിരുന്നത്. കറികൾ പങ്കുവെക്കും. വീട്ടുകാര്യങ്ങളും പാചകകലയുടെ വിശേഷങ്ങളും പറയും. ഇടക്ക് സംസാരത്തിൽ മാർക്കറ്റുകൾ കടന്നു വരും. ഊൺമേശയിൽ ജാതിവ്യത്യാസങ്ങളൊന്നും കണ്ടില്ല. നായരും മുസ്ലീമും ഈഴവനും പുലയനും ഒരേ മേശയ്ക്കു ചുറ്റുമിരുന്ന് അടുക്കള പങ്കുവെച്ചു. മാവേലി വാണ നാടുപോലെ ഒരുമയോടെ.

രണ്ടു മൂന്നു ദിവസം സാവിത്രി ഓഫീസിൽ വന്നില്ല. വന്നപ്പോൾ മുഖം വാടിയിരുന്നു. കൂടുതൽ നരച്ചതുപോലെ. പതിവ് തമാശവർത്തമാനങ്ങളില്ല. ഇന്നലെ കണ്ട മോഹൻലാൽ സിനിമയിലെ വിശേഷങ്ങളില്ല. ഊണ് കഴിക്കാൻ കൂട്ടുകാരികൾ ഒന്നിച്ചു കൂടിയപ്പോൾ സാവിത്രി രണ്ട് ഗ്ലാസ് വെള്ളം മാത്രം കുടിച്ചു. എന്നിട്ട് നിറമിഴികളോടെ കൂട്ടുകാരികളെ നോക്കി ശിരസ് കുനിച്ച് നിശ്ശബ്ദമായി വിങ്ങിക്കരഞ്ഞു.

സാവിത്രി കരയാനുണ്ടായ കാരണം ഓഫീസിലെ ഏതാനും ചിലർക്കറിയാമായിരുന്നു. ജൂനിയർ സൂപ്രണ്ട് ഭാഗ്യലക്ഷ്മി എങ്ങനെയോ മണത്തറിഞ്ഞ ആ രഹസ്യം അധികം പരസ്യമാക്കിയിരുന്നില്ല. പെൺകുട്ടികളാവുമ്പോൾ പ്രണയത്തിൽ അകപ്പെട്ടെന്നിരിക്കും. ചിലപ്പോൾ കത്തുകൾ കൈമാറും. എന്നാലും കുവൈറ്റിൽ ലക്ഷം രൂപ ശമ്പളം പറ്റുന്ന ചെറുക്കന് പറഞ്ഞുറപ്പിച്ചിരിക്കുന്ന പെണ്ണ് ഇത്രയ്ക്ക് തന്റേടം, അല്ല, അഹമ്മതി കാണിക്കാമോ? കരിയല്ലേ പോറ്റിവളർത്തിയവരുടെ മുഖത്ത് അവൾ വാരിത്തേച്ചത്.

വേഗം പാത്രങ്ങൾ കഴുകി കമിഴ്ത്തി വെച്ച് സ്ത്രീകളെല്ലാവരും കൂടി സാവിത്രിയേയും കൂട്ടി സ്റ്റോർ മുറിയുടെ പിന്നിലുള്ള വിശാലമായ വരാന്തയിൽ പോയി നിന്നു. കൂട്ടുകാരിയെ അവർ സാന്ത്വനിപ്പിക്കാൻ ശ്രമിച്ചു:

“ഏതായാലും രണ്ടുപേരുംകൂടി ആരുമറിയാതെ ഗുരുവായൂര് പോയി മാലയിട്ടു. ഇനി കരഞ്ഞിട്ടോ എതിർത്തിട്ടോ ഒരു കാര്യവുമില്ല. എല്ലാം ആ പെൺകുട്ടീടെ വിധിയാണെന്ന് കരുതിയാൽ മതി.” കൂട്ടത്തിൽ പ്രായക്കൂടുതലുള്ള ടൈപ്പിസ്റ്റ് വസന്ത പറഞ്ഞു.

“അന്യജാതിയായതല്ല എന്റെ പ്രശ്നം. വലിയ വീടോ, പ്രതാപമോ ഒന്നും ഞാൻ കാര്യമായി എടുക്കുന്നില്ല. അദ്ദേഹത്തിന്റെ മൗനവും വിഷാദവുമാണ് എനിക്ക് സഹിക്കാനാവാത്തത്. കിട്ടാവുന്നതില് വെച്ച് ഏറ്റവും നല്ല ഒരു ബന്ധം തട്ടിത്തൂവിപ്പോയതാണ് അദ്ദേഹത്തിന് താങ്ങാൻ കഴിയാത്തത്.” സാവിത്രി ശബ്ദം താഴ്ത്തി കണ്ണീരോടെ പറഞ്ഞൊപ്പിച്ചു.

“എന്താ സാവിത്രീടെ അമ്മേടെ അവസ്ഥ? അവർക്കിത് താങ്ങാൻ കഴിയുന്നുണ്ടോ?” ക്ലാർക്ക് അരുന്ധതി ചോദിച്ചു.

സാവിത്രി ഏറെ നേരം ഉരിയാട്ടമൊന്നുമില്ലാതെ നിന്നു എന്നാണ് പിന്നീട് അരുന്ധതി പറഞ്ഞറിഞ്ഞത്. അമ്മയെപ്പറ്റിത്തന്നെയായിരുന്നു സാവിത്രിയുടെ വാക്കുകൾ. ശശികുമാറുമായി യമുന പലായനം ചെയ്തതറിഞ്ഞ് ഒരു മഹാവിലാപത്തിന്റെ വക്കത്ത് തനിച്ചിരിക്കുകയായിരുന്ന സാവിത്രി കേൾക്കാനായി അമ്മ അൽപ്പം പരുഷമായി ഉറക്കെ പറഞ്ഞത്രെ: “നീയ്യും ഒരിക്കല് ഇതുപോലെ ഒരുമ്പെട്ട് പോയോളല്ലേ? അന്നു എത്ര തീയാ നിന്റച്ഛനും ഞാനും തിന്ന് തീർത്തത്? തന്തേടേം തള്ളേടേം മനസ്സിനെപ്പറ്റി എന്താ നീയ്യന്ന് കരുതീത്? ചളിയും കരിയുമല്ലേ അന്നു നീ ഈ കുടുംബത്തിന്റെ മൊഖത്ത് വാരിത്തേച്ചത്? പഠിപ്പും വായനേം കളീം ഉദ്യോഗോം മാത്രല്ല ജീവിതം. മാനംന്ന് പറയണ ഒന്ന്ണ്ട് കുടുംബക്കാർക്ക്. അതാ നീ അന്ന് പിച്ചിച്ചീന്തീത്! ഇപ്പോ നിന്റെ മോള് നിന്റെ വഴി തന്നെ തെരഞ്ഞെടുത്തു. പാഞ്ഞേന്റെ കുഞ്ഞ് പറക്കുന്നല്ലേ കാർന്നോമ്മാര് പറഞ്ഞിരിക്കിണത്......?”

കണ്ണീരിൽ കുതിർന്ന വാക്കുകൾ കേട്ട കൂട്ടുകാരികൾ എന്തുപറഞ്ഞാവും സാവിത്രിയെ സമാധാനിപ്പിച്ചിരിക്കുക?

കത്തുന്ന വീട്

ആയിരത്തി തൊള്ളായിരത്തി അറുപത്തിനാലിൽ സാമാന്യം നല്ല മാർക്കോടെ ഞാൻ ജെ ടി എസ് എൽ സി പരീക്ഷ പാസായി. അതു കൊണ്ടാവണം, അക്കൊല്ലം കർക്കിടക മഴ കനത്തതായിരുന്നു. തോരാത്ത മഴയിൽ കാനോലിക്കനാൽ കരകവിഞ്ഞൊഴുകി. തീരഭൂമികളിൽ മല വെള്ളം അല്ലും പകലും തമ്പടിച്ചുകിടന്നു. കടലമ്മയ്ക്ക് കപ്പവും കൊണ്ട് മലയിറങ്ങി വന്നവളാണ് മലവെള്ളം എന്നാണ് അമ്മ പറഞ്ഞു കേട്ടത്. അത് അമ്മയുടെ വിശ്വാസം. അമ്മ മാത്രമല്ല അമ്മയോടൊപ്പമിരുന്ന് മടൽ തല്ലി ചകിരിയാക്കുന്ന ഗൗരിയും ഭാനുവും നാണിയും കുഞ്ഞുപാത്തു മ്മയും താണ്ടമ്മത്താത്തിയും ഐശുമ്മയും അതാണ് പറഞ്ഞത്. കിഴ ക്കൻ മലകളുടെ പുത്രിയാണ് മഴവെള്ളം. അവൾ വിരുന്ന് വന്നിരിക്കുക യാണ്. കടലമ്മയുടെ ദാഹം തീർത്ത് ഉള്ള് നിറക്കാൻ. കടലമ്മയുടെ കനിവ് നേടാൻ.

ഞങ്ങൾ, കുട്ടികൾ ഉമ്മറത്ത് പെരുകിവന്ന മലവെള്ളത്തിൽ കൊതി തീരുവോളം നീന്തിത്തുടിച്ചു. നീന്തി നീന്തി ദൂരേക്കു പോയി. തൈത്തെ ങ്ങുകളിൽനിന്ന് കരിക്ക് പിരിച്ചെടുത്ത് പൊട്ടിച്ചുതിന്ന് വിശപ്പടക്കി. ഒഴുകി വരുന്ന തേങ്ങയും കൊതുമ്പും കോഞ്ഞാട്ടയും ഓലയും മരച്ചില്ലകളും വാരിയെടുത്തു.

മലവെള്ളക്കെടുതികൾ വീട്ടിൽ കൂടുതൽ വറുതി സൃഷ്ടിച്ചു. അമ്മയും ചേച്ചിയും ചേച്ചിയുടെ രണ്ടുമക്കളും ചന്തപ്പുരയിലെ സെന്റ് തോമസ് പള്ളിയിൽ അഭയംതേടി. പായക്കെട്ടുകളും കോഴിവല്ലവും കുടങ്ങളും കരിക്കലങ്ങളും അരിവട്ടിയും ചൂട്ടുകെട്ടുകളുമായി ജനം നീന്തിയും വഞ്ചിയിലും കരതേടിക്കൊണ്ടിരുന്നു.

നാട്ടിൻപുറങ്ങൾ മലവെള്ളക്കാലത്ത് കൂടുതൽ ദരിദ്രമാകും. തൊഴി

ലില്ല. വിശപ്പും കണ്ണീരും. ഓരോ കുടുംബവും മലവെള്ളം വറ്റി നാളെ മനോഹരമായ പുലരി വിടരും എന്നോർത്ത് കാത്തിരുന്നു. തത്വശാസ്ത്രങ്ങൾ മഴയിലും മലവെള്ളത്തിലും ഒലിച്ചുപോയി. അമ്മ ഭൂമിയെ വീർപ്പുമുട്ടിക്കുന്ന മലവെള്ളത്തെ ഭക്തിയോടെ കണ്ടു. അവർ സൗമ്യതയുടെയും എളിമയുടെയും വിളക്കായിരുന്നു.

ഒരു കോഴിക്കൂടിനോളം മാത്രം വലിപ്പമുള്ള ഓലവീടായിരുന്നു ഞങ്ങളുടേത്. പായനിവർത്തി കിടന്നാൽ കാല് ചെറ്റയിൽ മുട്ടും. കാലവർഷം തോരാതെ പെയ്താലും, മലവെള്ളം വന്നാലും ചെറ്റവീടുകൾക്കാണ് കഷ്ടം. കളിമണ്ണിന്റെ തറ നനഞ്ഞ് കിളിർക്കും. രാത്രിയായാൽ ജലം കിനിയുന്ന തറയിൽ അമ്മ ആദ്യം ഓല വിരിക്കും. ഓലക്കുമീതെ ഉണങ്ങിയ ചകിരി വിതറും. പിന്നെയാണ് ഉറക്കപ്പായ നീർത്താറ്.

രണ്ടു തവണ അടുപ്പിൽനിന്ന് വീടിന്റെ ചെറ്റയിലേക്ക് തീ പടർന്നത് ഞാനോർക്കുന്നു. അമ്മയും ചേച്ചിയും വലിയ വായാലേ വിലപിക്കുന്നതു കേട്ട് അയൽക്കാർ ഓടിക്കൂടി. പൂഴി വാരിയെറിഞ്ഞും, വെള്ളം വീശിയൊഴിച്ചും അവർ പ്രയാസപ്പെട്ട് തീ കെടുത്തി. ചെറ്റയോട് ചേർന്നായിരുന്നു കല്ലടുപ്പ്. ചകിരിപ്പോളയും ചവറുമായിരുന്നു അടുപ്പിൽ തീ പിടിപ്പിക്കാൻ.

അമ്മാവന്റെ മകൾ ശാന്തയും എന്നോടൊപ്പം ഹൈസ്കൂൾ പരീക്ഷ പാസായി. ശാന്ത കോളേജിൽ പഠിക്കാൻ പോയില്ല. അക്കാലത്ത് പത്ത് പാസായവർക്ക് പ്രൈമറി ക്ലാസിൽ ടീച്ചറാവാം. പിന്നീട് ടീച്ചേഴ്സ് ട്രെയിനിംഗ് പാസായാൽ മതിയെന്നായിരുന്നു നിയമം. അമ്മാവൻ മകൾക്ക് പനങ്ങാട് പി കെ ഭഗീരഥൻ മാനേജറുടെ സ്കൂളിൽ ജോലി വാങ്ങിക്കൊടുത്തു. അന്നത്തെ നിരക്കനുസരിച്ച് ഏതാനും ആയിരങ്ങൾ മാനേജർ കാരണവരിൽനിന്ന് എണ്ണി വാങ്ങിക്കാണും.

സിൽക്ക് സാരിയുടുത്ത് വെള്ളിപ്പൊട്ടുകളുള്ള കറുത്തബാഗും തോളിലിട്ട് തലയെടുപ്പോടെ സ്കൂളിൽ പോയിരുന്ന ശാന്തയെ ലേശം അസൂയയോടെ ഞാൻ നോക്കി നിൽക്കുമായിരുന്നു. ആദ്യ ദിവസം അമ്മാവൻ കറപ്പനാശാന്റെ കാറിലാണ് മകളെ സ്കൂളിൽ എത്തിച്ചത്. തിരിച്ചുവന്നപ്പോൾ സംതൃപ്തിയുടെ വെളിച്ചം അമ്മാവന്റെ മുഖത്തു കണ്ടു. ഹോട്ടൽ അടച്ചു വരികയായിരുന്ന ഞാനപ്പോൾ ആദ്യമായി ഒരു പിതാവിന്റെ സ്നേഹത്തെക്കുറിച്ച് ഓർത്തുപോയി.

നിസ്സഹായമായ മൗനവിലാപം മനസിൽ നിന്നുയർന്നു. അടിച്ചും കോരിയും ഭാവിജീവിതം വാടിത്തളരുമോ എന്നു ഭയപ്പെട്ടു. വിശക്കുന്ന അമ്മയുടെ വിളറിയ മുഖം ഉറക്കം കെടുത്തി. ചേച്ചിയുടെയും മക്കളുടെയും മനസിന്റെ വിങ്ങലുകൾ ഞാനറിഞ്ഞു.

പിറ്റേന്ന് കാലത്ത് അടുക്കളയിൽ സ്ഥിരമായി സ്ഥാപിച്ച വട്ടച്ചെമ്പിലെ കഞ്ഞിവെള്ളത്തിൽ പിണ്ണാക്കും തവിടുമിട്ട് കൈകൊണ്ടിളക്കി ആടുകൾക്ക് കുടിക്കാൻ കൊടുക്കുമ്പോൾ അരികിൽ വന്ന് അമ്മാവൻ

ദയവോടെ ഉപദേശിച്ചു: "എടാ നീ ആരെയെങ്കിലും കണ്ട് എന്തെങ്കിലും ജോലി കിട്ടോന്ന് നോക്ക്. പത്തുമുന്നൂറ് രൂപ ഞാൻ ഒപ്പിച്ചു കൊടുക്കാം."

അതുകേട്ടപ്പോൾ എന്റെ സിരകളിൽ അരിശം ഇരച്ചു കയറി.

മുന്നൂറു രൂപ! മുന്നൂറ് രൂപ കൊടുത്താൽ കിട്ടാവുന്ന എന്തു ജോലി യാണ് നാട്ടിലുള്ളത്?

പിറ്റേന്ന് ഉച്ചയോടെ അൽപ്പനേരം കടയിൽ നിന്നും മുങ്ങി. കാവുമുറ്റത്തുവന്ന് ആൽത്തറയിൽ ഏകനായി ഇരുന്നു. കാവിൽ പൂജാരി മണി കിലുക്കുന്നതു കേട്ടു. നടയിൽ പുണ്യം തേടി വന്ന ഭക്തരുടെ തിരക്ക്. തലയ്ക്കു മുകളിൽ ആലിലകളുടെ നാദകലാപം.

ആറ്റുമണലിൽ മാറോടുകൾ കുഴഞ്ഞു കിടക്കുന്ന കാവുമുറ്റത്തെ ലക്ഷ്യമില്ലാത്ത യാത്രയ്ക്കൊടുവിൽ കായലിന്റെ വക്കത്തെത്തി. കാറ്റു പായ നിവർത്തിയ കെട്ടുവള്ളങ്ങളുടെ ഒഴുക്ക്. ചൂണ്ടവഞ്ചിക്കാരുടെ തപസ്. വെള്ളത്തിൽ മുങ്ങി മണ്ണും ചളിയും വാരി വഞ്ചിയിൽ നിറക്കുന്നവരുടെ അധ്വാനത്തെക്കുറിച്ചോർത്തു. വെയിൽ ചോരുന്ന ഓലപ്പുരകളിൽ നിന്നും കയർ റാട്ടുകളുടെ പരുക്കൻ കരച്ചിൽ. ഒരു വഞ്ചിയോ വലയോ ഉണ്ടായിരുന്നെങ്കിൽ കായലിൽ സ്വതന്ത്രമായി വേലചെയ്ത് പിഴക്കാമായിരുന്നു. അതുമല്ലെങ്കിൽ കയർ പിരിക്കാം. ഭാരവണ്ടി വലിക്കാം. മണ്ണ് കിളയ്ക്കാം. തോടും കുളവും വെട്ടാം.

വേറെ ആശ്രയമില്ലാത്തതുകൊണ്ട് അമ്മാവന്റെ ഹോട്ടലിലേക്കു തന്നെ തിരിച്ചു ചെന്നു. വെയിൽ കത്തിനിൽക്കുകയായിരുന്നു. കണ്ട ഉടനെ അമ്മാവനെന്നെ അടുത്തേക്കു വിളിച്ചു. "എവിടാടാ നീ തെണ്ടാൻ പോയത്." കാരണവരുടെ മുഖം ഇരുണ്ടിരുന്നു. അടക്കാനാവാത്ത കലി. ബലമുള്ള ചൂണ്ടുവിരൽ മടക്കി എന്റെ തലയിൽ കിഴുക്കി. വേദനയിൽ പുളഞ്ഞുപോയി!

ഒരേ പ്രായക്കാരായതുകൊണ്ടാവണം ശാന്തക്ക് എന്നോടൽപ്പം ഇഷ്ടമായിരുന്നു. ഞാനവളുടെ സാരികൾ ഇസ്തിരിയിട്ടു കൊടുക്കും. അവൾ സ്കൂളിലെ വിശേഷങ്ങൾ പറയും: അടുത്ത വർഷം ടീച്ചേഴ്സ് ട്രെയിനിങ് ചെയ്യണം. എന്നാലേ അധ്യാപികയുടെ ലാവണം ഉറയ്ക്കൂ.

ആദ്യം മൂത്തമകൻ രാജനും പിന്നീട് മകൾ ശാന്തക്കും കോഴകൊടുത്ത് മാനേജ്മെന്റ് സ്കൂളിൽ ജോലി വാങ്ങിയ അമ്മാവൻ എനിക്ക് പുതിയ പുതിയ ഉത്തരവാദിത്വങ്ങൾ വീതിച്ചു തരാൻ തുടങ്ങി. സോഡാ കുപ്പികൾ കാരവെള്ളത്തിൽ ഉരച്ചു കഴുകണം. പുതിയ വീട് വെക്കാൻ ടൗണിൽ വാങ്ങിയ കാലേക്കർ സ്ഥലത്തെ കവുങ്ങുകൾക്ക് ഒന്നരാടം വെള്ളം കോരി നനക്കണം. ബേക്കറിയിൽ റൊട്ടി വേവിക്കുന്ന തകരച്ചെപ്പുകൾ എണ്ണയിട്ടു മിനുക്കണം....

ഹൈസ്കൂളിൽ സതീർഥ്യരായിരുന്ന ദിവാകരനും ഗോപിയും മുകുന്ദനും ഒരുദിവസം ഹോട്ടലിൽ എന്നെ കാണാൻ വന്നു. അടുത്താഴ്ച യാണ് എറണാകുളത്ത് ആർമി റിക്രൂട്ട്മെന്റ്. അവർ ഭാഗ്യം പരീക്ഷിക്കാൻ പോകുന്നുണ്ട്. ഒത്തുവന്നാൽ ആർമി ജവാന്മാരാവാം. പട്ടാള യൂണി

ഫോമിട്ട് അതിർത്തിമണ്ണിൽ ജീവിക്കാം. ശമ്പളത്തിനു പുറമെ ഫ്രീ ഭക്ഷണം, വസ്ത്രം, ആസ്പത്രി ചികിത്സ, വർഷത്തിൽ രണ്ടുമാസം ലീവ്, ഇഷ്ടംപോലെ മദ്യം.

കൂട്ടുകാർ അത്യുത്സാഹത്തിലായിരുന്നു: കോട്ടപ്പുറത്തുനിന്ന് ബോട്ട് യാത്ര. എറണാകുളം നഗരത്തിൽ ഹോട്ടൽ ഭക്ഷണം. റിക്രൂട്ട്മെന്റ് റാലിയിൽ പങ്കെടുക്കൽ. ജവാന്റെ കുപ്പായം കിട്ടിയില്ലെങ്കിൽ പോകട്ടെ, നഗരക്കാഴ്ചകൾ കണ്ട് മടങ്ങാമല്ലോ?

കൂട്ടുകാർക്ക് ഞാൻ ചെവികൊടുത്തില്ല. നെഞ്ചിൽ വാരിയെല്ലുകൾ എഴുന്നു നിൽക്കുന്ന എനിക്ക് പട്ടാളക്കാരനാവാനുള്ള തടിമിടുക്കില്ലെന്ന തോന്നൽ. അവരോട് ഒഴിവുകഴിവ് പറഞ്ഞു. ഹോട്ടലിൽ ഒരുപാട് ജോലികളുണ്ട് ചെയ്തു തീർക്കാൻ. സത്യത്തിൽ കാര്യമതായിരുന്നില്ല. അമ്മാവനോട് വഴിച്ചെലവിനു കാശ് ചോദിക്കാനുള്ള മടിയും ഭയവുമായിരുന്നു പ്രധാനകാരണം. തലക്ക് കിഴുക്ക് കൊള്ളേണ്ട എന്നും തോന്നി. ദിവാകരനോടും മുകുന്ദനോടും കൂടുതലൊന്നും പറഞ്ഞില്ല. സത്യത്തിൽ ഞാൻ തിരക്കിലായിരുന്നു. ശൃംഗപുരത്ത് ബോയ്സ് ഹൈസ്കൂളിൽ 'ആശാൻ സെന്റിനറി' നടക്കുകയാണ്. പനമ്പിള്ളി ഗോവിന്ദ മേനോനും മുണ്ടശ്ശേരി മാഷും കൗമുദി പത്രാധിപർ കെ ബാലകൃഷ്ണനും വൈലോപ്പിള്ളിയും പി കുഞ്ഞിരാമൻ നായരും പിന്നെ ഒരുപാട് പ്രശസ്തരും അപ്രശസ്തരുമായ കവികളും കലാകാരന്മാരും വരുന്നുണ്ട്. പ്രസംഗങ്ങൾ. കാവ്യമേള.... ഇവരൊക്കെ വിശ്രമിക്കുന്നത് സ്കൂളിനടുത്തുള്ള നീലകണ്ഠദാസ് മാഷിന്റെ നവരത്ന വൈദ്യശാലയിലാണ്. അവർക്ക് ഭക്ഷണമെത്തിക്കേണ്ടത് അമ്മാവന്റെ ഹോട്ടലിൽ നിന്നാണ്. എനിക്കും എന്റെ ജൂനിയർ സത്യനുമാണതിന്റെ ഉത്തരവാദിത്വം.

സമ്മേളനം നടക്കുന്ന ഹൈസ്കൂൾ മൈതാനത്തിന്റെ തൊട്ടു പടിഞ്ഞാറു ഭാഗത്തുള്ള നവരത്ന വൈദ്യശാലയിൽ ചോറും കറികളും നിറച്ച പിച്ചളയുടെ വലിയ അടുക്കുപാത്രങ്ങൾ ഭദ്രമായി എത്തിച്ച് ആദ്യ ദിവസം ഞാൻ സമ്മേളനപ്പന്തലിലേക്ക് നടന്നു. അന്നാണ് ആദ്യമായി പനമ്പിള്ളിയെ കാണുന്നതും, അദ്ദേഹത്തിന്റെ കാവ്യരസപ്രധാനമായ പ്രസംഗം കേൾക്കുന്നതും.

മലയാള വായനക്കാരുടെ മുന്നിലെത്തുന്ന പുതിയ സാഹിത്യ കൃതികളെപ്പറ്റിയാണദ്ദേഹം മുഖ്യമായും പ്രസംഗിച്ചത്.......ഏതൊരു ഗ്രന്ഥവും കയ്യിൽ കിട്ടിയാൽ ആദ്യമൊന്ന് ഞാനത് മണത്തുനോക്കും. അങ്ങനെ രചയിതാവിന്റെ ഹൃദയഗന്ധം ഞാൻ ആസ്വദിക്കും. പിന്നെയാണ് താളുകളിൽ പകർത്തിവച്ച അക്ഷരക്കൂട്ടിലേക്ക് കടന്നുചെല്ലാറ്. വാക്കുകളിൽ പുതിയ സംഗീതവും സുഗന്ധവുമുണ്ടെന്നു തോന്നിയാൽ ഞാൻ വായന തുടരും. കുമാരനാശാനെ ഞാനറിഞ്ഞത് അങ്ങനെയാണ്. അനുഗൃഹീത പ്രതിഭാശാലിയായ ആ കവി എന്റെ മനസിലേക്ക് ഒരിളംകാറ്റുപോലെ കടന്നു വരികയായിരുന്നു. ആശയപ്രപഞ്ചത്തിന്റെ ഗോപുരകവാടങ്ങൾ ഓരോന്നായി അദ്ദേഹം എന്റെ മുന്നിൽ തുറന്നിട്ടു. മലയാള കാവ്യാനുഭ

വത്തിന്റെ പുതിയൊരു ലോകം കുമാരകവി കാവ്യാനുശീലർക്ക് പകർന്നു നൽകി.....പനമ്പിള്ളിയുടെ പ്രസംഗം ഒരു മഴഗാനംപോലെ നീണ്ടുപോയി. രാഷ്ട്രീയക്കാരനായ പനമ്പിള്ളിയിൽ ഉദാത്തഭാവമിയന്ന ഒരു കലാകാരൻ കുടികൊണ്ടിരുന്നു. ആഴ്ന്ന വായന നൽകിയ ഒരു അനുഭൂതിപ്രപഞ്ചം അദ്ദേഹത്തിന്റെ മനസിൽ തിരയടിച്ചു നിന്നിരുന്നു.

ആദ്യമായി കേട്ട സാഹിത്യപ്രസംഗങ്ങൾ എന്നെ വർണാങ്കിതമായ ഒരു ലോകത്തേക്ക് കൊണ്ടുപോയി. സാഹിത്യം സുന്ദരമാണ്, അത് പേരും പെരുമയും നൽകുന്നു എന്നു തോന്നി. മനസിൽ നൂതനാശയങ്ങളുടെ കിളികൾ ചിലക്കാൻ തുടങ്ങി. എച്ചിൽപാത്രങ്ങൾ അടുക്കിവെച്ച മരപ്പെട്ടിയും ചുമന്ന് അമ്മാവന്റെ കടയിലെ പരുക്കൻ അനുഭവങ്ങളിലേക്ക് നടക്കവേ കുമാരനാശാനും പനമ്പിള്ളിയും മുണ്ടശ്ശേരി മാഷും മനസിൽ നിറഞ്ഞു നിന്നു.

അഭയാർഥി

ചെന്നൈ എന്നു പേര് തിരുത്തിയ പഴയ മദ്രാസ് നഗരത്തിലാണ് ഞാനെന്റെ പ്രവാസം ആരംഭിച്ചത്. 1965 ഫെബ്രുവരിയിൽ. കനിവോടെ അപരിചിതനെ സ്വീകരിച്ച ജനാരണ്യം. സുന്ദരാംബാളും ശീർക്കാഴി ഗോവിന്ദരാജനും ടി എം സൗന്ദരരാജനും പി ലീലയും പാടിയ ഭക്തിഗാനങ്ങൾ ഒഴുകുന്ന സെയ്താപേട്ടിലെ മുരുകൻ കോവിലിനു ചുറ്റുമുള്ള എരുമച്ചാണകവും ചെണ്ടുമല്ലിപ്പൂക്കളും മണക്കുന്ന ഗല്ലികളിൽ ജീവിതം തേടിയലഞ്ഞ നാളുകൾ.

അമ്മയുടെ മൗനവിലാപങ്ങൾക്ക് അറുതിയും, ചേച്ചിക്കും മക്കൾക്കും വിശപ്പിൽനിന്നും മുക്തിയും തേടിയായിരുന്നു എന്റെ പ്രയാണം. വെയിൽ ചാഞ്ഞുതുടങ്ങിയ ഒരു പകൽനേരത്ത് ചെറിയൊരു കടലാസ് ബാഗിൽ മുണ്ടും ഷർട്ടും സ്കൂൾ സർട്ടിഫിക്കറ്റും തിരുകിവച്ച് ഇളം നീലനിറമുള്ള ശ്രീരാമജയം ബസിൽ തൃശൂർ റെയിൽവെസ്റ്റേഷനിലേക്ക്.

അമ്മാവന്റെ ഹോട്ടലിൽ അരിയും ഉഴുന്നും ആട്ടിയിരുന്ന കുഞ്ഞിബീരാൻ എന്നൊരാൾ മദ്രാസിലേക്ക് ചേക്കേറിയിരുന്നു. അക്കൊല്ലം ചേരമാൻപള്ളിയിൽ ഏതോ നേർച്ച നിറവേറ്റാനെത്തിയ ബീരാൻ കടയിൽ വന്നു. എല്ലാവരുമായും പരിചയം പുതുക്കി. ബീരാനോട് ഞങ്ങൾ നഗരവിശേഷങ്ങൾ ചോദിച്ചു. അവിടെ വന്നാൽ പച്ചപിടിക്കാനെളുപ്പമാണ്, തമിഴ് മക്കൾ അൻപുള്ളവരാണ്, നഗരത്തിൽ കൊറ്റുതേടി വന്നവരാരും നിരാശയോടെ തിരുമ്പിപ്പോയിട്ടില്ല എന്നൊക്കെ ബീരാൻ പറഞ്ഞു. ബീരാനവിടെ അണ്ണാ ടി സ്റ്റാളിൽ മാനേജരാണത്രെ. മാനേജരറിയാതെ ടി സ്റ്റാളിൽ ഒന്നും നടക്കില്ല, കടമുതലാളി അറുമുഖംചെട്ടി തങ്കം മനസാണ്, മലയാളികളെ ബഹുമാനിക്കുന്ന തമിഴ് ശിങ്കം.

ബീരാൻ ജോലിചെയ്യുന്ന കടയുടെ വിലാസം ഞാൻ മനസിൽ കുറിച്ചിട്ടു: അണ്ണാ ടി സ്റ്റാൾ, വാട്ടർടാങ്ക് ജങ്ഷൻ, സെയ്ദാപേട്ട്, മദ്രാസ്.

ടി സ്റ്റാളിലെ കാര്യങ്ങളല്ല, നഗരത്തിലെ സിനിമാ വിശേഷങ്ങളാണ് ബീരാനധികവും പറഞ്ഞത്. സിനിമാ നടൻ എം ജി ആർ ആയിരുന്നു നഗരത്തിൽ ബീരാന്റെ ഇഷ്ടദൈവം. മഴനനയാതിരിക്കാൻ നഗരത്തിലെ റിക്ഷാത്തൊഴിലാളികൾക്ക് ഓരോ മഴക്കോട്ട് സമ്മാനിച്ച പുരട്ച്ചിനടികർ! മദ്രാസിൽ വന്നാൽ ജോലിയെന്തെങ്കിലും കിട്ടുമോ? ഞാൻ ബീരാനോട് രഹസ്യമായി ചോദിച്ചു. താനവിടെ വന്ന് എന്നെ കണ്ടാൽമതി, എം ജി യാറോട് പറഞ്ഞ് ഞാൻ ജോലിയെന്തെങ്കിലും ശരിയാക്കിത്തരാം. ബീരാനെന്നെ ഉത്സാഹിപ്പിച്ചു.

എന്റെ സ്വപ്നങ്ങളിൽ മദ്രാസ് നഗരം നിറഞ്ഞുനിന്നു. വില്ലൻ വീരപ്പയോടും എം എൻ നമ്പ്യാരോടും വാൾപയറ്റിലും വടിതല്ലിലും ഏറ്റുമുട്ടി വിജയം കൊയ്യുന്ന എം ജി ആർ മനസ്സിലെ നായകനായി. നായകനല്ല, മലയാളികൾക്ക് അഭയം പ്രാപിക്കാവുന്ന ഏഴൈതോഴൻ.

അമ്മാവന്റെ ഹോട്ടലിൽ എച്ചിൽ പ്ലേറ്റുകൾ കഴുകിയും, മേശ തുടച്ചും, അടിച്ചു വാരിയും, തൊഴുത്ത് കഴുകിയും, റൊട്ടിത്തകരങ്ങളിൽ എണ്ണ പുരട്ടിയും മടുത്ത എന്നെ മദ്രാസ് നഗരം മാടിവിളിച്ചുകൊണ്ടിരുന്നു. വിയർത്ത് പണിയെടുത്തിട്ടും വയറ് നിറച്ച് ഭക്ഷണവും അസുഖം വന്നാൽ മരുന്നും കിട്ടാത്ത കുടുംബം മനസിനെ നീറ്റിക്കൊണ്ടിരുന്നു. ഓണം നാലു ദിവസം മാത്രമേ വീട്ടിൽ സുഭിക്ഷമായി ഭക്ഷണം കിട്ടിയിരുന്നുള്ളൂ. ചിങ്ങത്തിലെ ഉത്രാടം നാളിൽ അമ്മാവൻ അമ്മയ്ക്ക് ചെറിയൊരു കുട്ടയിൽ അരിയും പച്ചക്കറികളും കൊടുത്തയക്കുന്ന പതിവുണ്ട്. ഓണത്തിന് പെങ്ങളും മക്കളും വയറ് നിറയെ ഭക്ഷിക്കട്ടെ എന്നാവും സഹോദരന്റെ മനസിൽ.

ചായക്കറവീണ് മുഷിഞ്ഞ മുണ്ടും ബനിയനും മാറ്റാൻ ആഴ്ചയിലൊരുതവണ വീട്ടിൽ ചെല്ലുന്ന എന്നെ കണ്ടാലുടനെ തിന്നാനെന്തെങ്കിലും കിട്ടുമെന്ന പ്രതീക്ഷയോടെ ചേച്ചിയുടെ മക്കൾ അടുത്തുവരും. നിസ്സഹായനായ ഞാൻ തളർന്നുപോകും. വിശപ്പെന്ന മഹാശാപത്തിൽ നിന്ന് വീടിന് എന്ന് മോചനം കിട്ടും? തലച്ചോറിൽ ആ ചോദ്യം നിറഞ്ഞുനിന്നു. അപ്പോഴൊക്കെ കുഞ്ഞുബീരാനെക്കുറിച്ചും എം ജി ആറിനെ കുറിച്ചും സ്നേഹവാന്മാരായ തമിഴന്മാരെക്കുറിച്ചും ഓർത്തു. മദ്രാസിൽ ചെന്നാൽ ഒരു ജോലി കിട്ടുമെന്ന വിശ്വാസം ബലപ്പെട്ടുകൊണ്ടിരുന്നു.

മദ്രാസിലേക്ക് ജോലി തേടി പോകണമെന്നു പറഞ്ഞപ്പോൾ അമ്മ കരഞ്ഞു. എന്നാലും ഞാൻ പുറപ്പെടാൻ തന്നെ ഉറച്ചു. ഹോട്ടലിൽ ശമ്പളക്കാരനായാൽ അന്ത്യംവരെ ആ നില തുടരേണ്ടി വരും. ചായമേശക്കാരൻ വിജയനും കുശിനിക്കാരൻ കൃഷ്ണൻ നായരും അതാണ് പറയുന്നത്. ഹോട്ടൽ ജീവനക്കാരൻ മറ്റൊരു തൊഴിലും പഠിക്കില്ല. ഹോട്ടൽ മണങ്ങൾ നമ്മളെ നിരന്തരം വേട്ടയാടിക്കൊണ്ടിരിക്കും.

അക്കാലത്ത് 25 രൂപയായിരുന്നു മദ്രാസിലേക്ക് ട്രെയിൻ ടിക്കറ്റിന്. ചേച്ചി ഓട്ടുമൊന്തയും രണ്ടു കിണ്ണങ്ങളും കുട്ടികളുടെ വെള്ളിയരഞ്ഞാണങ്ങളും വിറ്റു. ആകെ അൻപതു രൂപകിട്ടി. അമ്മയെ പറഞ്ഞു

സമാധാനിപ്പിച്ചു. മദ്രാസിൽ ബീരാൻ എന്നൊരു സുഹൃത്തുണ്ട്. തമിഴ് നടൻ എം ജി ആറിന്റെ സ്വന്തം ആൾ. ബീരാൻ വിചാരിച്ചാലൊരു ജോലി കിട്ടും, തീർച്ച!

അമ്മ പാതി മനസോടെ സമ്മതിച്ചു

അമ്മാവനോട് അനുവാദം ചോദിച്ചില്ല. സമ്മതിക്കില്ല എന്നറിയാം. ചോദിച്ചാൽ ചിലപ്പോൾ തലക്ക് ആഞ്ഞു കിഴുക്കിയിട്ട് 'തീൻമേശ വൃത്തിയാക്ക്, പശുവിന് വൈക്കോൽ വാങ്ങാൻ ശൃംഗപുരത്തേക്ക് പോടാ' എന്നൊക്കെ ശാസിക്കാനും മതി.

കാരണവർ ശമ്പളക്കാരുടെ ചെലവെഴുതുന്ന ഒരു നീളൻ നോട്ടുബുക്കുണ്ട്. അതിന്റെ ഒരു പേജിൽ പറ്റ് പത്ത് പൈസ, ഇരുപത് പൈസ എന്നൊക്കെ എന്റെ പേരിനു താഴെ എഴുതിയിരിക്കുന്നത് ഒരിക്കൽ കാണാനിടയായി. പലപ്പോഴായി വാങ്ങിയ പൈസയുടെ കണക്കാണത്. സങ്കടം തോന്നി. പതിനഞ്ചുരൂപയാണ് അമ്മാവൻ നിശ്ചയിച്ചിരിക്കുന്ന ശമ്പളം. അനന്തിരവനെ ശമ്പളക്കാരനായി കരുതുന്ന കാരണവരിൽ നിന്നും പലായനം ചെയ്യണമെന്ന് അന്നാണെനിക്ക് തോന്നിയത്.

മദ്രാസ് സെൻട്രൽ റെയിൽവേ സ്റ്റേഷനിലെ ജനപ്രവാഹത്തിൽ വന്നിറങ്ങിയപ്പോൾ ബീരാനെ കാണണം എന്ന ഒറ്റ ചിന്തമാത്രമായിരുന്നു മനസിൽ. നാട്ടിൽ വീടിനു മുന്നിലെ കായൽത്തീരം പോലെയോ, കാളീഭഗവതിയുടെ കാവിനു ചുറ്റും തഴയ്ക്കുന്ന കമ്പോളം പോലെയോ, ശാന്തമായിരുന്നില്ല ആരവങ്ങൾക്കറുതിയില്ലാത്ത മദ്രാസ് നഗരം. വിസ്മയിപ്പിക്കുന്ന നഗരക്കാഴ്ചകളിൽ ഞാനൽപ്പം അന്ധാളിച്ചുപോയി. പ്രതീക്ഷകളുമായി വന്നിരിക്കുന്ന എന്നെ മദ്രാസ് നഗരം എങ്ങനെ സ്വീകരിക്കുമെന്നുള്ള അങ്കലാപ്പ് പെരുകി.

നഗരരഥ്യകളുടെ ഓരങ്ങളിൽ കറുപ്പും ചുമപ്പും നിറങ്ങളുള്ള കൊടികളുടെ ബാഹുല്യം എന്നിൽ അതിശയമുണർത്തി. കമ്യൂണിസ്റ്റുകാരന്റെ ഒരു ചുവന്ന പതാകയെങ്കിലും കാണാത്തതിൽ സങ്കടം തോന്നി. അണ്ണാദുരൈയുടെയും എം ജി ആറിന്റെയും കരുണാനിധിയുടെയും ചിത്രങ്ങളുള്ള പോസ്റ്ററുകൾക്കിടയിൽ എ കെ ജി യുടെയും ഇ എം എസിന്റെയും മുഖങ്ങൾ തിരഞ്ഞു. ചുവന്ന പതാകകളുടെ അഭാവം തൊഴിലാളി വർഗത്തിന് വലിയ നഷ്ടമാണെന്ന് തോന്നി. എനിക്ക് ഏറെ പരിചയമുള്ള നിറമാണ് ചുവപ്പ്. ചെറുപ്പത്തിൽ ഞാനും മറ്റൊരുപാട് സഖാക്കളും ജാഥകളിൽ പിടിച്ചു നടന്നിട്ടുള്ള പതാക മദ്രാസ് നഗരത്തിന് അന്യമാവാൻ പാടില്ലാത്തതായിരുന്നു.

റെയിൽവെ സ്റ്റേഷനിൽനിന്നും പുറത്തേക്കിറങ്ങി.

വഴിവാണിഭക്കാരുടെ ഒച്ചയും വിളിയും. മലയാളികളാണെന്ന് കണ്ടാലറിയാം. ഇളനീരും പനനൊങ്കും വിൽക്കുന്നവർ. പുൽപ്പായകളും കുട്ടിയുടുപ്പുകളും മിഠായികളും ചക്കരയും വിൽക്കുന്നവർ. പക്ഷിശാസ്ത്രക്കാർ. കൈരേഖാശാസ്ത്രം പറയുന്നവർ.

ഒരു ഇളനീർവാലയോട് സെയ്ദാപേട്ടിലേക്കുള്ള വഴി ചോദിച്ചു. ആദ്യത്തെ വളവ് തിരിഞ്ഞ് നേരെ പോയാൽ ഫോർട്ട് സ്റ്റേഷനായി. അവിടെനിന്ന് ഇലക്ട്രിക് ട്രെയിനിൽ കയറി സെയ്ദാപ്പേട്ടിലിറങ്ങാം. മൊട്ടത്തലക്കാരനായ അയാൾ പറഞ്ഞു.

സ്റ്റേഷനിലെത്തി ക്യൂവിൽനിന്ന് ടിക്കറ്റെടുത്തു. അരമണിക്കൂർ കഴിഞ്ഞപ്പോൾ സെയ്ദാപ്പേട്ടായി. അണ്ണാ ടി സ്റ്റാൾ മാനേജർ ബീരാന്റെ തട്ടകം.

തീക്ഷ്ണമായ വെയിൽച്ചൂടിലൂടെ ബീരാൻ പറഞ്ഞു തന്നിട്ടുള്ള ഊക്കൻ വാട്ടർടാങ്കും തേടി നടന്നു. അതിനടുത്താണ് അണ്ണാ ടി സ്റ്റാൾ. കുമ്മായം പൂശി മിനുക്കിയതും ഓടുമേഞ്ഞതുമായ ഒരേ മുഖമുള്ള വീടുകളുടെ വാതിൽ മുറ്റങ്ങളിൽ പലതരത്തിലുള്ള കോലങ്ങൾ തമിഴ് സംസ്കാരത്തിന്റെ ചിഹ്നമെന്നപോലെ തെളിഞ്ഞു കിടന്നിരുന്നു. വർണച്ചേല ചുറ്റിയ സ്ത്രീകൾ പരന്ന വാരിക്കുട്ടകളിൽ പൂക്കളും പേരക്കയും വിൽക്കാൻ വെച്ചിരുന്നു. കാറ്റിൽ മുല്ലയുടെ സുഗന്ധം ഞാൻ ശ്വസിച്ചു.

ബീരാന്റെ നുണ

സർക്കാരിന്റെ ദയാവധത്തിനു കാത്തുകിടക്കുന്ന സെയ്ദാപേട്ടിലെ ഊക്കൻ വാട്ടർടാങ്ക് കണ്ടുപിടിക്കാൻ വലിയ വിഷമമൊന്നുമുണ്ടായില്ല. ഉയരമുള്ള ഉരുക്കിന്റെ തൂണുകൾ ചുമക്കുന്ന അത്തരമൊരു ഇരുമ്പു പേടകം മറ്റെവിടെയെങ്കിലും കണ്ടതായി ഓർമവരുന്നില്ല. തുരുമ്പു പൊറ്റ കെട്ടിയ തൂണുകൾക്കു ചുറ്റും അലങ്കോലപ്പെട്ട വേലി. വേലിക്കുള്ളിൽ കുഷ്ഠരോഗികളുടെയും ഭിക്ഷക്കാരുടെയും കലപില.

തമിഴ് സിനിമാ നടൻ എം ജി ആറിന്റെ കഥകൾ വിളമ്പിയ ബീരാനെ വിശ്വസിച്ചാണ് മദ്രാസിലേക്ക് ട്രെയിൻ കയറിയത്. ബീരാൻ എന്നിൽ കുത്തിവച്ചത് സ്വപ്നങ്ങളും പ്രതീക്ഷകളുമായിരുന്നു.

ബീരാൻ പറഞ്ഞ അണ്ണാ ടീ സ്റ്റാൾ ഒറ്റനിലയിൽ ഓടിട്ട സാമാന്യം വലിയൊരു കെട്ടിടമായിരുന്നു. ബീരാനെ തിരയുന്ന കണ്ണുകളോടെ ഒരു പാടുനേരം ഞാൻ ടീ സ്റ്റാളിന്റെ മുന്നിൽ നിന്നു. ക്ഷമ കെട്ടു. വിശപ്പ് പെരുകാൻ തുടങ്ങി. അകത്തു കയറി കസേരയിലിരുന്നു. സപ്ലയർ വന്ന് നാസ്ത എന്ന വേണമെന്നു ചോദിച്ചു? പൊങ്കൽ വടകറി, ഊത്തപ്പം, മസാലദോശ, പൂരി, കിഴങ്ക്, ഇഡ്ഢലി സാമ്പാർ, തൈരുവടൈ.

രണ്ടിഡ്ഢലീം സാമ്പാറും. ഞാൻ പറഞ്ഞു.

നിമിഷങ്ങൾക്കുള്ളിൽ ആവി പറക്കുന്ന സാമ്പാറും ഇഡ്ഢലിയും മേശപ്പുറത്തെത്തി. ചായ സ്റ്റീൽ ഗ്ലാസിൽ ഡവറകൊണ്ട് മൂടിയാണ് കൊണ്ടുവന്നത്. ആർത്തി പുറത്തു കാണിക്കാതെ സാവധാനം നാസ്ത കഴിച്ചു. നാസ്ത! ഒരു പുതിയ വാക്കാണത്. മദ്രാസ് നഗരത്തിൽ പ്രഭാത ഭക്ഷണത്തിന് നാസ്ത എന്നാവും പറയുന്നത്!

ചായ മൊത്തുന്നതിനിടയിൽ സപ്ലെയറോട് മാനേജർ ബീരാനെ കാണാൻ പറ്റുമോ എന്ന് ചോദിച്ചു.

ബീരാനോ? ഏതു ബീരാൻ? ഞാനാണിവിടെ മാനേജർ. തോമസ് നായരെന്നാണെന്റെ പേര്: അയാൾ പറഞ്ഞു. ക്രിസ്ത്യാനി നായരോ? എനിക്കതിശയം തോന്നി.

ബീരാൻ അണ്ണാ ടി സ്റ്റാളിന്റെ മാനേജരാണെന്നാണല്ലോ പറഞ്ഞിട്ടുള്ളത്. എനിക്കയാളെ കണ്ടേ മതിയാവൂ. അയാളെ തേടിയാണ് കേരളത്തിൽനിന്നും വന്നത്: ഒരപേക്ഷയെന്നപോലെ തോമസ് നായരോട് പറഞ്ഞു.

തോമസ്നായർക്കെന്നോട് കൂടുതൽ സംസാരിച്ചു നിൽക്കാൻ സമയമില്ല. ഹോട്ടലിൽ തിരക്കുള്ള നേരമാണ്. പുറത്തെവിടെയെങ്കിലും പോയിരിക്ക്. ഉച്ചകഴിഞ്ഞ് മൂന്നുമണിക്ക് നമുക്ക് കണ്ടു സംസാരിക്കാം. തോമസ് നായർ ഉപദേശിച്ചു.

വാട്ടർ ടാങ്കിനും അണ്ണാ ടീ സ്റ്റാളിനും ഇടയിൽ സാമാന്യം വീതിയുള്ളൊരു ടാർ നിരത്ത് പാഞ്ഞുപോകുന്ന ഓട്ടോറിക്ഷകൾ. ഹെർക്കുലീസ് സൈക്കിളുകളുടെ മണിയൊച്ച. ഉന്തുവണ്ടികൾ. ടി സ്റ്റാളിന്റെ ചുമരിൽ *മന്നാതിമന്നൻ, പുതുമൈപ്പിത്തൻ* എന്നീ സിനിമകളുടെ പോസ്റ്ററുകൾ.

വാട്ടർ ടാങ്കിനു കീഴെ തോമസ് നായർ വരുന്നതും കാത്തിരുന്നു. കൺവെട്ടത്ത് ഭിക്ഷക്കാരുടെ ഉറക്കെയുള്ള വർത്തമാനം. അലൂമിനിയ ക്കലങ്ങളിൽ എന്തോ വേവുന്നതിന്റെ മണം. കുട്ടികളുടെ കരച്ചിൽ. .

പതിനൊന്നു മണിമുതൽ കാത്തുകാത്തിരുന്ന് നേരം മൂന്നായി. മൂന്നരയായി.. നാലായി. ചങ്കിടിപ്പ് പെരുകി. ഇരിക്കപ്പൊറുതിയില്ലാതെ ഞാൻ എണീറ്റ് ടി സ്റ്റാളിലേക്ക് നടന്നു. അപ്പോഴതാ തോമസ്നായർ വരുന്നു! കണ്ടപാടെ ഞാൻ തിരക്കി: "ബീരാനെ നിങ്ങൾ അറിയുമോ? എനിക്കയാളെ ഒന്നു കാണണം. അയാൾടെ വാക്ക് വിശ്വസിച്ചിട്ടാണ് ഞാൻ കേരളത്തീന്ന് വന്നിരിക്കുന്നത്."

"താൻ വാ. നമക്ക് കെടപ്പ് മുറീപ്പോയിരുന്ന് സംസാരിക്കാം." തോമസ് നായർ എന്റെ വാക്കുകൾക്ക് അധികം ചെവികൊടുക്കാതെ നടന്നു.

ടാങ്കിനടുത്തുള്ള ഒരു പഴയ ഇരുനിലക്കെട്ടിടത്തിന്റെ രണ്ടാംനിലയിലേക്കുള്ള പഴകി ചാരനിറം വീണ ഗോവണിപ്പടികൾ കയറുന്ന അയാളുടെ പിന്നാലെ ഞാനും നടന്നു. വിശാലമായൊരു മുറിയാണത്. ഒരു മൂലയിൽ ചുരുട്ടിവെച്ച പുൽപ്പായകൾ. അയയിൽ അഴുക്കും മെഴുക്കും കട്ടപിടിച്ച തോർത്തുകൾ. ഉടുമുണ്ടുകൾ. നിലത്ത് *ദിനതന്തി* പത്രത്തിന്റെ ചുളിഞ്ഞ താളുകൾ. സിനിമാപാട്ട് പുസ്തകങ്ങളും *മലയാള മനോരമ* വാരികകളും.

വന്നപാടെ തോമസ് നായർ ഉറങ്ങുന്ന ജോലിക്കാർ രണ്ടുപേരെയും വിളിച്ചുണർത്തി: "പട്ടപ്പ, കറപ്പാണ്ടി എള്ന്ത്ടടാ എള്ന്ത്ടടാ..........."

പട്ടപ്പന് ജോലി അരിയാട്ടലും, കറപ്പാണ്ടിക്ക് തെരുവ് പൈപ്പിൽനിന്ന് വെള്ളം പിടിക്കലുമാണെന്ന് പിന്നീട് ഞാനറിഞ്ഞു. കറപ്പാണ്ടി വേഗം

എഴുന്നേറ്റ് അരയിൽ മുണ്ടു ചുറ്റി. കറുത്ത ബനിയനെടുത്തിട്ടു. ചുരുളൻ മുടി ചീകിയൊതുക്കി താഴെ പൈപ്പിനടുത്തേക്ക് നടന്നു. എന്നും കൃത്യം നാലുമണിക്കാണ് 'കുഴായിൽ ' വെള്ളം വരുന്നത്. പെണ്ണുങ്ങളുമായി വഴക്കിട്ട് മത്സരിച്ച് ഇരുപത് കുടം കുടിത്തണ്ണീർ കറപ്പാണ്ടി ടീ സ്റ്റാളിലെത്തിക്കണം. കൂടാതെ രാത്രി വെപ്പുപാത്രങ്ങൾ കഴുകണം. ഹോട്ടൽ കഴുകി തുടയ്ക്കണം. പാത്രം കഴുകാനും നിലം തുടക്കാനും അകത്ത് ചാമ്പ് പൈപ്പുണ്ട്. കിട്ടുന്നത് ഉപ്പുത്തണ്ണിയാണെന്നു മാത്രം.

പട്ടപ്പൻ ഉറങ്ങുകയായിരുന്നില്ല. അവൻ പനിച്ച് തളർന്ന് കിടക്കുകയായിരുന്നു. ഞരക്കംകേട്ട് തോമസ്നായർ അടുത്തു ചെന്ന് അവനെ തൊട്ടുനോക്കി. നല്ല കാച്ചല്. ഒപ്പം ദേഹത്ത് മുതിര വാരിയെറിഞ്ഞതുപോലെ പോളങ്ങൾ.

ഹോട്ടലിലെ ആട്ടുകല്ല് ഇനിയാര് തിരിക്കും? മാനേജർക്ക് വേവലാതിയായി. അയാൾ തൽക്കാലം കറപ്പാണ്ടിയെ ആ ജോലികൂടി ഏൽപ്പിച്ചു. "ഇന്ന് ഇഡ്ഡലിക്കും വടക്കും നീ ആട്ടിയേ പറ്റൂ. നാളെ വേറെ ആളെ ഏർപ്പാടാക്കാം. പട്ടപ്പന് രണ്ടാഴ്ചക്കാലത്തേക്ക് അവധി വേണ്ടിവരും."

"നായർ സാറ് പറ! ബീരാനെ കാണാനെന്താ വഴി? അയാളെ കണ്ടുപിടിച്ചാലെ എനിക്ക് നിൽക്കക്കള്ളി കിട്ടൂ." തുണക്ക് ആരുമില്ലാതെ മദ്രാസ് നഗരത്തിൽ എങ്ങനെ നിലയുറപ്പിക്കുമെന്ന ആശങ്കയോടെ. കരച്ചിലിന്റെ വക്കത്ത് നിൽക്കുന്ന ഞാൻ തോമസ് നായരോട് ചോദിച്ചു.

"എടോ തനിക്കറിയില്ല, ബീരാനൊരു വീരനായിരുന്നു. പേരിന് പെട്ടിക്കടയിട്ട് പട്ടച്ചാരായം വിൽക്കലായിരുന്നു അയാൾടെ തൊഴിൽ. ഒടുവിൽ പൊലീസ് പിടിച്ചു. ജയിലിലായി. നാട്ടില് വന്ന് തന്നോട് വീമ്പ് പറഞ്ഞിട്ടുണ്ടാവും. വീമ്പ് പറഞ്ഞ് നാട്ടുകാരെ മക്കാറാക്കലായിരുന്നു അവന്റെ ഹോബി." തോമസ്നായർ ബീരാന്റെ നിജസ്ഥിതി വെളിപ്പെടുത്തി. അതുകൂടി കേട്ടപ്പോൾ എന്റെ പ്രതീക്ഷ അസ്തമിച്ചു.

പനിച്ചു കിടക്കുന്ന പട്ടപ്പന്റെ അരികത്തിരുന്ന് ഞാൻ വിങ്ങിക്കരയാൻ തുടങ്ങി. തോമസ് നായർ എന്നെ സമാധാനിപ്പിച്ചു. സാരമില്ല തമ്പീ! എല്ലാം നേരെയാകും. കുറെനാള് കഷ്ടപ്പെട്ടാല് ഒരു നാള് നല്ലവഴി കെടയ്ക്കും! മദ്രാസ് നഗരത്തില് വന്നെറങ്ങ്യേപ്പത്തന്നെ ആരാ തനിക്കൊരു ജോലി വിളിച്ചു തരാൻ? ഏതായാലും ഇവിടെ വന്ന നിലയ്ക്ക് ഈ മുറീത്തന്നെ കെടക്കാം. പിന്നീട് ഹോട്ടൽ മൊതലാളിയോട് പറഞ്ഞ് ഞാനെന്തെങ്കിലും ജോലി ശരിയാക്കിത്തരാം.

തോമസ്നായരുടെ ശുപാർശയിൽ ടീ സ്റ്റാൾ മുതലാളി എനിക്കു തന്ന ജോലി ഇഡ്ഡലിക്കും വടയ്ക്കും തേങ്ങാച്ചമ്മന്തിക്കും അരയ്ക്കലായിരുന്നു. വസൂരിബീജങ്ങളുമായി പുളിയന്തോപ്പിലെ ചേരിമാടത്തിലേക്ക് വിശ്രമിക്കാൻ പോയ പട്ടപ്പന്റെ പകരക്കാരൻ.

മറ്റൊരു വഴിയും മുന്നിൽ കാണാതെ അന്തിച്ചു നിന്ന ഞാൻ വലിയൊരു വാരിക്കുട്ടയുടെ വലുപ്പമുള്ള ആട്ടുകല്ലിന്റെ മരപ്പിടിയുറപ്പിച്ച തിരികല്ല് പിടിച്ച് ശക്തിയോടെ ഉഴുന്നും അരിയും ആട്ടാൻ തുടങ്ങി.

ഉറക്കം ടീ സ്റ്റാളിലെ ജോലിക്കാരുടെ മുറിയിൽ. കൂട്ടുകാരായി സപ്ലൈയർ ചെല്ലദുരൈ, ടേബിൾ ക്ലീനർ നല്ലതമ്പി, കുശിനി മേസ്ത്രി ദേവൻ നായർ, വെള്ളംകോരുന്ന കറപ്പാണ്ടി, മാനേജർ തോമസ്നായർ.

ഹോട്ടലടച്ചാൽ ചാമ്പ് പൈപ്പ് തുപ്പുന്ന ഉപ്പുവെള്ളത്തിലാണ് കുളിയും അലക്കും. കുളികഴിഞ്ഞാൽ അത്താഴം. ഉറങ്ങാൻ കിടക്കുമ്പോഴാണ് ജോലിക്കാരുടെ പേച്ചും ചിരിയും. സിനിമയാണ് തമിഴ് സഹജീവികളുടെ മുഖ്യ സംസാരവിഷയം.

വേനൽക്കാലമാണ്. പുഴുക്കം. തോമസ്നായരും, കുശിനിമേസ്ത്രി ദേവൻനായരും ഞാനും പുല്ലുപായകളുമെടുത്ത് വാട്ടർടാങ്കിന്റെ ചോട്ടിൽ ചെന്നുകിടക്കും. കൊതുകുകടിയേൽക്കാതിരിക്കാൻ ഉടുതുണിയഴിച്ച് തലവഴി മൂടിപ്പുതയ്ക്കും.

ദേവൻനായർ പ്രായമേറെയുള്ളയാളാണ്. അരനൂറ്റാണ്ടായി നഗരത്തിൽ വന്നിട്ട്. നാട്ടിൽ പോകാറില്ല. വീടും വിവാഹവും വേണ്ട. ഒറ്റത്തടി.

ദേവൻനായരാണ് മദ്രാസിലെ ജാതിവിളയാട്ടങ്ങളെപ്പറ്റി എന്നോട് പറഞ്ഞത്. മലയാളിയെന്നാൽ നായരും നമ്പ്യാരും നമ്പൂതിരിയുമാണ് തമിഴർക്ക്. അവരോടാണ് ബഹുമാനം. ജാതിയിൽ താഴ്ന്നവരെന്നു മുദ്രകുത്തിയവരെ അവർ നാലയലത്തുപോലും അടുപ്പിക്കില്ല. ജോലി കിട്ടാനെളുപ്പം നോക്കിയാണ് തേവൻ ദേവനായത്. ദേവനെന്ന ദേവൻ നായർ.

മുപ്പതു രൂപയാണ് അരിയാട്ടുകാരനായ എനിക്ക് ആദ്യമായി കിട്ടിയ ശമ്പളം. അമ്പത് പൈസ നിത്യവും ബാറ്റ തരും. മുപ്പതുരൂപ അമ്മക്ക് മണിയോർഡറായി അയച്ചു. പണം കിട്ടിയതിന്റെ റസീറ്റ് കൈപ്പറ്റിയപ്പോൾ ആശ്വാസം തോന്നി.

മദ്രാസ് നഗരത്തിൽ ഞാൻ കഷ്ടിച്ച് നാല് മാസമാണ് ജീവിച്ചത്. അപ്പോഴേക്കും കഠിനമായ സൂര്യതാപത്തിൽ വെന്തുപോയി. ആട്ടുകല്ലിന്റെ ഭാരം മനസിന്റെ ഉറവകളെ വറ്റിച്ചുകളഞ്ഞു. ഞായറാഴ്ചകളിൽ തിരക്കുള്ള നഗരഗല്ലികളിൽ നല്ലതമ്പിയോടൊപ്പം അലഞ്ഞു നടന്നു. ദേവൻനായർ ഉപദേശിച്ചതുപോലെ എപ്പോഴെങ്കിലും നല്ലൊരു ലാവണം കിട്ടുമെന്ന് പ്രതീക്ഷിച്ചു. കരച്ചിലും അലച്ചിലും മാത്രമല്ല, പൊട്ടിച്ചിരികളും സാന്ത്വനവും കൂടിയാണ് ജീവിതം എന്നാരോ തലച്ചോറിലിരുന്ന് മന്ത്രിക്കുന്നതുപോലെ തോന്നി.

ബീരാന്റെ സഹായമില്ലാതെ തന്നെ സിനിമാനടൻ എം ജി രാമചന്ദ്രനെകണ്ട് ഒരു ജോലി തരണമെന്നപേക്ഷിച്ചാലോ? പലപ്പോഴും ഞാനങ്ങനെയാലോചിച്ചു. അക്കാര്യം ദേവൻനായരോട് രഹസ്യമായി പറഞ്ഞു. ആകെ നരച്ച ആ മനുഷ്യന് പൊട്ടിച്ചിരിക്കാനാണ് തോന്നിയത്. എന്നിട്ട് പറഞ്ഞു: "കേരളത്തീന്ന് ജോലി തേടി വന്നോർക്കുവേണ്ടി എം ജി ആർ ഒരു ഫാക്ടറി തൊടങ്ങീട്ട്ണ്ട്ന്നാണോ നിന്റെ വിചാരം. നഗരത്തില് റിക്ഷവലിച്ച് നടന്നാ ചെലപ്പോ അദ്ദേഹം നിനക്ക് ഒരു മഴക്കോട്ട് തന്നെന്നിരിക്കും. അതാ ആ നടന്റെ പോപ്പുലാരിറ്റിക്ക് ഒരു

കാരണം. നീ തേനാംപേട്ടാന്ന് കേട്ടിട്ടുണ്ടോ? അവിടെ സ്കൂൾ സർട്ടിഫിക്കറ്റുമായി ചെല്ല്. ചെലപ്പോ നിന്നെ പട്ടാളത്തിലേക്ക് എടുത്തെന്നിരിക്കും."

അക്കാലത്ത് ഒരു പൗരന് രാജ്യത്തെ ഏത് മിലിട്ടറി റിക്രൂട്ടിംഗ് ഓഫീസിലും ചെന്ന് പട്ടാളത്തിൽ ചേരാൻ സാധിക്കുമായിരുന്നു. സ്നേഹവാനായ ദേവൻനായർ വീണ്ടും പറഞ്ഞു: "ഈ ഹോട്ടലില് വെള്ളം കോരാനും അരിയാട്ടാനും സപ്ലൈപണിക്കും നിന്നിട്ടൊള്ള നിന്റെ പ്രായക്കാരായ ഒരുപാട് ചെറുപ്പക്കാര് പട്ടാളത്തീച്ചേർന്ന് തടിതപ്പീട്ട്ണ്ട്. നീയും അപ്പണി പറ്റോന്ന് നോക്ക്. മറ്റേത് ജോലിക്ക് ശ്രമിക്കുന്നതിനേക്കാളും അതാണ് എളുപ്പം."

വൈകാതെ ഒരു ദിവസം മുതലാളിയോട് അനുവാദം വാങ്ങി തേനാംപേട്ടയിലെ മിലിട്ടറി റിക്രൂട്ടിംഗ് ഓഫീസിലേക്ക് പോയി. മതിലും മതിലകത്ത് വൻവൃക്ഷങ്ങളും. നടുവിൽ വലിയൊരു കെട്ടിടം. കെട്ടിടത്തിന്റെ വീതിയേറിയ വരാന്തയിലും മുറ്റത്തും ഒരുപാട് ചെറുപ്പക്കാർ അണ്ടർവെയർ മാത്രമിട്ട് നിരന്നു നിൽക്കുന്ന കാഴ്ച. പത്തറുപതുപേരെ പരിശോധിച്ചതിൽ ഏഴുപേർ മാത്രമേ അന്ന് 'ഫിറ്റ്' ആയുള്ളൂ. ബാക്കിയുള്ളവർ നിരാശയോടെ മുഖം കുനിച്ച് ഇറങ്ങിപ്പോകുന്നതു കണ്ടു.

റിക്രൂട്ടിംഗ് ഓഫീസർ എന്നെ അൺഫിറ്റാക്കിയത് തൂക്കക്കുറവുകൊണ്ടായിരുന്നു. വേണ്ടതിലും കൃത്യം രണ്ടുകിലോ കുറവ്. റിക്രൂട്ടിംഗ് ഓഫീസർ ഒരു തെലുങ്കനായിരുന്നു. സുബേദാർ ഹനുമന്തറാവു. "പോയി മട്ടനും ചോറും വയറ് നിറയെ ശാപ്പിട്ട് തടിയുണ്ടാക്ക്. തൂക്കം കൃത്യമാവുമ്പോ നീ ഇവിടെ വന്നാമതി. അല്ലാതെ ഈ മതിലകത്ത് കാലുകുത്തീട്ട് ഒരു കാര്യവുമില്ല." സുബേദാർ പാതി ഹിന്ദിയിലും പാതി തമിഴിലും അൽപ്പം ഉറക്കെ എല്ലാവരും കേൾക്കാനായി പറഞ്ഞു.

ഭാരമുള്ള ആട്ടുകല്ലിൽനിന്ന് മോചനം തേടി രണ്ടാഴ്ചയ്ക്കുശേഷം ഞാൻ വീണ്ടും റിക്രൂട്ടിംഗ് ഓഫീസിലെത്തി. കൂട്ടത്തിൽ നിന്ന് തൂക്കം പരിശോധിച്ചു. ഒന്നരകിലോ കുറവ്. ദേഷ്യത്തോടെ സുബേദാർ ചോദിച്ചു. "കൃത്യം അമ്പത്തിനാല് കിലോ തൂക്കം ഉണ്ടെങ്കി മാത്രം വന്നാമതീന്ന് പറഞ്ഞിട്ടില്ലേ നിന്നോട്?"

ഒന്നരക്കിലോ മാംസം ശരീരത്തിൽ വന്നു നിറയാൻ ഇനിയെത്രനാൾ കൂടി കാത്തിരിക്കണം? അന്നുമുതൽ ഇഡ്ഡലി രണ്ടെണ്ണം കൂടുതൽ തിന്നാൻ തുടങ്ങി. ബാറ്റക്കാശിന് തൊട്ടടുത്ത തെരുവിലുള്ള തെങ്കാശിപ്പിള്ളയുടെ കടയിൽനിന്ന് ഓരോ ഗ്ലാസ് പാലും വാങ്ങിക്കുടിച്ചു. എന്നും കണ്ണാടിയിൽ തടിമിനുപ്പും മസിലും നോക്കി നിന്നു. ഒലീവ്ഗ്രീൻ യൂണിഫോം ധരിച്ച പട്ടാളക്കാരന്റെ ഗമയോടെ മുറിയിൽ നിന്ന് ചാടാനും, ദേഹം വളച്ചും ചരിച്ചും കസർത്തെടുക്കാനും തുടങ്ങി.

ഒരുമാസം കഴിഞ്ഞു. വീണ്ടും റിക്രൂട്ടിംഗ് ഓഫീസിലേക്ക് പോയി. അന്ന് റിക്രൂട്ടിംഗ് ഓഫീസിൽ തിരക്ക് കുറവായിരുന്നു. ഊഴം വന്നപ്പോൾ എന്റേയും തൂക്കവും നെഞ്ചളവും നോക്കി. വീണ്ടും അരക്കിലോ കുറവ്.!

സുബേദാർ എന്നോട് പുറത്ത് കടക്കാൻ ആജ്ഞാപിച്ചപ്പോൾ തൊഴുതു നിൽക്കാനാണെനിക്ക് തോന്നിയത്. എന്റെ മുഖത്തെ ദയനീയ ഭാവം കണ്ട് അദ്ദേഹം ഒന്നയഞ്ഞു.

"എത്ക്കടാ എങ്കളെ തൊന്തരവ് ശെയ്യനീ എപ്പവും ഇങ്കെ വര്റത്?" സുബേദാർ പരുക്കൻ മട്ടിൽ ചോദിച്ചു.

"കാപ്പാത്തുങ്കൊ സർ! വേറെയൊരു വഴിയും കാണുന്നില്ല സർ" ഞാൻ വിനീതനായി പറഞ്ഞു.

സുബേദാർക്ക് എന്നോട് ദയവ് തോന്നി.

ആ ദയയാണെനിക്ക് ഒലീവ്ഗ്രീൻ യൂണിഫോം തന്നത്. ഏഴ് ചെറുപ്പക്കാരോടൊപ്പം, ഫിറ്റ്നസ് സർട്ടിഫിക്കറ്റിനും നാസിക്കിലെ ട്രെയിനിംഗ് സെന്ററിലേക്ക് പോകാനുള്ള റെയിൽവെ വാറണ്ടിനും അവകാശിയാക്കിയത്.

മദ്രാസ് മഹാനഗരത്തോട് നന്ദി പറയാം. ആട്ടുകല്ലിന്റെ ഭാരം മെലിഞ്ഞ കൈത്തണ്ടയിൽ നിന്നെടുത്തുമാറ്റിയ ആന്ധ്രക്കാരൻ റിക്രൂട്ടിംഗ് ഓഫീസർ സുബേദാർ ഹനുമന്തറാവുവിനെ അനുഗ്രഹിക്കണേയെന്ന് എന്നുമെന്നും ദൈവത്തോട് പ്രാർഥിക്കാം!....

യൂണിഫോമിന്റെ കരുത്ത്

ബറ്റാലിയനിൽ പണ്ഡിറ്റ്ജിക്കാണ് സൈനികരുടെ ആത്മീയ കാര്യങ്ങളുടെ ചുമതല. ചന്ദനപ്പൊട്ടും വെളുത്ത ജുബ്ബയും പാളത്താറും ധരിച്ച് ബറ്റാലിയന്റെ ജാതക വിശേഷങ്ങൾ കമാന്റിങ് ഓഫീസർക്ക് ഓതിക്കൊടുക്കുന്ന ധരംഗുരു.

പടനിലങ്ങളുടെ തമ്പുരാന്റെ കൈമുദ്ര പതിഞ്ഞ യുദ്ധകവചം ധരിക്കുന്നവർക്ക് സ്വർഗത്തിൽ പ്രത്യേകമൊരിടമുണ്ടെന്നാണ് പണ്ഡിറ്റ്ജി മന്ദിർപരേഡിൽ പറയാറുള്ളത്. ചരിത്രത്തിൽ തിളങ്ങി നിൽക്കുന്ന വില്ലാളി വീരരായ കർണനെയും അർജുനനെയും പറ്റി അദ്ദേഹം വാചാലനാവും. യുദ്ധങ്ങളെ ഉപാസിച്ച് ജീവിതം ഇതിഹാസമാക്കിയ മഹാമല്ലന്മാരുടെയും, വീരചക്രങ്ങളും മഹാവീരചക്രങ്ങളും നേടി ബറ്റാലിയന്റെ യശസുയർത്തിയ പൂർവ സൈനികരുടെയും കഥകൾ വിസ്തരിക്കും.

കൊലച്ചോറ് വിളമ്പുന്ന സൈന്യത്തിലാണല്ലോ മകന് അഭയം കിട്ടിയതെന്നോർത്ത് അമ്മ ഒരുപാട് കരഞ്ഞുവെന്ന് ഞാനറിഞ്ഞു. അക്കാലത്ത് ജോലിതേടി പാലക്കാടൻ ചുരം കടന്നു പോയവർ നാട്ടിൻപുറത്ത് വിരളമായിരുന്നു. അറബിപ്പൊന്നും തേടി ചെറുപ്പക്കാർ വിമാനത്തിൽ പറക്കാനും കള്ളലോഞ്ചിൽ തുഴയാനും തുടങ്ങിയിരുന്നില്ല. അത്തറിന്റെ മണമുള്ള കാറ്റ് ഗൾഫിൽനിന്നെത്താൻ പിന്നെയും വർഷങ്ങളെടുത്തു. കാനോലിക്കനാലിന്റെ തീരങ്ങളിലെ ജീവിതമപ്പോഴും വറുതിയിലും നല്ല നാളെയുടെ മുദ്രാവാക്യങ്ങളിലും കിടന്ന് വേവുകയായിരുന്നു. കല്ലിൽ കൊത്തിവച്ച ദൈവങ്ങളും ചോര തിളയ്ക്കുന്ന വിപ്ലവാവേശങ്ങളും നാട് വാണിരുന്ന കാലം. മകന്റെ നൽവാഴ്വിനുവേണ്ടി അമ്മ ഭഗവതിക്കും ചാത്തനും ചാത്തൻ മുത്തപ്പനും കണ്ഠാകർണ്ണനും പണിക്കരച്ചനും

കട്ട്യാവും കലശവും നെൽപറയും നേർന്നു. യുദ്ധദുരന്തങ്ങളിൽനിന്ന് മകനെ കാക്കണേയെന്നു പ്രാർഥിച്ചു.

പട്ടാളത്തിൽനിന്ന് തന്റെ മകൻ വാസുവിനെ പിരിച്ചുവിടാൻ ഓഫീസർക്ക് തോന്നിയത് കാവിൽഭഗവതിയുടെ കനിവുകൊണ്ടാണെന്ന് വല്യമ്മ അമ്മയോടു പറയുന്നതുകേട്ടു. മകനെ കൊലച്ചോറ് തീറ്റിക്കല്ലേ ഭഗവതീ എന്നാവും വല്യമ്മ മനംനൊന്ത് പ്രാർഥിച്ചത്! വാസുവിന് യൂണിഫോം നഷ്ടപ്പെടാൻ കാരണം പൊലീസിന്റെ രഹസ്യ റിപ്പോർട്ടാണെന്ന് വല്യമ്മക്കറിയില്ലായിരുന്നു. കമ്യൂണിസ്റ്റ് കുടുംബത്തിലെ അംഗമായ വാസുവിനെ പൊലീസ് വിപ്ലവകാരിയെന്ന് മുദ്രകുത്തി. മിലിട്ടറി നിയമം അപകടകാരിയായ വാസുവിനെ പടിക്ക് പുറത്താക്കി. കൂടപ്പിറപ്പിന്റെ മകന്റെ കഥ അറിയാവുന്നതുകൊണ്ടാവണം കൊലച്ചോറിൽ നിന്നും തന്റെ മകനും വിടുതി നൽകണേയെന്ന് അമ്മ പ്രാർഥിച്ചത്. ആനപ്പാപ്പാന്റെ ചോറുപോലെ പട്ടാളക്കാർ ഉണ്ണുന്നതും കൊലച്ചോറാണെന്നൊരു വിശ്വാസം അന്നൊക്കെ നാട്ടിൻപുറങ്ങളിൽ ദൃഢമായിരുന്നു.

ചണക്കയർ വരിഞ്ഞ മുപ്പതോ നാൽപ്പതോ ചാർപ്പായികൾ ചുമരോട് ചേർത്ത് വരിതെറ്റാതെയിട്ട നീളൻ ബാരക്കുകളാണ് പട്ടാളക്കാരുടെ ഉറക്കറകൾ. മദ്രാസി ട്രെയിനികൾ ഹിന്ദിയിലേ പേശാവൂ എന്നൊരു നിയമം ഉസ്താദുമാർ ബാരക്കിൽ പടച്ചു വച്ചിരുന്നു. മലയാളികളെപ്പോലെ ഹിന്ദി പേശാനും എഴുതാനും അറിയാത്തവരായിരുന്നു തമിഴ് സൈനികരധികവും. മതിയഴകനും കറുപ്പുച്ചാമിയും വേലുച്ചാമിയും മാരിമുത്തുവും തമിഴ് ശെൽവനും അൻപുമണിയും ഹിന്ദിക്കാരായ ഉസ്താതുമാരുടെ മുന്നിൽ തപ്പിത്തടഞ്ഞു. തമിഴ് ചങ്ങാതിമാർ ഹിന്ദി വശമില്ലാത്തതുകൊണ്ട് മന്ദരായി നിൽക്കുന്ന കാഴ്ച സഹതാപാർദ്രമായിരുന്നു. അവർക്കുവേണ്ടി അന്തികളിൽ ഹിന്ദി പഠനക്ലാസ് ആരംഭിച്ചു. ഉസ്താദുമാർ മാറിമാറി ക്ലാസെടുത്തു.

ഒന്നാം ഉസ്താദ് ഹവിൽദാർ ഐവാൻ ക്ലമന്റ് മാസ്സി ഹിന്ദിയുമായി ക്ലാസിൽ വരുമ്പോഴൊക്കെ ബൈബിളും നെഞ്ചോട് ചേർത്ത് പിടിച്ചിരുന്നു. ക്രിസ്തുവിന്റെ വരവായെന്നും, ഭൂമിയിൽ അവൻ സ്വർഗം പണിയുമെന്നും മാസ്സി തറപ്പിച്ചു പറഞ്ഞു. മനുഷ്യരുടെ പാപം മുഴുവനും ക്രിസ്തു ഏറ്റെടുക്കുമെന്നും ഭൂമിയിലെ ജീവിതം ആകാശത്തെപ്പോലെയാവുമെന്നും!

പിറ്റേദിവസം രാത്രി ഹിന്ദിയുമായി വന്നത് ഉസ്താദ് അമരീഷ് തിവാരിയായിരുന്നു. ചുണ്ണാമ്പും പുകയിലയും കൂട്ടിത്തിരുമ്മി കീഴ്ചുണ്ടിനും പല്ലിനും ഇടയ്ക്ക് സ്ഥാപിച്ചുകൊണ്ട് തീവാരി ഹിന്ദി ക്ലാസ്സ് ആരംഭിച്ചു. തും, ഹം, ഹെ എന്നീ ക്രിയാധാതുവിനോടുകൂടി എന്തൊക്കെ എങ്ങനെ ചേർത്തുപറയാം എന്നു വിശദമാക്കി. അതിനുശേഷം ഉസ്താദ് രാമകഥ എന്ന ചെറിയൊരു ഗ്രന്ഥം തുറന്നു. പത്തുവരി പാരായണം ചെയ്തു പിന്നെ വ്യാഖ്യാനം തുടങ്ങി. ശ്രീരാമചന്ദ്രന്റെ അവതാരോദ്ദേശ്യമായിരുന്നു വിഷയം. അതോടെ അന്നത്തെ ക്ലാസ് കഴിഞ്ഞു.

ഉറക്കം തൂങ്ങുന്ന മദ്രാസികൾ കൊതുകുവലക്കുള്ളിലേക്ക് വേഗം നുഴഞ്ഞു കയറി.

ഒരു ദിവസം ഹിന്ദി പഠിക്കാൻ ഇഷ്ടമില്ലാത്ത മാരിമുത്തു 'ഹിന്ദി ഒഴികെ' എന്നുറക്കെ മുദ്രാവാക്യം വിളിച്ച് ക്ലാസിനെ ഞെട്ടിച്ചു. മാരിമുത്തു പാപ്പാപ്പെട്ടി ഗ്രാമത്തിലായിരുന്നപ്പോൾ ഹിന്ദിക്കെതിരെ സ്കൂൾ ബഹിഷ്കരിച്ച് സമരത്തിനിറങ്ങിയ ചെറുപ്പക്കാരനായിരുന്നു. അടുത്തുള്ള മധുരൈ റെയിൽവെ സ്റ്റേഷനിലേക്ക് ടാർ ടിന്നും ബ്രഷുമായി മാർച്ച് ചെയ്ത തമിഴ് ശിങ്കം.

മാരിമുത്തു ഹിന്ദിയിലും ഇംഗ്ലീഷിലുമെഴുതിയ ഒരുപാട് ബോർഡുകൾ ടാറൊഴിച്ച് കറുപ്പിച്ചിട്ടുണ്ടായിരിക്കണം. പട്ടാളക്കാരനായിട്ടും ഹിന്ദിയോടുള്ള എതിർപ്പ് കെട്ടടങ്ങാത്ത ശെന്തമിഴൻ.

മാരിമുത്തു വിളിച്ച ഹിന്ദിയോടുള്ള എതിർപ്പിന്റെ മുദ്രാവാക്യം ഭാഗ്യത്തിന് ഉസ്താദിന് പിടികിട്ടിയില്ല. അങ്ങേരത് പയ്യന്റെ ഉറക്കപ്പിച്ചായെ കരുതിയുള്ളു. വേഗം ക്ലാസ് വിട്ടു. അതുകാരണം അന്ന് നേരത്തേ ഉറങ്ങാൻ കഴിഞ്ഞു.

1965 ഫെബ്രുവരിയിൽ മാരിമുത്തുവിന്റെ കൂട്ടുകാർ 'ഹിന്ദി ഒഴികെ' എന്നാർത്തുവിളിച്ച് മദ്രാസ് നഗരത്തിന്റെ ഉറക്കം കെടുത്തുന്നതിന് ഞാൻ സാക്ഷിയായിരുന്നു. അറിഞ്ഞർ അണ്ണാദുരൈ, കരുണാനിധി, നെടുഞ്ചെഴിയൻ, നാഞ്ചിൽ കെ മനോഹരൻ എന്നീ നേതാക്കളും അനുയായികളുമായിരുന്നു തെരുവുകളിൽ ഭാഷാ ഭ്രാന്തിന്റെ അഗ്നി ആളിക്കത്തിച്ചത്. നിയമം മുറപോലെ ഇടപെട്ടെങ്കിലും ദ്രാവിഡകക്ഷിയുടെ എതിർപ്പ് വിജയം കണ്ടു. ഹിന്ദിയിലെഴുതിയ ബോർഡുകളെല്ലാം കരി പൂശി അപമാനിക്കപ്പെട്ടുകൊണ്ടിരുന്നു.

ഒരു മൊഴിക്കെതിരെ മറ്റൊരുമൊഴി മുറുമുറുക്കുന്നതു കേട്ടപ്പോൾ ഭാഷ അമ്മയാണെന്നു മലയാളം ക്ലാസിൽ പഠിപ്പിച്ച രാഘവൻമാഷെ ഓർത്തു. കാളീശ്വരി സിനിമാ കൊട്ടകയിൽ കണ്ടിട്ടുള്ള ജനക് ജനക് പായൽ ഭജേ, ഹം ദോനോം, മധുമതി, ബന്ധിനി, ദൊ ആംഖെ ബാരഹ് ഹാത്ത്, ശകുന്തള എന്നീ ഹിന്ദി സിനിമകളിലെ പാട്ടും നൃത്തങ്ങളും മനസിൽ തെളിഞ്ഞു. സ്വാതന്ത്ര്യദിനാഘോഷ വേളയിൽ പാടിക്കേട്ടിട്ടുള്ള മഹാകവി ഇക്ബാലിന്റെ സാരേ ജഹാംസേ അച്ഛാ ഹിന്ദുസ്ഥാൻ ഹമാര, ഹമാരാ... എന്ന ദേശഭക്തിഗാനം ഹിന്ദിടീച്ചർ ഈണത്തോടെ ക്ലാസിൽ ആലപിക്കുമ്പോൾ ഞങ്ങളത് ശ്രദ്ധയോടെ കേട്ടിരിക്കുമായിരുന്നു.

ഒരു ഭാഷ പഠിക്കുമ്പോൾ ഒരു നാടിന്റെ ഉൾത്തുടിപ്പിനെയാണ്, ഒരു സംസ്കാരത്തെയാണ് അറിയുന്നതെന്നു പറയാറുണ്ട്. തിരുവള്ളുവരുടെ മൊഴിമുത്തുകൾ ഉദ്ധരിച്ച് തമിഴ് സിനിമാ രംഗത്തെ കലൈഞ്ജർ കണ്ണദാസൻ പ്രസംഗിക്കുന്നതു സെയ്ദാപേട്ടിലായിരിക്കുമ്പോൾ 1965 ഫെബ്രുവരി അവസാനത്തിൽ കേൾക്കാനിടയായി. മുരുകൻ കോവിലിൽ 'തിരുവിഴ' യായിരുന്നു. അന്ന് രാത്രി അണ്ണാ ടീ സ്റ്റാൾ അടച്ചില്ലെങ്കിലും,

അരിയാട്ടുകാരനായ എനിക്ക് കോവിൽമുറ്റത്ത് കറങ്ങിനടക്കാൻ സമയം കിട്ടി. പൂഴിമണ്ണിലിരുന്ന് ഞാൻ കണ്ണദാസന്റെ കാവ്യമധുരമായ പ്രസംഗം കേട്ടു. മുഖ്യമന്ത്രി ഭക്തവത്സലമായിരുന്നു സമ്മേളനത്തിന്റെ ഉദ്ഘാടകൻ.

ബറ്റാലിയനിലെ ബഡാഘാന രാത്രികളെ കൊഴുപ്പിച്ചിരുന്നത് പാട്ടും നൃത്തവുമായിരുന്നു. പെൺവേഷം കെട്ടിയ പട്ടാളക്കാരാണ് നർത്തകർ. ഞാനുമതിൽ പങ്കെടുത്തിട്ടുണ്ട്. നൃത്തക്കാരനായിട്ടല്ല. പാട്ടുകാരനായിട്ട്. ചൗദ ദിൻ ക ചാന്ദ് ഹോ ക്യാ ആപ് താപ്ഹൈ, എന്ന് ഹിന്ദിയിലും, എ എം രാജയുടെ 'കാലങ്കളിൽ അവൾ വസന്തം. കലൈകളിലെ അവൾ ഓവിയം....' എന്ന തമിഴ് ഗാനവുമാണ് ഞാൻ പാടിയത്. മധുരം കിനിയുന്ന ആ ഈരടികൾ ഇന്നും ഇടയ്ക്കിടയ്ക്ക് മൂളാറുണ്ട്. ഭാഷയുടെ അതിർവരമ്പുകൾ ഭേദിച്ച് പ്രണയഹൃദയങ്ങളെ തഴുകിവരുന്ന സംഗീതമാണത്. അതുകൊണ്ടാണ് കണ്ണദാസന്റെ തമിഴ് പ്രസംഗം പോലെ തന്നെ, 1975 സെപ്തംബറിൽ അംബാല റെയിൽവെ സ്റ്റേഷന്റെ മുന്നിലുള്ള ചന്തമൈതാനത്ത് ഒട്ടകപ്പുറത്തിരുന്നുകൊണ്ട് അന്നത്തെ ഡിഫൻസ് മിനിസ്റ്റർ ബൻസിലാലിന്റെ ഹിന്ദി പ്രസംഗവും ഞാൻ ആസ്വദിച്ചത്. ഒട്ടകത്തിന്റെ നീണ്ടതും നിബിഡവുമായ കുഞ്ചിരോമങ്ങളിൽ പിടിച്ചിരുന്ന് മന്ത്രി പ്രസംഗിച്ചത് രാജ്യരക്ഷ ആകെ തകരാറിലാണെന്നായിരുന്നു. മാസങ്ങൾക്കുമുമ്പ് പ്രഖ്യാപിച്ച അടിയന്തിരാവസ്ഥ മാത്രമാണ് അതിനൊരു മറുമരുന്ന്. പ്രതിലോമ ശക്തികൾ അലങ്കോലമാക്കിയ നാടിനെ നേർവഴിക്ക് നയിക്കാൻ ദില്ലിയിൽ ശക്തയായ പ്രധാനമന്ത്രി ഇന്ദിരാഗാന്ധിയുണ്ട്. അവരോടൊപ്പം രാഷ്ട്രത്തിന്റെ നീണ്ട അതിർത്തികൾ ബലവത്താക്കാനും ഹരിയാനയെ ഹരിതസുന്ദരമാക്കാനും ഈ ഞാനും!

ഹൈസ്കൂളിൽ പഠിക്കുമ്പോഴാണ് തമിഴ്മൊഴി കേട്ടു പഠിക്കാൻ അവസരം കിട്ടിയത്. ശൃംഗപുരത്തെ എസ് എൻ ഗോവിന്ദപ്രഭുവിന്റെ അലൂമിനിയം ഫാക്ടറിയിലെ ജോലിക്കാരധികവും തമിഴരായിരുന്നു. അമ്മാവന്റെ ഹോട്ടലിലായിരുന്നു അവരുടെ പറ്റുവരവ്. അവർ പേശുന്ന തമിഴ്മൊഴി നാവിന് പെട്ടെന്ന് വഴങ്ങിയിരുന്നു. ഏതൊരു മനോവിചാരവും ആ മൊഴിയിൽ അനായാസം പ്രകടമാക്കാൻ കഴിയും. കവി കണ്ണദാസന്റെ പ്രസംഗവും, തമിഴ് സിനിമാ ഗാനങ്ങളുമെല്ലാം ചിലങ്കയുടെ കലമ്പൽപോലെ ഹൃദ്യവും മധുരവുമായാണ് തോന്നിയിട്ടുള്ളത്.

പഞ്ചശീലങ്ങളിൽ തറഞ്ഞ ബുള്ളറ്റുകൾ

ഹിമവനങ്ങൾ കാവൽ നിൽക്കുന്ന വടക്കൻ അതിർത്തി തീരങ്ങളിൽ ശ്രീബുദ്ധന്റെ പഞ്ചശീലങ്ങൾ മറന്ന് 1962 ൽ ഓർക്കാപുറത്ത് ചൈന വെടിയുതിർത്തപ്പോൾ ഇന്ത്യൻ സൈന്യം പകച്ചുപോയി എന്നാണ് സീനിയർ ഉസ്താദുമാർ പറഞ്ഞു കേട്ടത്. അന്ന് ഞാൻ എട്ടാം ക്ലാസ് വിദ്യാർഥിയായിരുന്നു. ഓരോ കുട്ടിയും, ഓരോ അധ്യാപകനും, അന്ന് യുദ്ധഫണ്ടിലേക്ക് അണ്ണാറക്കണ്ണനും തന്നാലായതുപോലെ എന്തെങ്കിലും സംഭാവന ചെയ്തു. ധനികരായ സഹപാഠികളിൽ ചിലർ പണക്കിഴികളാണ് നൽകിയത്. യുദ്ധഫണ്ടിലേക്ക് കൊടുക്കാൻ എന്റെ കയ്യിൽ ഒന്നുമില്ലായിരുന്നു. കാശ് ചോദിച്ചാൽ ദേഷ്യപ്പെടുമെന്ന് കരുതി അമ്മാവനോട് ചോദിച്ചില്ല. അമ്മയോട് ചോദിച്ചപ്പോൾ നമുക്കാരോടും യുദ്ധം ചെയ്യേണ്ട എന്നാണ് പറഞ്ഞത്. പ്രധാനമന്ത്രിയുടെ യുദ്ധഫണ്ടിലേക്ക് എന്തെങ്കിലും കൊടുത്തേ മതിയാകൂ! ഇല്ലെങ്കിൽ നാണക്കേടാണെന്ന് ശാഠ്യം പിടിച്ചു. ഭാഗ്യത്തിന് അന്ന് ജന്മിയുടെ പറമ്പിൽനിന്ന് ഒരു തേങ്ങ വീണുകിട്ടിയിരുന്നു. അമ്മയത് മടൽപൊളിച്ചു തന്നു. “ഇവിടെ അരക്കാനില്ലാത്തപ്പഴാ ചെക്കന്റെയൊരു യുദ്ധഫണ്ട്! കൊണ്ടുക്കൊടുക്ക്. ഖജനാവ് നെറയട്ടെ!” അമ്മ അരിശത്തോടെ പറഞ്ഞു.

കടലാസിൽ പൊതിഞ്ഞ നാളികേരത്തിന്റെ ഭാരവുമായി സ്കൂളിലേക്ക് നടന്ന മങ്ങിയ പകൽദിനമിന്നും ഓർമയിലുണ്ട്. യുദ്ധമെന്നാൽ എന്താണ്? എന്തിനാണ് ചൈനക്കാർ ഇന്ത്യൻ സൈനികരുടെ നേരെ വെടിയുതിർത്തത്? എനിക്കാകെ അരിശംവന്നു. യുദ്ധത്തോട്, യുദ്ധം സൃഷ്ടിക്കുന്നവരോട് വെറുപ്പു തോന്നി.

കവാത്ത് പരിശീലനത്തിനുശേഷം സത്യപ്രതിജ്ഞയും കഴിഞ്ഞ് അംബാലയിൽ വിന്യസിച്ച ഒരു എയർ ഡിഫൻസ് ബറ്റാലിയനിലേക്ക്

മാരിമുത്തു, തമിഴ്ശെൽവൻ, ശശീന്ദ്രൻ എന്നീ കൂട്ടുകാരോടൊപ്പം ഞാൻ തീവണ്ടി കയറി. 1965 ലെ യുദ്ധകാലത്തായിരുന്നു വടക്കൻ കന്റോൺ മെന്റിലേക്ക് ഞങ്ങളുടെ കൂടുമാറ്റം.

പയറ്റുമുറകൾ അഭ്യസിച്ചു കഴിഞ്ഞ ഏതൊരു സൈനികറിക്രൂട്ടും ചെയ്യുന്നതുപോലെ ഞാനും മറ്റുള്ളവരോടൊപ്പം ഉപ്പും ചോറും തരുന്ന മാതൃഭൂമിക്കുവേണ്ടി പൊരുതി മരിക്കാമെന്ന് ബറ്റാലിയന്റെ ആയുധ ത്തിൽത്തൊട്ട് പ്രതിജ്ഞ നിർവഹിച്ചു. യുദ്ധദേവൻ സൈനികരുടെ ദീർഘായുസിനുവേണ്ടി അനുഗ്രഹം ചൊരിയുമെന്ന് മനസിൽ കൊത്തി വെച്ചു.

അംബാലയിൽ ഡ്യൂട്ടി ചെയ്യുമ്പോൾ റെയിൽവെസ്റ്റേഷനിൽ വച്ച് സ്വതന്ത്രഭാരതത്തിലെ ആദ്യത്തെ സൈന്യത്തലവൻ ജനറൽ കരിയ പ്പയെ കാണാനിടയായി. അരിഞ്ഞൊതുക്കിയ മീശയും, കുസൃതിക്കണ്ണു കളും ഏതാണ്ട് ആറരയടിയിൽ കൂടുതൽ ഉയരവുമുള്ള ജനറൽ. അദ്ദേഹം പാകിസ്ഥാനിലേക്കോ മറ്റോ പോകുന്നവഴി അംബാലയിൽ ഇറങ്ങി നിന്നതായിരുന്നു. പാകിസ്ഥാൻ പ്രസിഡണ്ട് ജനറൽ അയൂബ് ഖാനും കരിയപ്പയും അവിഭക്ത ഭാരതത്തിൽ ഒന്നിച്ചു ജീവിച്ച ഓഫീ സർമാരായിരുന്നു. ശത്രുതയില്ലാതെ ഒരേ കൊടിക്കീഴിൽ സൈന്യഡി വിഷനുകളെ നയിച്ച കമാന്റർമാർ..

ശിപായികൾക്ക് പ്രമോഷൻ കിട്ടണമെങ്കിൽ കടമ്പകൾ ഒരുപാട് കടക്കേണ്ടതുണ്ട്. മേപ്പ് റീഡിംഗിന്റെ പരീക്ഷകൾ മൂന്നെണ്ണം പടിപടി യായി പാസാവണം. ട്രെയ്ഡ് ടെസ്റ്റുകളിൽ വിജയിക്കണം. ഡിസിപ്ലിന്റെ വല പൊട്ടിക്കാതെ പരുക്കൻ നിയമം ചവച്ചിറക്കി കമാന്ററുടെ കണ്ണിലെ നല്ലപിള്ളയാവണം.

മേപ്പ് റീഡിംഗ് പരീക്ഷയ്ക്ക് മുമ്പുള്ള ഔട്ട്ഡോർ ക്ലാസിന്റെ ആദ്യ ത്തെ ദിവസം 'ഖന്ന' എന്ന സ്ഥലത്തേക്കായിരുന്നു മാസ്റ്റർജി ഞങ്ങളെ കൊണ്ടുപോയത്. അതുകഴിഞ്ഞ് നാരായൺഗഡ്,. ഡെറാബസ്സി, പിഞ്ചോ ക്കര, ഒടുവിൽ കുരുക്ഷേത്ര. സാക്ഷാൽ മഹാഭാരതയുദ്ധം നടന്ന, ഒരി ക്കൽ പാണ്ഡവരുടെയും കൗരവരുടെയും അക്ഷൗഹിണികൾ ചുരമാ ന്തിനിന്ന ഭൂമിയിലെ ഏറ്റവും പുരാണപ്രസിദ്ധമായ പടനിലങ്ങളിലേക്ക്.

രണാങ്കണങ്ങളുടെ ചക്രവർത്തിനി എന്ന് ചരിത്രം പറയുന്ന കുരു ക്ഷേത്രയിൽ പിൻതലമുറകൾക്ക് അറിയാനും പഠിക്കാനും ഒരു പോർച്ച ട്ടയുടെ ചീളുപോലും, ഒരു വില്ലിന്റെ പൊട്ടിയ ഞാൺപോലും നിർദയ മായ കാലം ബാക്കിവച്ചിരുന്നില്ല. ലോഹമുള്ളുകൾ നിറഞ്ഞ ഭീമൻ ഗദ കൾ തീപ്പൊരി പറത്തി ചുഴറ്റിവീഴുകയും, കാറ്റിന്റെ വേഗത്തിൽ ദിവ്യാ സ്ത്രങ്ങൾ പായുകയും ചെയ്ത മഹായുദ്ധത്തിന്റെ കഥകൾ ഓതിത്ത രുന്ന സ്മാരകങ്ങളൊന്നും കുരുക്ഷേത്രയിൽ കണ്ടില്ല. വിശാലമായൊരു കളിപ്പറമ്പ് കണ്ടു, മഴപെയ്താൽ വെള്ളം കെട്ടിനിൽക്കുന്ന ഒരു താഴ്ന്ന പ്രദേശം. ചുറ്റും വയസ്സൻ ഞാവലുകളുടെയും സീസംമരങ്ങളുടെയും നിരകൾ. കളിമണ്ണു തേമ്പിയ കുടിലുകൾ പുറ്റുപിടിച്ചു കിടക്കുന്ന ഗ്രാമ ങ്ങൾ.

ഖന്നയിലെ ഗോതമ്പ് മണ്ഡി (ഗോതമ്പ് ചന്ത) വളരെ വളരെ വലുതും ട്രാക്ടറുകളുടെ മുരളൽ ഒഴിയാത്തതുമായിരുന്നു. ജലന്തർ, അംബാല എന്നീ പ്രവിശ്യകളിലെ ഏറ്റവും വലിയ മണ്ഡിയായിരുന്നു ഖന്ന അക്കാലത്ത്. അട്ടിയിട്ട ഗോതമ്പുചാക്കുകളുടെ അനന്തമായ നിര. ടർപാളിനിൽ ചൊരിഞ്ഞിട്ട സ്വർണനിറമുള്ള ഗോതമ്പിന്റെ വൻ കൂനക ളിൽനിന്ന് ചാക്കുകളിൽ കോരിനിറച്ച് മൂടിക്കെട്ടുന്ന പണിയാളരുടെ തിക്കും തിരക്കും. ഗോതമ്പിന്റെ ഭീമൻശേഖരം ആദ്യമായി കണ്ട് കണ്ണു കൾ അത്ഭുതപ്പെട്ടു. കർഷകരുടെ അധ്വാനം മുഴുവൻ ഖന്നമണ്ഡിയിൽ കുമിഞ്ഞുകിടക്കുകയാണെന്നു തോന്നി. വൻലോറികൾ വന്ന് ഗോതമ്പു ചാക്കുകൾ നിറച്ച് മടങ്ങുന്നുണ്ടായിരുന്നു. വിളവയലിന്റെ സമൃദ്ധി, ഗോത മ്പിന്റെ നറുമണം. അടിട്രൗസർ മാത്രം ധരിച്ച് ശിരസിൽ വട്ടക്കെട്ട് കെട്ടിയ ജോലിക്കാരുടെ പഞ്ചാബി പേച്ച് എല്ലാം എന്നിൽ പുതിയൊരു ലോകം തുറന്നിട്ടു. ഇത്രയധികം ധാന്യശേഖരം ആദ്യമായി കാണുക യാണ്. വയൽ വിളവിന്റെ സുഗന്ധം ആദ്യമായി അനുഭവിക്കുകയാണ്. ഉച്ചഭക്ഷണത്തിന് മാസ്റ്റർജിയോടൊപ്പം മണ്ഡിയുടെ ഓരത്തുള്ള മര ത്തണലിൽ ഇരിക്കുന്ന ഞങ്ങൾക്ക് വേലയുടെ ഉത്സവം കാണാമായി രുന്നു. സമൃദ്ധിയുടെ സംഗീതം കേൾക്കാമായിരുന്നു.

ഖന്നാ മണ്ഡിയിൽ നിന്നാണ് നാടൻ പഞ്ചാബി മൊഴി ഞാനാദ്യ മായി കേട്ടത്. കങ്കണങ്ങളുടെ കൊഞ്ചൽ പോലെയാണ് ആ ഭാഷയെ ന്നറിഞ്ഞ മുഹൂർത്തം.

വർഷത്തിൽ ഒന്നോ രണ്ടോ തവണ ജീവജാലങ്ങളൊന്നും കടന്നു വരാത്ത ശാന്തവും സുരക്ഷിതവുമായ വിജനതകളിൽ വിമാനവേധ പീര ങ്കികളുമായി പോയി തമ്പടിക്കുന്ന പതിവുണ്ട് ഞങ്ങളുടെ ബറ്റാലിയന്. ഉന്നം പിഴക്കാതെ പീരങ്കി ബുള്ളറ്റുകൾ തൊടുത്ത് ശത്രുവിമാനം വീഴ്ത്താനുള്ള ഫയറിംഗ് പ്രാക്ടീസ് ക്യാമ്പ്.

അക്കൊല്ലം മഞ്ഞിൻ തണുപ്പ് രൂക്ഷമായ ജനുവരിയിൽ അംബാല യിൽനിന്ന് ദില്ലിയിലേക്ക് ബറ്റാലിയൻ യാത്രയായി. കുത്തബ്മിനാറിന്റെ പ്രാന്തങ്ങളിലുള്ള തുക്ലക്കാബാദ് റെയ്ഞ്ചസിലേക്ക്.

സദാ ചലിച്ചുകൊണ്ടിരിക്കാനും, വരാനിരിക്കുന്ന യുദ്ധങ്ങൾക്കു വേണ്ടി ആയുധങ്ങളെടുത്ത് നിരന്തരം പ്രക്ടീസ് ചെയ്യാനുമാണ് സൈനി കരുടെ നിയോഗം. ബിസ്സിജവാൻ ബെസ്റ്റ് ജവാൻ എന്നാണ് ബറ്റാലി യന്റെ ഭരണതന്ത്രം. എന്നും, എപ്പോഴും യുദ്ധകവചങ്ങൾ ധരിച്ച് അജ്ഞാ തനായ ശത്രുവിനെ മുന്നിൽ കണ്ട് പോരടിച്ചുകൊണ്ടിരിക്കുക! ഉറ ങ്ങാതെ! തലച്ചോറിനെ സ്വകാര്യചിന്തകളിൽ തളച്ചിടാതെ, കൂടുതൽ വിശ്രമിക്കാതെ!

അംബാല നിവാസിയായ കേണൽ സേവാറാം ആയിരുന്നു അക്കാ ലത്ത് ഞങ്ങളുടെ ബറ്റാലിയൻ കമാന്റർ. വെപ്പൺ ട്രെയിനിങ്ങിന്റെയും ഇൻസ്പെക്ഷന്റെയും ഞെരുപ്പിലിട്ട് ബറ്റാലിയനെ പൊരിക്കുന്ന സാരഥി. തന്റെ കീഴിലുള്ള ഓഫീസർമാരെയും ശിപായികളെയും തീ തീറ്റുന്ന

തിൽ കേണലിന് ഗൂഢാഹ്ലാദമായിരുന്നിരിക്കണം! ജവാന്മാരിൽനിന്ന് കേണൽ ബെസ്റ്റ് റിസൾറ്റ് മാത്രം ആവശ്യപ്പെട്ടു. പീരങ്കി ഫയറിംഗ് പ്രാക്ടീസിൽ തോൽക്കുന്നവരുടെ പ്രമോഷൻ തടഞ്ഞുവെച്ചു. അലസന്മാർക്കും മടിയന്മാർക്കും കേണൽ ഒരു പേടിസ്വപ്നമായിരുന്നു.

ഫയറിംഗ് പ്രാക്ടീസിൽ മികച്ച റിസൾട്ട് കിട്ടിയതിന് ഓഫീസർമാരെയും ശിപായികളെയും കേണൽ ദർബാറിൽ പുകഴ്ത്തി. സ്പെഷ്യൽ പാരിതോഷികമായി ഞായറാഴ്ച വൈകുന്നേരം ശിപായികൾക്ക് നാലു മണിക്കൂർ ഔട്ട്പാസ്സ് അനുവദിച്ചു. ദില്ലി നഗരത്തിൽ കറങ്ങി നടക്കാം. റെഡ് സ്ട്രീറ്റിൽ മാത്രം പോകരുത്. ഉസ്താദുമാർ അക്കാര്യം പ്രത്യേകം ശ്രദ്ധിക്കണം. കൂട്ടം തെറ്റി മേയുന്നവർക്ക് 28 ദിവസം ജയിലായിരിക്കും ശിക്ഷ.

നാലുമണിക്കൂർ സ്വാതന്ത്ര്യം കിട്ടിയതിന്റെ സന്തോഷത്തിൽ മഫ്റ്റി ഡ്രസ്സ് ധരിച്ച ഞങ്ങൾ മുൾവേലിപൊട്ടിച്ച് മാൻകുട്ടികളെപ്പോലെ പുറത്തേക്ക് പാഞ്ഞു. ഞാനും മാരിമുത്തുവും സതീശനും ഉസ്താദ് മുത്തുവേലുവും കൂടി പാർലമെന്റ് മന്ദിരവും, സെൻട്രൽ സെക്രട്ടേറിയറ്റും കാണാനാണ് പോയത്. പോകുന്ന വഴിക്ക് ചൈനയുടെയും റഷ്യയുടെയും സ്ഥാനപതി മന്ദിരങ്ങൾ കണ്ടു. മന്ദിരങ്ങളുടെ ഉയർന്ന ശിരസിൽ ചുവന്ന കൊടികൾ പാറുന്നതു കണ്ട് കേരളത്തിന്റെ ഓർമകൾ എന്നിൽ തിരയടിച്ചു.

“എനിക്ക് തീൻമൂർത്തി ഭവനിൽ പോകാനാണിഷ്ടം” ഞാൻ ഉസ്താദിനോട് പറഞ്ഞു.

പ്രധാനമന്ത്രി പണ്ഡിറ്റ് നെഹ്റുവിന്റെ ഔദ്യോഗിക വസതിയായിരുന്നു തീൻമൂർത്തീ ഭവൻ. സ്വാതന്ത്ര്യം ലഭിക്കുന്നതിനു മുമ്പ് ബ്രിട്ടീഷ് ഇന്ത്യയിലെ സൈന്യത്തലവൻ താമസിച്ചിരുന്ന മനോഹരസൗധം. അതിപ്പോൾ നെഹ്റുവിന്റെ സ്മരണാർഥം മ്യൂസിയമായി ഏറ്റെടുത്തിരിക്കുകയാണ് സർക്കാർ. നെഹ്റു പ്രധാനമന്ത്രിയായി ജീവിച്ച, അദ്ദേഹത്തിന്റെ കാലടികൾ പതിഞ്ഞ മുറ്റവും വായനാമുറിയും കാണാൻ ഞാനൊരു പാടാഗ്രഹിച്ചിരുന്നു.

ഉസ്താദ് സമ്മതിച്ചില്ല.

കേണലിന്റെ കൽപ്പന തെറ്റി നടക്കരുത്. കൂട്ടംതെറ്റി മേയാമെന്ന് മോഹിക്കരുത്.

രാത്രി രണ്ട് പെഗ്ഗ് വാങ്ങിക്കൊടുക്കാമെന്ന് കാതിൽ രഹസ്യമായി മന്ത്രിച്ചപ്പോൾ ഉസ്താദ് സമ്മതിച്ചു. ഞാൻ മാത്രം വഴി പിരിഞ്ഞു. വൈകുന്നേരം കൃത്യം ആറിന് ക്യാമ്പിന്റെ ഗേറ്റിലെത്തണം. ഉസ്താദ് ഓർമിപ്പിച്ചു.

ചിത്രവേലകളാൽ അലങ്കൃതമായ തീൻമൂർത്തിഭവന്റെ ഉത്തുംഗകവാടത്തിൽ അകത്തേക്ക് പ്രവേശനം കാത്തുനിൽക്കവേ ഇന്ദ്രപ്രസ്ഥത്തിന്റെ കാഴ്ചകളും ചരിത്രവും ഓരോന്നായി മനസിൽ നിറയുകയായിരുന്നു. പതിറ്റാണ്ടിനുമുമ്പ് നെഹ്റു കൊടുങ്ങല്ലൂരിൽ വന്നതും, കാനോ

ലിക്കനാലിലൊരു പാലത്തിന്റെ ആവശ്യകതയെപ്പറ്റി ചങ്ങാടത്തിൽ തന്റെ കൂടെയുണ്ടായിരുന്ന പനമ്പിള്ളി ഗോവിന്ദമേനോനോട് പറഞ്ഞതും ഞാൻ അറിഞ്ഞിട്ടുണ്ട്. ആരാധ്യനായ നെഹ്റു താമസിച്ചിരുന്ന ഗൃഹത്തിലാണിപ്പോൾ ഞാൻ നിൽക്കുന്നത്. ഇന്ത്യയെ കണ്ടെത്തിയ അദ്ദേഹം തൊട്ടു തഴുകിയിട്ടുള്ള പുസ്തകങ്ങൾ അടുക്കിവച്ച വിശാലമായ ലൈബ്രറി ഹാളും ഉറക്കറയും സ്വീകരണ മുറികളും റോസകൾ വിടരുന്ന ഉദ്യാനങ്ങളുമാണ് ഞാൻ കാണാൻ പോകുന്നത്.

പേരറിയാത്ത മഹാവൃക്ഷങ്ങൾ നിരന്നു നിൽക്കുന്ന നടക്കാവുകളിലൂടെ സന്ദർശകർ സാവധാനം ചലിച്ചുകൊണ്ടിരുന്നു. വീഥിയോരങ്ങളിൽ പുഞ്ചിരിയോടെ നിൽക്കുന്ന ഡാലിയാപൂക്കളെ ഞാൻ മെല്ലെ തലോടി. റോസാപുഷ്പങ്ങളുടെ സുഗന്ധം ശ്വസിച്ചു. വരാന്തയിൽനിന്ന് വിശാലമായ അകമുറികളിലേക്ക് കടന്നു. നടന്ന് നടന്ന് നെഹ്റുവിന്റെ വായനാമുറിയിലെത്തി. മിനുങ്ങുന്ന ചില്ലലമാരകൾക്കുള്ളിൽ എത്രയാണ് ഗ്രന്ഥങ്ങൾ! ഓരോ ഗ്രന്ഥവും എടുത്ത് തലോടാനും മണക്കാനും തോന്നി. വായനാമുറിയിലെ മേശപ്പുറത്ത് കട്ടിച്ചില്ലിന്റെ പാളി. അതിനു താഴെ കടലാസിൽ എഴുതിവെച്ച റോബർട്ട് ഫ്രോസ്റ്റിന്റെ നാലുവരി ഇംഗ്ലീഷ് കാവ്യശകലത്തിലൂടെ കണ്ണോടിച്ചു:

The woods are lovely, dark and deep
but I have promises to keep
and miles to go before I sleep
and miles to go before I sleep.

വീണ്ടും ആ നാലുവരി കവിത വായിക്കാൻ ശിരസ് കുനിക്കവെ തലപ്പാവ് വച്ച ഒരു ഗൈഡ് വന്നു പറഞ്ഞു: "വേഗം മുന്നോട്ട് പോകൂ! പിന്നിൽ ഒരുപാട് പേരുണ്ട്. ഇന്ന് തിരക്കുള്ള ദിവസമാണ്. കണ്ടതു മതി. വേഗം നടക്ക്.........."

മേംസാബ് മിടുമിടുക്കി

സിവിലിയൻ പ്രജകളുമായി ഇടപഴകാതെ പടനിലങ്ങളുടെ പരുക്കൻ നിയമങ്ങളിലും കറുത്ത റമ്മിന്റെ ലഹരിയിലും പട്ടാളക്കാരെ തളച്ചിടണമെന്നാണ് എഴുതിവെക്കാത്ത ബാരക്ക് നിയമം. മുള്ളുവേലിക്കപ്പുറത്തെ നിലാവും പൂക്കളും പ്രണയവും കാമവും പകയും വിലാപങ്ങളും മുദ്രാവാക്യങ്ങളും സമരങ്ങളും ഇങ്കിലാബിന്റെ ഗീതങ്ങളും ഒന്നും പട്ടാളക്കാർക്ക് വേണ്ടിയല്ല സൃഷ്ടിച്ചിട്ടുള്ളത്. വെളുപ്പിന് നാലര മണിയോടെ ആവിപൊങ്ങുന്ന ചായച്ചെമ്പിന്റെ പള്ളയിൽ അലൂമിനിയകയിലുകൊണ്ട് ലങ്കർ കമാന്റർ ആഞ്ഞു മുട്ടുന്നതോടെ പട്ടാളക്കാരുടെ പരേഡ് ആരംഭിക്കുന്നു.. ചൂടുള്ള ചായ ഊതിക്കുടിക്കുന്നതിനിടയിൽ തിടുക്കത്തിലൊരു ഷേവ്. ടൂത്ത്ബ്രഷും വായിൽ തിരുകി ചെറിയ പ്ലാസ്റ്റിക് ബക്കറ്റും തോർത്തുമായി കക്കൂസിലേക്കും അവിടെനിന്ന് കുളിമുറിയിലേക്കും നടത്തം. കാക്കക്കുളി കഴിഞ്ഞ് ധൃതിയിൽ കാക്കി നിക്കറും ക്യാൻവാസ് ഷൂസും ബനിയനുമണിഞ്ഞ് പരേഡ് ഗ്രൗണ്ടിലേക്ക്.

അരമണിക്കൂർ ഫിസിക്കൽ ട്രെയിനിങ്. വിയർപ്പിൽ നനയുന്നതുവരെ ഓട്ടവും കസർത്തുകളും. കേണൽമാരെത്ര മാറിമാറി ബറ്റാലിയൻ ഭരിച്ചാലും പരേഡ് മുറകൾക്ക് മാറ്റമുണ്ടാവില്ല. ആഴ്ചയിലാഴ്ചയിൽ മുടി വെട്ടാതെ ഹിപ്പികളായി ആർക്കും നടക്കാനാവില്ല. റോഡ് മാർച്ചിനും, നൈറ്റ്ട്രെയിനിങ്ങിനും ഇളവ് കിട്ടില്ല. മഞ്ഞുപെയ്താലും മഴപെയ്താലും അന്തിക്കവാത്തിന് നീക്കുപോക്കില്ല.

കേണൽ സേവാറാമിന്റെ ഭരണകാലത്ത് ബറ്റാലിയനിൽ ബഡാഘാനയ്ക്കും നൃത്തത്തിനും സിനിമാപാട്ടുകൾക്കും പഞ്ഞമുണ്ടായിരുന്നില്ല. ബഡാഘാന രാത്രികളിൽ കേണൽ കീഴ് ഓഫീസർമാരുടെ

സുന്ദരികളായ ഭാര്യമാരോടൊപ്പം സൊള്ളാനിരിക്കും. പ്രണയഗാനങ്ങൾ മൂളും. ഇംഗ്ലീഷ് നൃത്തം ചെയ്യും. പ്രമോഷൻ കിട്ടാൻ വർഷാന്ത്യ രഹസ്യ റിപ്പോർട്ടിൽ കേണൽ കുറിക്കുന്ന സുവർണപദങ്ങൾക്കുവേണ്ടി ഉൽക്കണ്ഠയോടെ കാത്തിരിക്കുന്ന ജൂനിയർ ഓഫീസർമാർ ബോസിനോടൊപ്പം നൃത്തം ചെയ്യുന്ന ഭാര്യമാരെ കണ്ടില്ലെന്ന് നടിച്ച് വൈൻ ഗ്ലാസുകൾ മൊത്തിയും നെയ്യിൽ മൊരിയിച്ച അണ്ടിപ്പരിപ്പ് കൊറിച്ചും കൂട്ടുകാരോട് സൊള്ളിയിരിക്കും.

കാലത്ത് ശിപായികളും ഓഫീസർമാരും ഫിസിക്കൽ ട്രെയിനിങ് ചെയ്യുന്ന നേരത്ത് ഊര് ചുറ്റാനിറങ്ങുന്ന പതിവുണ്ട് കേണൽ സേവാറാമിന്. ജൂനിയർമാരുടെ പുളപ്പുള്ള വീട്ടുകാരികളെ കണ്ട് കൊതിതീർക്കാനുള്ള വയസന്റെ മോഹം പൂചൂടുന്ന ഇളംകാറ്റിന്റെ വേളകൾ.

കേണൽ മുടങ്ങാതെ സന്ദർശിച്ചിരുന്നത് മേജർ കിഷൻമേത്തയുടെ വീടായിരുന്നു. ചായം തേച്ച് ചുണ്ടുകൾ കൂടുതൽ ചുവപ്പിച്ച സുന്ദരിയാണ് മിസിസ് മേത്ത. ഗോതമ്പ് നിറക്കാരി. മൈലാഞ്ചി പുരട്ടി ചെമ്പു നിറം വീണ മുടി. ശിൽപ്പവടിവാർന്ന അംഗലാവണ്യം.

ഇന്നത്തെപ്പോലെ മൊബൈൽഫോണും, ഓരോ വീട്ടിലും ലാന്റ് ഫോണും ഇല്ലാതിരുന്ന അറുപതിന്റെ അവസാനം. ബറ്റാലിയനിൽ കേണലിന്റെ വീട്ടിൽ മാത്രമേ ഫോണുണ്ടായിരുന്നുള്ളൂ. ഓർഡർലി ശിപായികളായിരുന്നു പലപ്പോഴും, ഓഫീസർമാരുടെ സന്ദേശവാഹകർ.

ഞാനന്ന് ടെക്നിക്കൽ ഓഫീസറുടെ കീഴിൽ ക്ലർക്കായിരുന്നു. മിലിട്ടറി ട്രാൻസ്പോർട്ട് സെക്ഷന്റെ ഇൻചാർജ്. പെട്രോളിന്റെയും വാഹനങ്ങളുടെയും പോക്കുവരവിന്റെ എഴുത്തുകുത്തും, ബറ്റാലിയൻ വെളുപ്പായും കറുപ്പായും കത്തിച്ചു തീർക്കുന്ന ഇന്ധനത്തിന്റെ കണക്കുകളും മുമ്മൂന്നുമാസം കൂടുമ്പോൾ വരുന്ന സിവിലിയൻ ഓഡിറ്റർമാർ പരിശോധിക്കും. റം കുപ്പിയും പാട്ടനെയ്യും പഞ്ചസാരയും കൊതുകുവലയും രഹസ്യമായി വീട്ടിലെത്തിച്ചാൽ എല്ലാം കിറുകൃത്യം, എല്ലാം ശുഭം എന്ന് ചുവന്ന മഷിയിൽ കുറിച്ച് തനി പാലിൽ വെന്ത ചായയും ബർഫിയും നുണഞ്ഞ് സ്ഥലം വിടുന്ന ചെക്കിങ് ഇൻസ്പെക്ടർമാർ.

കേണലും ടെക്നിക്കൽ ഓഫീസർ ക്യാപ്റ്റൻ സുരീന്ദർ മൽഹോത്രയും കുടുംബങ്ങളോടൊപ്പം ഞായറാഴ്ചകളിൽ ഉല്ലാസയാത്രയ്ക്കു പോകുന്ന പതിവുണ്ടായിരുന്നു. പിഞ്ചൂർ മുഗൾ ഗാർഡനിലെ കാഴ്ചകൾ കണ്ടും, ചണ്ഡീഗഡ് നഗരത്തിൽ ഷോപ്പിങ്ങും കഴിഞ്ഞ് അവർ മടങ്ങുമ്പോൾ മോടി പിടിപ്പിച്ച ജീപ്പിന്റെ പള്ളയിൽനിന്ന് അൻപത് ലിറ്റർ പെട്രോളെങ്കിലും ചോർന്ന് പോയിട്ടുണ്ടാവും. കാട്ടിലെ തടി തേവരുടെ ആന എന്നു പറഞ്ഞതുപോലെ തുടർന്നിരുന്ന കാര്യങ്ങൾ.

ഒരു ദിവസം ക്യാപ്റ്റൻ മൽഹോത്ര എന്നെ വിളിച്ചു: "തമ്പി ഇങ്കെ വാ!"

മദ്രാസിയെ സുഖിപ്പിക്കാനാണ് പഞ്ചാബി ക്യാപ്റ്റന്റെ തപ്പിപ്പിടിച്ചുള്ള തമിഴ്പേച്ചെന്ന് എനിക്കു തോന്നി. ക്യാപ്റ്റൻ ശബ്ദം കുറച്ച് പറ

ഞ്ഞു: "നീ പോയി മിസിസ് മേത്തയോട് വൈകുന്നേരം ഏഴുമണിക്ക് കേണൽ സാഹിബ്ബ് ഗസ്റ്റായിട്ട് വരുമെന്ന് പറയണം."

വിളിപ്പാടകലെയുള്ള ഓഫീസർമാരുടെ ഫാമിലി ക്വാർട്ടേഴ്സിലേക്ക് ഞാൻ നടന്നു. നടക്കുമ്പോൾ ഓർത്തു ഒരു പിംപിന്റെ പണിയാണല്ലോ ദൈവമേ എനിക്ക് കിട്ടിയിരിക്കുന്നത്.

മേജർ മേത്ത മൂന്ന് നാളുകളായി കാൺപൂരിലാണ്. അവിടെ ഓർഡിനൻസ് ഡിപ്പോയിൽ നടന്ന ഒരു കളവ് കേസിന്റെ ഉറവിടം ചിക്കിച്ചികയാനുള്ള മൂന്നംഗസംഘത്തിന്റെ തലവനായാണ് പുറപ്പാട്; പ്രൊസീഡിംഗ് ഓഫീസറുടെ കസേരയിലിരുന്ന് പ്രതികളെ വിചാരണ ചെയ്യാൻ.

മേജർ മേത്തയുടെ വീട്ടിലെത്തി. ഡോർബെല്ലടിച്ചു. മറുപടിയില്ല. അടഞ്ഞു കിടക്കുന്ന ഉമ്മറവാതിലിൽ മുട്ടി, കാത്തുനിന്നു. അകത്ത് ആരുടെയോ കാൽപ്പെരുമാറ്റം. അതോടൊപ്പം പിറുപിറുപ്പും!

വാതിൽപ്പാളിയിൽ കൊളുത്തിയിട്ടിരിക്കുന്ന ശ്രീകൃഷ്ണന്റെ വർണചിത്രത്തിലേക്ക് കണ്ണോടിച്ചു. യശോദനന്ദനൻ ഈ വീടിന്റെ ഐശ്വര്യം എന്നാണ് ഫോട്ടോയ്ക്ക് കീഴെ എഴുതിവച്ചിരിക്കുന്ന ഹിന്ദി വാചകം. സർക്കാർ ഭവനമാണെങ്കിലും മുറ്റത്ത് ഐശ്വര്യമുള്ള കാഴ്ചകൾ. വരാന്തയോട് തൊട്ട് പനിനീർച്ചെടികളുടെ കൂട്ടം. വിടരാൻ കാത്തുനിൽക്കുന്ന മൊട്ടുകളുമായി മുല്ലക്കൊടികളുടെ ഒരു വലിയ തുരുത്ത്. അരവരെ പൊക്കമുള്ള പടിവാതിലിന്റെ ഇരുഭാഗത്തേക്കും നീണ്ടുപോകുന്ന കത്രിച്ച് മോടിയാക്കിയ മൈലാഞ്ചി വേലി.

അൽപ്പം കഴിഞ്ഞ് വാതിൽ തുറന്ന് മിസിസ് മേത്ത പുറത്തേക്ക് കഴുത്ത് നീട്ടിയിട്ട് ചോദിച്ചു: "കോനേ തും .? ക്യാ ചാഹിയേ?"

പെട്ടെന്ന് അകത്ത് ഒരു പുരുഷന്റെ മുഖം മിന്നിമറയുന്നത് ഞാൻ കണ്ടു. അംബാല ആർട്സ് കോളേജ് വിദ്യാർഥിയായ കേണലിന്റെ മകൻ ആനന്ദറാം അല്ലേ അത്? പിതാവിനോടൊപ്പം ഒഴിവുദിനങ്ങളിൽ തംബോല കളിക്കാൻ ബറ്റാലിയനിൽ വന്നുകണ്ടിട്ടുള്ള ചെറുപ്പക്കാരന് മേജർ മേത്തയുടെ വീട്ടിൽ ഇന്നേരത്ത് എന്താണ് കാര്യം?

മിസിസ് മേത്തയെ ഞാൻ മൽഹോത്രയുടെ സന്ദേശം അറിയിച്ചു. കേണൽ ഏഴുമണിക്ക് വരുമെന്ന് കേട്ടപ്പോൾ ഒരേസമയത്ത് അച്ഛന്റെയും മകന്റെയും കരളിനെ ചട്ടിയിലിട്ട് വറക്കുന്ന വമ്പത്തിയുടെ മുഖത്ത് ലജ്ജയിൽ പൊതിഞ്ഞ ഒരു പുതിയ പുഞ്ചിരി വിടരുന്നതു കണ്ടു.

കേണൽ സേവാറാം പെൻഷനായി കസേരയൊഴിഞ്ഞപ്പോൾ കേണൽ കപൂർ ഭരിക്കാനെത്തി. ഹിന്ദി സിനിമാ നടൻ രാജ്കപൂറിന്റെ ഇളയച്ഛൻ. കപൂർ പോയതിനുശേഷം കേണൽ നാരായൺറോത്തഗിയുടെ ഊഴമായി. ഏതോ ഒരു കേന്ദ്രമന്ത്രിയുടെ ബന്ധുവായിരുന്നു അദ്ദേഹം. പാറ്റ്ന നഗരവാസി. ഹിറ്റ്ലർ മീശയും മുടിയും. ഫയർ ഹീറ്ററുടെ ചുവന്ന കണ്ണുകൾ.

കേണൽ സേവാറാമിന് മദ്രാസി സൈനികരോടായിരുന്നു കൂടുതൽ താൽപ്പര്യം. അദ്ദേഹത്തിന്റെ കണ്ണിൽ ഡിസിപ്ലിൻ തെറ്റി നടക്കാത്ത,

ഒബീഡിയന്റായ, പട്ടാളക്കാർ മദ്രാസികളാണ്. സ്വർണമുഖികളായ കേണലിന്റെ പെൺമക്കൾക്ക് മദ്രാസികളെ ഏറെ പ്രിയമായിരുന്നു.

ഓഫീസറുടെ സ്ഥാനവലുപ്പമനുസരിച്ച് ഓർഡർലികൾക്കും ഗമയേറും. ക്യാപ്റ്റന്മാരുടെ ഓർഡർലികളെ ആരും കണക്കിലെടുക്കാറില്ല. കേണലിന്റെ ഓർഡർലിയായാൽ ഹവിൽദാർ മേജർ തൊടാനും മാന്താനും വരില്ല. ദില്ലിയിൽ സേനാഭവനിൽ ജോലി ചെയ്തിരുന്നപ്പോൾ ആർമി ചീഫിന്റെ ബംഗ്ലാവിലെ ഓർഡർലികൾ വെള്ള ഷർട്ടും പന്തലൂണും ധരിച്ച് നടക്കുന്നത് കണ്ടിട്ടുണ്ട്. ജനറലിന്റെ ഓർഡർലികളായതുകൊണ്ടാവണം അവർക്ക് പ്രത്യേക സ്റ്റാറ്റസായിരുന്നു. അവർ മറ്റു ശിപായികളുമായി അടുത്തിടപഴകാറുണ്ടായിരുന്നില്ല.

കേണൽ കപൂർ ജ്യേഷ്ഠൻ പൃഥ്വിരാജിനെപ്പോലെ വാക്കിലും നോക്കിലും ഒരു നടനായിരുന്നു. ഏതാനും മാസങ്ങളേ അദ്ദേഹം ബറ്റാലിയൻ ഭരിച്ചുള്ളൂ. കറുത്ത 'ഡോഡ്ജി'ൽ കേണൽ ഭാര്യയോടൊപ്പം ഓഫീസേഴ്സ് മെസ്സിൽ വന്നിറങ്ങിയതോർമയുണ്ട്. മഞ്ഞ സിൽക്ക്സാരിയും സാരിക്കുമീതെ അരക്കെട്ടിൽ നീലക്കല്ലുകൾ തിളങ്ങുന്ന ഒഡ്യാണവും കഴുത്തിൽ വെൺമുത്തുകളുടെ മൂന്നിഴ ഹാരവും അണിഞ്ഞിരുന്ന മിസിസ് കപൂറിന് ശരീരഭാരം താങ്ങാൻ സ്വന്തം കാലുകൾ രണ്ടും പോരായിരുന്നു.

തന്റെ ഹ്രസ്വമായ ഭരണകാലത്ത് കേണൽ കപൂർ ഓഫീസ്മുറി അലങ്കാരങ്ങളെക്കൊണ്ട് നിറച്ചു. അതിൽ പ്രധാനം 1945 മുതൽ 70 വരെ ബറ്റാലിയൻ ഭരിച്ച പഴയ കേണൽമാരുടെ ഫോട്ടോകൾ വരുത്തി ചുമരിൽ പ്രതിഷ്ഠിക്കലായിരുന്നു. കേണൽ അഭയസെൻ, രാമചന്ദ്രകദം, വിശ്വാമിത്രസിങ്, ഗോപാൽഷെട്ടി, അമൃത്കുമാർറാണ, മാധവൻതമ്പി, സോഹൻസിങ് ഷെയ്കാൻ, സേവാറാം...........പെൻഷനാവുന്ന നാളിൽ പുലിമീശവെച്ച തന്റെ കളർഫോട്ടോകൂടി ചുമരിൽ ഉറപ്പിച്ചിട്ടാണ് അദ്ദേഹം യാത്രയായത്. തന്റെ സ്മാരകം താൻ തന്നെ പ്രതിഷ്ഠിച്ച ഏക വ്യക്തി ചരിത്രത്തിൽ കേണൽ കപൂറായിരിക്കണം.

കേണൽ റോത്തഗി ബറ്റാലിയനെ ഇൻസ്പെക്ഷനിൽ നിരന്തരം തളച്ചിട്ട ഓഫീസറായിരുന്നു. ചെറിയ തെറ്റിനുപോലും പട്ടാളക്കാർക്ക് വലിയ ശിക്ഷ നൽകി. ഒരു കഷണം സോപ്പ് കട്ടെടുത്ത സ്റ്റോർമാൻ പട്ടാളക്കാരനെ അദ്ദേഹം 'ശുക്ക' വീട്ടിലേക്കയച്ചു. ശുക്കയെന്നു പറഞ്ഞാൽ കോർട്ട് മാർഷൽ ചെയ്ത് ബറ്റാലിയന്റെ പടികടത്തൽ. ലീവിൽനിന്ന് വൈകിവരുന്നവർക്ക് ജയിൽശിക്ഷ വിധിച്ചു. പട്ടാളക്കാർ ഭയന്നു. ഇതിനിടയിൽ കേണൽ ബറ്റാലിയനു ചുറ്റുമുള്ള സീസം മരങ്ങളിൽ കണ്ണുവച്ചു. രാത്രിയിരുട്ടിൽ വിശ്വസ്തരായ പട്ടാളക്കാരെയയച്ച് ഉശിരൻ ഉടലുള്ള മരങ്ങൾ വെട്ടി മില്ലിലേക്ക് കടത്തി. പറ്റ്നയിലെവിടെയോ ഒരു മഹാസൗധം ഉയരുന്നുണ്ടായിരുന്നു. അതിനുവേണ്ടി മര ഉരുപ്പടികൾ ഗുഡ്സ് ട്രെയിനുകളിൽ നീങ്ങിക്കൊണ്ടിരുന്നു.

കേണൽ റോത്തഗിയുടെ കാലത്താണ് ഞാൻ നാസിക്കിലേക്ക് ലാവണം മാറ്റിയത്. ലങ്കാധിപൻ രാവണന്റെ സഹോദരി ശൂർപ്പണഖ യുടെ മൂക്കും മുലകളും ലക്ഷ്മണൻ അരിഞ്ഞ് രക്തം വീഴ്ത്തിയ ഗോദാ വരിയുടെ തീരത്തേക്ക്.

കപൂർ സ്ഥാപിച്ച കേണൽമാരുടെ ചിത്രങ്ങൾക്ക് എന്ത് സംഭവിച്ചു കാണും? കേണൽമാർ മാത്രമുണ്ടെങ്കിൽ ബറ്റാലിയൻ പൂർണമാകുമോ? പീരങ്കിപ്പടയാളികൾ, വയർലസ് ഓപ്പറേറ്റർമാർ, ഡ്രൈവർമാർ, കുക്കു കൾ, അലക്കുകാർ, തൂപ്പുകാർ, ക്ലാർക്കുമാർ, ആശാരിമാർ......അതു പോലെ എത്രയോ പേരുടെ വിയർപ്പിലും ഉറക്കച്ചടവിലുമാണ് ബറ്റാലി യൻ തഴയ്ക്കുന്നത്. എത്രയെത്ര പട്ടാളക്കാരാണ് ഓരോ വർഷവും പെൻഷനായും പരിക്കുപറ്റിയും വിടപറയുന്നത്. രാഷ്ട്രത്തിനുവേണ്ടി വിയർപ്പും ചോരയും ഒഴുക്കിയ അവരുടെയൊക്കെ ഫോട്ടോകൾ ഏതു ചുമരിലാണ് കൊളുത്തിയിടേണ്ടത്?

പട്ടയം

സൈന്യബാരക്കിലെ കർശനമായ ചിട്ടകളും ആചാരങ്ങളുമാണ് മറ്റുള്ളവരുടേതെന്നപോലെ എന്റേയും ജീവിതത്തെ രൂപപ്പെടുത്തിയത്. ഒലീവ് ഗ്രീൻ യൂണിഫോമിന്റെ അവകാശിയായതിനുശേഷം വിശപ്പറിഞ്ഞിട്ടില്ല. യാത്രയിൽ തനിച്ചാണെന്നു തോന്നിയില്ല. നിറതോക്കിന്റെ ധൈര്യത്തിൽ പാറാവ് നിൽക്കുമ്പോൾ ഒരു പുതിയ പൗരന്റെ സ്വപ്നങ്ങളും അഭിനിവേശവുമായിരുന്നു മനസുനിറയെ.

പട്ടാളക്യാമ്പിലെ എല്ലാവരും എന്റെ കൂട്ടുകാരായിരുന്നു. വായിക്കാൻ സൈനിക് സമാചാറും ഇംഗ്ലീഷ് പത്രങ്ങളും. വർഷാവർഷം വീടണയാൻ ലീവ്, ധരിക്കാൻ മിലിട്ടറി വസ്ത്രങ്ങൾ, തണുപ്പിന് പുതയ്ക്കാൻ ചണവും ആട്ടിൻരോമവും കലർത്തി നെയ്തെടുത്ത കറുത്ത കട്ടിക്കമ്പിളികൾ. ഇങ്ങനെയൊക്കെയാണെങ്കിലും മിലിട്ടറി നിയമം അതിന്റെ ഇരകൾക്ക് സ്വാതന്ത്ര്യം അനുവദിച്ചിരുന്നില്ല.

ചിറകുണങ്ങുന്നതിനുമുമ്പേ ദാരിദ്ര്യം സൃഷ്ടിക്കുന്ന രോഗങ്ങൾ കൊത്തിയെടുത്തുകൊണ്ടുപോയ എന്റെ ഏഴ് സഹോദരീസഹോദരന്മാരെ ശമ്പളദിനങ്ങളിൽ ഞാൻ പ്രത്യേകം ഓർമിക്കുമായിരുന്നു. ആകാശങ്ങളിൽ നിന്നിറങ്ങിവന്ന് അവർ മിഠായികളും കളിപ്പാട്ടങ്ങളും നല്ല ഉടുപ്പുകളും വാങ്ങാൻ ആവശ്യമായ പണം എടുക്കട്ടെ എന്നു സങ്കൽപ്പിച്ച് ശമ്പളം ഊണുകഴിക്കുന്ന കവിടിപ്ലേറ്റിലിട്ട് ട്രങ്കിന്റെ മേലെ വയ്ക്കും. പിത്തവും ഗ്രഹണിയും പനിയും പിടിച്ചാണ് എന്റെ താഴെ ജനിച്ച നാലും, എനിക്ക് മൂത്ത മൂന്നും മക്കൾ മരിച്ചതെന്ന് പറഞ്ഞ് അമ്മ കരയുന്നത് കണ്ടിട്ടുണ്ട്. അറുപത് വർഷങ്ങൾക്കുമുമ്പത്തെ കഥയാണത്. വറുതി വിളയാടിയ കാലത്തിന്റെ കഥ.

എഴുപതുകൾ വിളിച്ചപ്പോൾ എന്നൊരു ഗ്രന്ഥം അടുത്തകാലത്ത് വായിക്കാനിടയായി. മുപ്പതുകളിലെ കോൺഗ്രസുകാരെപ്പോലെ, നാൽപ്പതുകളിലെ സോഷ്യലിസ്റ്റുകളെപ്പോലെ, അൻപതുകളിലെ കമ്യൂണിസ്റ്റുകാരെപ്പോലെ, എഴുപതുകളിൽ വിമോചനത്തിന്റെ സ്വപ്നങ്ങളുമായി വന്നവരാണ് നക്സലൈറ്റുകൾ എന്നാണ് ഗ്രന്ഥകാരൻ പറയുന്നത്. സമൂഹത്തെ മാറ്റിപ്പണിയാൻ രക്തവും, വിയർപ്പും ചിന്തിയ നക്സലൈറ്റുകളെപ്പോലെ, എഴുപതുകളിൽ ഞങ്ങൾ പട്ടാളക്കാരും സമാധാനത്തിനു വേണ്ടി അതിർത്തി യുദ്ധത്തിലായിരുന്നു. എഴുപതുകളിൽ തന്നെയാണ് കേരളത്തിലെ യൗവനങ്ങൾ അറബിപ്പൊന്നും തേടി കള്ളലോഞ്ചുകളിലും കപ്പലിലും വിമാനത്തിലും ഗൾഫ് നാടുകളിലേക്ക് പോകാൻ തുടങ്ങിയത്. മരുഭൂമിയിലെ പൊള്ളുന്ന വെയിലിലും സിരാരക്തം ഉറയുന്ന മഞ്ഞിലും പണിചെയ്ത അവരാണ് ഈ കൊച്ചുകേരളത്തെ അടിമുടി മാറ്റിപ്പണിതത്.

എഴുപതുകളിൽ കേരളത്തിൽ ചെറിയൊരു മാറ്റം സംഭവിച്ചു എന്നു പറയാം. എന്നെപ്പോലേയുള്ള കുടികിടപ്പുകാർക്ക് കുടിൽ കുത്താൻ ഒരു ചീള് മണ്ണ് സ്വന്തമായി കിട്ടാനുള്ള നിയമം ഉണ്ടായി. അക്കാലത്തത് വലിയൊരു മാറ്റമായിരുന്നു. ഒരുപാട് പുറമ്പോക്കുകൾ നാലുസെന്റായി ഭാഗിച്ച് അതിൽ വീട് പണിത് പാവപ്പെട്ടവരെ സർക്കാർ കുടിപാർപ്പിച്ചു. ആ സംരംഭം ലക്ഷംവീട് പദ്ധതിയായി. കൊട്ടുംമേളത്തിന്റെ അകമ്പടിയോടെ മന്ത്രി വന്ന് പട്ടയമേള ഉൽഘാടനം ചെയ്തു. നാടാകെ ഉത്സവമായിരുന്നു. പത്ത്സെന്റ് അളന്നു കിട്ടിയപ്പോൾ അമ്മ പൊട്ടിക്കരഞ്ഞുപോയി. സന്തോഷക്കണ്ണീര്! ഒരു മടലോല ചോരുന്ന വീടിന്റെ മേലെയിടാൻ വെട്ടിയെടുത്തതിന് കുടിയിറക്കുമെന്ന് ഭീഷണിപ്പെടുത്തിയ ജന്മിയാണ് പത്ത്സെന്റ് മണ്ണ് അളന്നു തന്നിരിക്കുന്നത്!

നാലുകാലോലപ്പുരയുടെ സ്ഥാനത്ത് കല്ലും മരവും കൊണ്ടൊരുവീട് പണിതീർക്കാനാവുമോ എന്നു ഞാൻ സ്വപ്നം കാണാറുണ്ടായിരുന്നു. ആ സ്വപ്നം ഫലവത്തായി. ഇനി കുടിയിറക്കുമെന്നു ഭയപ്പെടേണ്ട. ജന്മിയുടെ മുന്നിൽ ഓച്ഛാനിച്ചു നിൽക്കേണ്ട.

എഴുപത്തൊന്നിൽ ഇന്ത്യയും പാകിസ്ഥാനും തമ്മിൽ യുദ്ധമുണ്ടായെന്ന് പറഞ്ഞല്ലോ. ആ യുദ്ധത്തിന് ശേഷമാണ് പ്രധാനമന്ത്രി ഇന്ദിരാഗാന്ധിക്ക് പട്ടാളക്കാരുടെ ശമ്പളത്തോത് അൽപ്പം മെച്ചപ്പെടുത്തണമെന്ന് തോന്നിയത്. 1966 ൽ നടപ്പാക്കിയ ശമ്പളക്കമ്മീഷന്റെ റിപ്പോർട്ട് പ്രകാരം ഏറ്റവും കൂടിയ ശമ്പളം ആയിരത്തി എണ്ണൂറും കുറഞ്ഞ ശമ്പളം നൂറും ആയിരുന്നു. അതിൽ വലിയ പൊരുത്തക്കേടുണ്ടായിരുന്നു. നൂറുരൂപ ഒരു മിലിട്ടറി ഓഫീസർക്ക് വാർഷിക ഇൻക്രിമെന്റ് കിട്ടുമ്പോൾ ശിപായികൾക്ക് വെറും മൂന്നുരൂപയെ കിട്ടിയിരുന്നുള്ളു.

എഴുപത്തൊന്നിലെ യുദ്ധകാലത്ത് ഞങ്ങളുടെ ബറ്റാലിയന്റെ ക്യാമ്പ് ലൊക്കേഷൻ ജലന്ധറിലായിരുന്നു. പീരങ്കി ദൂരെ ദൂരെ തന്ത്രപ്രധാനമായ പടനിലങ്ങളിൽ വിന്യസിച്ചിരുന്നു. യുദ്ധം മുറുകിനിന്ന നാളു

കളിൽ ഒരു ദിവസം പ്രധാനമന്ത്രി ഇന്ദിരാഗാന്ധി ഞങ്ങളുടെ ബറ്റാലിയനിലും വന്നു. ഒപ്പം നിന്നു മഗ്ഗിൽ ചായ കുടിച്ചു. ആവേശം പകർന്നുകൊണ്ട് അവർ ഏതാണ്ടെല്ലാവർക്കും ഹസ്തദാനം ചെയ്ത് കുശലം ചോദിച്ചു. വെസ്റ്റേൺ കമാന്റർ ഇൻ ചീഫ് ലഫ്റ്റനന്റ് ജനറൽ കെ പി കണ്ടേത്ത് പ്രധാനമന്ത്രിയോടൊപ്പം ഉണ്ടായിരുന്നു. അദ്ദേഹമാണ് വി ഐ പി യുടെ ജീപ്പ് ഡ്രൈവ് ചെയ്തിരുന്നത്.

സൈനികരുടെ സിരകളിൽ യുദ്ധാവേശത്തിന്റെ അഗ്നി ജ്വലിപ്പിച്ചുകൊണ്ട് പ്രധാനമന്ത്രി ഇന്ദിരാഗാന്ധി പോയത് ജലന്ധർ സിറ്റി മൈതാനത്തേക്കായിരുന്നു. അവിടെ അവരെ കാണാൻ ജനലക്ഷങ്ങൾ ഇരമ്പി നിന്നിരുന്നു. ഒരുപാട് വീട്ടമ്മമാർ മുന്നോട്ടുവന്ന് സ്വന്തം ആഭരണങ്ങൾ ഊരി യുദ്ധഫണ്ടിലേക്ക് പ്രധാനമന്ത്രിയുടെ കയ്യിൽ സമർപ്പിക്കുന്നതു കണ്ടു.

ജനറൽ കണ്ടേത്തിനെ പിന്നീട് ഞാൻ കാണുന്നത് 1972 ൽ സൈന്യതോരണങ്ങൾ ചാർത്തിയ അംബാലയിലെ വിശാലമായ പരേഡ് ഗ്രൗണ്ടിൽ വച്ചായിരുന്നു. സർവീസിൽനിന്ന് വിടപറയുന്നതിന്റെ ബഹുമാനാർഥം സെറിമോണിയൽ പരേഡ് സ്വീകരിക്കാൻ വന്നതായിരുന്നു അദ്ദേഹം. ഹിമക്കാറ്റ് വീശുന്ന നവംബറിലെ മങ്ങിയ വെയിലുള്ള പകൽനേരം. വെസ്റ്റേൺ കമാന്റിലെ നിരവധി ബറ്റാലിയനുകളിൽ നിന്ന് സെറിമോണിയൽ ഡ്രസണിഞ്ഞ് പട്ടാളട്രൂപ്പുകൾ ജനറലിന് യാത്രയയപ്പ് നൽകാൻ എത്തിയിരുന്നു. ബാന്റുമേളക്കാരുടെ അകമ്പടിയോടെ ചിട്ടയായി മാർച്ചും സല്യൂട്ടും ചെയ്തു നീങ്ങുന്ന സൈന്യനിരകളെ മറുസല്യൂട്ട് ചെയ്ത് ജനറലിന്റെ കൈ കുഴഞ്ഞു. കഴയ്ക്കുന്ന കൈത്തണ്ടയ്ക്ക് താങ്ങായി കമണ്ഡലുപോലെ ഒരു ദണ്ഡ് ആരോ കൊണ്ടുവെച്ചു. ജനറൽ അതിന്മേൽ കൈയമർത്തിനിന്ന് സല്യൂട്ട് സ്വീകരിച്ചുകൊണ്ടിരുന്നു.

ലഫ്റ്റനന്റ് ജനറൽ കണ്ടേത്ത് മലയാളിയാണ്. അവിവാഹിതനായിരുന്ന അദ്ദേഹം ചീറുന്ന പുലിയാണ്, ശത്രുവിനെ കുത്തിക്കോർക്കുന്ന കൊമ്പനാണ് എന്നൊക്കെ ഉസ്താദുമാർ പറയുന്നത് കേട്ടിട്ടുണ്ട്.

ഏതൊരു പുലിയും പല്ലും നഖവും കൊഴിഞ്ഞാൽ പൂച്ചയെപ്പോലെ പതുങ്ങിക്കൂടും. 1984 നവംബറിൽ, ദില്ലി ആർമി ഹോസ്പിറ്റലിൽവച്ച് കണ്ടപ്പോൾ ജനറൽ കണ്ടേത്തിന്റെ മീശ കൂടുതൽ നരച്ചിരുന്നു. മുഖം ചുളുങ്ങി വിളറിയിരുന്നു. അദ്ദേഹം ക്ഷീണിതനും പരവശനുമായിരുന്നു. സിവിൽ ഡ്രസണിഞ്ഞ് ഡോക്ടറെ കാണാൻ വന്ന് ആരാലും അറിയപ്പെടാതെ വരാന്തയുടെ ഒരറ്റത്ത് കസേരയിൽ ഒതുങ്ങിയിരിക്കുന്ന ജനറൽ കണ്ടേത്ത് സാഹിബിനെ കണ്ടപ്പോൾ ഏതുവമ്പനും ഒരിക്കൽ മണ്ണിൽ കൊമ്പുകുത്തുമെന്ന സത്യം ഞാനോർത്തുപോയി.

നീലക്കോട്ടും ധരിച്ച് മെഡിക്കൽ പേപ്പറുകൾ നിറച്ച ഒരു ഫയലുമായി തനിച്ചിരിക്കുന്ന ജനറലിനെ അടുത്തിരിക്കുന്നവരെല്ലാം കാൺകെ ഞാൻ സല്യൂട്ട് ചെയ്തു. ഗുഡ് മോർണിങ് പറഞ്ഞു. ജനറലിന്റെ മുഖം

വിടർന്നു, അദ്ദേഹം ഇരുന്നുകൊണ്ട് എനിക്ക് സല്യൂട്ട് മടക്കിത്തന്നു. അടുത്തിരിക്കാൻ പറഞ്ഞു. ഊരും പേരും ചോദിച്ചു. തന്നെ തിരിച്ചറിയുന്ന ഒരു ശിപായിയെയെങ്കിലും കണ്ടുമുട്ടിയതിൽ, ഒരിക്കൽ, പടിഞ്ഞാറൻ പ്രവിശ്യകളിൽ വിന്യസിച്ചിരുന്ന പട്ടാളവ്യൂഹത്തിന്റെ മഹാസാരഥിയായിരുന്ന ജനറൽ ഒരുപാട് സന്തോഷിച്ചു.

വാൾമുനകളിലും കൽപ്പനകളിലും ലോകത്തെ അടക്കി ഭരിച്ചാലും, ശത്രുപാളയങ്ങളിൽ കൊടുങ്കാറ്റും അഗ്നിയും വിതച്ചാലും അവസാനം ഏകാന്തമൗനങ്ങൾ മാത്രമേ കൂട്ടിനുണ്ടാകൂ എന്ന് രഥികളെയും മഹാരഥികളെയും പറ്റി ആരോ എഴുതിയത് വാസ്തവമാണെന്ന് ജനറൽ കണ്ടേത്തിനെ ആസ്പത്രി വരാന്തയിൽ വച്ചു കണ്ട നിമിഷം ഞാനോർക്കുകയായിരുന്നു.

മൂലധനം

ആയിരത്തി തൊള്ളായിരത്തി എഴുപത്തിരണ്ട് ജൂൺമാസത്തിലൊരു ഞായറാഴ്ചയായിരുന്നു വീടിന്റെ പാല് കാച്ചൽ ചടങ്ങ്. മഴ ചാറി നിന്നിരുന്ന അന്ന് നേരം നല്ലപോലെ പുലർന്നതോടെ അമ്മയുടെ മൂത്ത സഹോദരി അനിയത്തിയുടെ വീട്ടിലെ ശുഭകർമത്തിൽ പങ്കെടുക്കാനെത്തി. പുത്തൻകലത്തിൽ വേവിച്ച മധുരമുള്ള പാൽച്ചോറ് ആദ്യം തറവാട് വാഴുന്ന മൂർത്തികൾക്കും, അകാലങ്ങളിൽ ദൈവസന്നിധിയിലേക്ക് പറന്നുപോയ മക്കൾക്കും അച്ഛനും നിലവിളക്കിനു മുന്നിലിട്ട നാക്കിലയിൽ അമ്മ നിവേദിച്ചു. മധുരം നുണയാൻ മരണദേവന്റെ കൊട്ടാരത്തിൽനിന്നും അച്ഛൻ മക്കളോടൊപ്പമെത്തുമെന്ന സങ്കൽപ്പത്തിൽ കുടുംബത്തിന്റെ മിഴികൾ നനഞ്ഞു. കുടിവയ്പിനെ വിളംബരപ്പെടുത്തിക്കൊണ്ട് പാൽച്ചോറ് തൊട്ടടുത്ത വീടുകളിൽ അമ്മ വിതരണം ചെയ്തു.

പണിതീരാത്ത വീട്. ചുമരുകൾ കുമ്മായവും മണ്ണും ചേർത്ത് തേച്ച് മിനുക്കിയിട്ടില്ല. മുഴുവൻ ജനലുകളിലും പാളികൾ ഘടിപ്പിച്ചിട്ടില്ല. ഇല്ലായ്മകൾ തെളിഞ്ഞു നിൽക്കുന്ന ചെറിയൊരു പാർപ്പിടം. മേലെ പുത്തനോല മേഞ്ഞത് മാത്രമാണ് വലിയ മേന്മ. നാട്ടിലെ മുത്താശ്ശാരി നാരായണനാണ് വീട് പണിതത്. ഉമ്മറത്തെ രണ്ടു ജനലുകൾ മാത്രം മരപ്പാളികൾ ചേർത്ത് കണ്ടം വച്ച കോട്ട് പോലെയായിരുന്നു. ഇരിക്കാൻ കസേരയില്ല. ഒരു ബഞ്ചുണ്ട്. നടുമുറിയിൽ അമ്മയ്ക്ക് കിടക്കാൻ മാത്രം കയർ വരിഞ്ഞ ഒരു കട്ടിൽ. ആകെക്കൂടി വലിയ ചന്തമോ പ്രൗഢിയോ ഒന്നും തോന്നാത്ത, ഇടനാട്ടുകാർ പറയാറുള്ളതുപോലെ, ഒരു പുരക്കൂട്.

യുദ്ധപരിശീലനവും ഇൻസ്പെക്ഷന്റെ ബദ്ധപ്പാടുകളും കാരണം അക്കൊല്ലം നവംബറിലേ ലീവ് കിട്ടിയുള്ളൂ. ഞാൻ വന്നതറിഞ്ഞ് നാരായണനാശാരി എന്നെ കാണാനെത്തി. സുഖമില്ല. ആസ്ത്മ. ശ്വാസം

വിടാൻ പ്രയാസം. ധർമാസ്പത്രിയിലെ അപ്പോത്തിക്കിരി കുറിച്ചു തന്ന 'വട്ട്' വാങ്ങണം. മെലിഞ്ഞ് നീണ്ട ദീനനായ വൃദ്ധൻ പറഞ്ഞു.

പെരുന്തച്ചനെ അമ്മ പുല്ലുപായയിലിരുത്തി ആദരിച്ചു. ചായയും തേങ്ങ ചെരുകിയിട്ട അവിലും ചെറുപഴവും കഴിക്കാൻ കൊടുത്തു. ചൂടുള്ള ചായ മൊത്തിയിരിക്കുന്ന നാരായണനാശാരിയെ ഞാൻ ശ്രദ്ധിച്ചു. ആയുസ് മുഴുവൻ ഉളിയും മുഴക്കോലുമായി നടന്ന മനുഷ്യനാണ്. എത്രയോ പുരകൾ അദ്ദേഹം പണിതിരിക്കണം. ഒന്നും നേടിയില്ല. വയസ്സായി. രോഗങ്ങളായി.

അന്ന് ആറു രൂപയായിരുന്നു ആശാരിയുടെ കൂലി. കടയിൽ ചായയ്ക്ക് ഇരുപതു പൈസ. കായൽ വക്കത്ത് കള്ളവാറ്റുകാർ ഒരുപാടുണ്ട്. കൂലിപ്പണിക്കാർ ഒളിഞ്ഞും തെളിഞ്ഞും കള്ളവാറ്റ് മോന്തിയിരുന്നു.

അവധിക്കാല സായാഹ്നങ്ങളിൽ കൂട്ടുകാരോടൊത്ത് ഞാൻ കമ്പോളത്തിൽ ചുറ്റി നടക്കും. ഇടയ്ക്ക് സിനിമ കാണാൻ പോകും. ലൈബ്രറിയിൽ പോയിരുന്ന് വായിക്കും. രണ്ടുമാസത്തിന് വീട്ടിലെത്തിയ വിരുന്നുകാരന്റെ മട്ട്. അമ്മ ചൂണ്ടക്കാരൻ അയ്മു മാപ്ലയുടെ കുടിയിൽ പോയി മുഴുത്ത ചെമ്മീനോ പള്ളത്തിയോ പ്രാച്ചിൽ മീനോ വാങ്ങും. മകന് വെച്ചു വിളമ്പുന്നതിലാണ് അമ്മയ്ക്ക് സന്തോഷം.

വീടിന്റെ ചുമരുകൾ തേച്ചുമിനുക്കാൻ മണ്ണും സിമന്റും വേണം. പണിക്കൂലിയാണ് പ്രശ്നം. സിമന്റ് മർക്കറ്റിൽ ചില കുത്തകക്കാരുടെ കയ്യിലേയുള്ളൂ. ചാക്കൊന്നിന് ഏഴുരൂപ. കരിഞ്ചന്തയിൽ പതിനഞ്ച് കൊടുക്കണം. ശ്രീരാമജയം ഹോട്ടലുടമ കൃഷ്ണന്റെ പക്കൽനിന്നും മുന്നൂറുരൂപ കടം വാങ്ങി. നൂറ്റിക്ക് രണ്ടു രൂപ പലിശ. ഒരാഴ്ചകൊണ്ട് വീട് തേപ്പ് പൂർത്തിയാക്കി. വെള്ളപൂശിയപ്പോൾ വീടിന് ഗമയേറി.

അക്കാലത്ത് സർക്കാർ ലാവണമുള്ളവർ മൂന്നുപേരായിരുന്നു എന്റെ നാട്ടിൻപുറത്ത്. ഒന്ന് വ്യവസായവകുപ്പിലെ ക്ലാർക്ക് ഗോവിന്ദൻ. രണ്ടാമത് മജിസ്ട്രേറ്റ് കോടതിയിലെ ബഞ്ച് ക്ലാർക്ക് സരസു വല്യമ്മ, മൂന്നാമത് സാക്ഷാൽ ഞാൻതന്നെ!.

സർക്കാരുദ്യോഗസ്ഥന് കല്യാണ മാർക്കറ്റിൽ മാറ്റ് കൂടുതലുള്ള കാലം. വിവാഹബ്രോക്കർ കുമാരു വീട്ടിൽവന്ന് അമ്മയോടെന്തോ പിറുപിറുക്കുന്നതു കേട്ടു. നെല്ലും തേങ്ങയും കൂടുതലുള്ള വീട്ടീന്ന് അവന് പെണ്ണ് കിട്ട്വോന്ന് ഞാനൊന്നു നോക്കട്ടെ. കുമാരു അമ്മയോടു പറഞ്ഞു.

"നാളെ നീ പെണ്ണുകാണാൻ പോണം. അഴീക്കോട് ഭാഗത്ത് നെനക്ക് വേണ്ടി നല്ലൊരു കാര്യം കുമാരു കണ്ടുവച്ചിട്ടുണ്ട്.." അമ്മ പറഞ്ഞു.

ഇരുപത്തെട്ട് വയസ് പെണ്ണുകെട്ടേണ്ട പ്രായമാണോ? പെണ്ണുകെട്ടാൻ ഒരുപാട് പണം വേണം. താലികോർത്ത പൊന്നിന്റെ നൂല്, പട്ടുസാരികൾ, വീടിനു ചുറ്റും പന്തൽ, പന്തലിൽ അരങ്ങ്, കൊട്ടും മേളവും, സദ്യവട്ടങ്ങൾ. ആദ്യമൊക്കെ നടന്നാണ് വരനും പാർട്ടിയും പെൺവീട്ടിലേക്ക് പോയിരുന്നത്. ഇപ്പോൾ വാടകക്കാറുകളിലാണ് യാത്ര. അതിനുമുണ്ട് ഏറെ ചെലവ്.

പിറ്റേന്ന് കുമാരുവിന്റെ കൂടെ പെണ്ണുകാണാനിറങ്ങി. ഷേവ് ചെയ്ത് മുഖം മിനുക്കി. മുടി ഭംഗിയിൽ കോതിവച്ച്, ഇസ്തിരിയിട്ട് വടിപോലെ യാക്കിയ ഷർട്ടും മുണ്ടും ധരിച്ച് മണവാളനാവാനുള്ള പുറപ്പാട്.

കുമാരു കല്യാണ ബ്രോക്കർപ്പണിയിൽ വിരുതനാണെന്ന് കേട്ടി ട്ടുണ്ട്. കല്യാണക്കാര്യമാവുമ്പോൾ ഇത്തിരി നുണയും പൊടിപ്പുമാവാം എന്ന പ്രകൃതം. പുറപ്പെടാൻ നേരത്ത് കുമാരു എന്നോട് ചോദിച്ചു. "പട്ടാ ളത്തില് നിനക്ക് എന്തൂട്ടാ ജോലി?"

"ശിപായി. ശിപായി ക്ലാർക്ക്." ഞാൻ പറഞ്ഞു.

"അതൊന്നുമല്ല. നീ പറയേണ്ടത്! അടുത്തുതന്നെ പ്രമോഷൻ കിട്ടി ഓഫീസറാകും, പരീക്ഷയൊക്കെ കഴിഞ്ഞ് കൽപ്പനേം കാത്തിരിക്യാ ണെന്ന് പറഞ്ഞാമതി. ബാക്കിയൊക്കെ ഞാനേറ്റു." കുമാരു ശബ്ദം താഴ്ത്തി ഉപദേശിച്ചു.

"എന്തിനാ നൊണ പറയണ്ത്. നൊണ പറഞ്ഞ് പറ്റിച്ച് എനിക്ക് കല്യാണം കഴിക്കണ്ട." നടത്തത്തിന് വേഗത കുറച്ചുകൊണ്ട് ഞാൻ പറഞ്ഞു.

"എടാ മണ്ടാ. നിന്റെ നല്ലതിനാ ഞാനിതൊക്കെ പറയണത്. വേണ്ട ങ്കി വേണ്ട. നീ വാ. നമക്ക് ഒരു ചായ കുടിക്കാം എന്നിട്ട് അഴീക്കോട്ടേക്ക് വണ്ടി കയറാം."

ചായക്കടയിൽ കയറി. ഞാൻ ഒരു ചായമാത്രം കുടിച്ചു. കുമാരു ചായയോടൊപ്പം നേന്ത്രപ്പഴവും താറാവിൻമുട്ട പുഴുങ്ങിയതും അകത്താ ക്കി. സപ്ലയർ ബിൽ എന്റെ കയ്യിൽ തന്നു. രണ്ടാൾ പറ്റ് എഴുപത് പൈസ.

അഴീക്കോട് ബസിറങ്ങി. പുത്തൻപള്ളിക്കടുത്തുള്ള മദ്രസയോട് ചേർന്ന വെട്ടുവഴിയിലൂടെ കിഴക്കോട്ട് നടക്കവേ ജീവിതത്തിൽ വിജയം കൊയ്യാനുള്ള അടവുകളിലൊരെണ്ണംകൂടി കുമാരു എന്റെ ചെവിട്ടിൽ മന്ത്രിച്ചു: "സ്ത്രീധനംകൊണ്ടും ചെലപ്പോ ചെലര് പച്ചപിടിച്ചെന്നിരിക്കും. അമ്മായിഅപ്പന് പണംണ്ടായാ കൈയ്ക്കൊന്നൂല്ല! അതും ഒരു ഭാഗ്യംത ന്നേണ്ന്ന് കരുത്ണതാ ബുദ്ധി."

എനിക്കാകെ ഒരു വിമ്മിഷ്ടം തോന്നി.

പെണ്ണുകാണാൻ വരണ്ടായിരുന്നു. നുണകൾ പറഞ്ഞ് ഫലിപ്പിക്കു ന്നത് നാണക്കേടാണ്. പട്ടാള യൂണിഫോമിനും സത്യപ്രതിജ്ഞയ്ക്കും നിരക്കാത്തത്.

കയർറാട്ടുകൾ കരയുന്ന ഓലമാടങ്ങൾക്കും, നാല് പോത്തൻ പശു ക്കളെ കെട്ടിയിട്ട വമ്പൻ തൊഴുത്തിനും, ആകാശം മുട്ടുന്ന വൈക്കോൽ ത്തുറുവിനും നടുവിൽ ശിരസുയർത്തി നിൽക്കുന്ന, പാത്തിവച്ചു പണിത ഓട്മേഞ്ഞ സാമാന്യം വലിയൊരു വീട്ടിലേക്കായിരുന്നു കുമാരുവും പിന്നാലെ ഞാനും കയറിച്ചെന്നത്.

അടുക്കളത്തിരക്കിൽനിന്ന് വീട്ടമ്മ പുറത്തേക്ക് വന്നു. കുമാരുവിനെ കണ്ട് ലോഹ്യത്തോടെ ചിരിച്ചു. ചൂരൽ കസേരകളിലേക്ക് ചൂണ്ടി ഞങ്ങളെ ഇരിക്കാൻ ക്ഷണിച്ചു.

അഞ്ച് മിനിറ്റ് കഴിഞ്ഞാ ആള് വരും. പറമ്പില് കന്നിനെ അഴിച്ചുകെട്ടാൻ പോയതാ എന്നു പറഞ്ഞ് അകത്തേക്ക് വലിയുന്നതിനിടയിൽ ആയമ്മ എന്നെ ഗാഢമായി ഒന്നു ശ്രദ്ധിച്ചു. മുഖത്തിന് തെളിവുണ്ട്. മകളെ കാണാൻ വന്ന ചെറുക്കനെ മനസുകൊണ്ട് തള്ളയ്ക്ക് ഇഷ്ടപ്പെട്ടു എന്നു തോന്നുന്നു.

ആ വീട് പണ്ടേ പരിചയമുള്ളതുപോലെയാണ് കുമാരുവിന്റെ (കുമാരുച്ചേട്ടന്റെ) പെരുമാറ്റം. വീട്ടമ്മയോടൊപ്പം സ്വാതന്ത്ര്യത്തോടെ അകത്തേക്ക് കടന്ന് ഓരോരോ വർത്തമാനം, സൊറ പറച്ചിൽ.

അൽപ്പം കഴിഞ്ഞപ്പോൾ മുഷിഞ്ഞ കള്ളിമുണ്ടും ചുറ്റി തലയിലൊരു വട്ടക്കെട്ടുമായി തടിച്ച് കുള്ളനായൊരു മനുഷ്യൻ വിയർപ്പിൽ നനഞ്ഞ മുഖവുമായി കയറി വന്നു. അപ്പോഴേക്കും എന്തോ ചവച്ചുകൊണ്ട് കുമാരുവും അകത്തുനിന്നുമെത്തി.

പെണ്ണിന്റെ അച്ഛൻ തലയിലെ കെട്ടഴിച്ച് വീശിക്കൊണ്ട് വെയിൽച്ചൂടിന്റെ കാഠിന്യത്തെപ്പറ്റി പറയാൻ തുടങ്ങി. കുമാരു കയറിന്റെ നിലവാരത്തെപ്പറ്റി തിരക്കി. അക്കൊല്ലം കയറിന് നല്ലവിലയാണെന്ന് കാരണവർ പറഞ്ഞു. പണത്തിന് പഞ്ഞമില്ലെന്ന ധ്വനിവാക്കുകൾ.

എരുമയുടേതുപോലെ നീണ്ട മോന്തയുള്ള കാരണവരെ ഞാൻ അശ്രദ്ധമായി ശ്രദ്ധിച്ചു. ദേഹം നിറയെ ചുരുണ്ടു കിടക്കുന്ന കറുത്ത രോമങ്ങൾ. വലിയ കുടന്തവയറ്. ഓരോ മാങ്ങയണ്ടിയോളം വലുപ്പമുള്ള കാൽവിരലുകൾ.

ഭർത്താവിന്റെ ശബ്ദം കേട്ടപ്പോൾ മാറത്ത് ഒരു വെള്ളത്തോർത്തും വിടർത്തിയിട്ട് വീണ്ടും വീട്ടമ്മ പ്രത്യക്ഷപ്പെട്ടു. വീട്ടിലാരൊക്കെയുണ്ട്, ഏത് നാട്ടിലാണ് ജോലി. എന്നൊക്കെ എന്നോട് ചോദിക്കാൻ തുടങ്ങി. എല്ലാ ചോദ്യങ്ങൾക്കും കുമാരുവാണ് മറുപടി പറഞ്ഞത്. പട്ടാളത്തില് ചെറുക്കന് വെച്ചടി വെച്ചടി കേറ്റാ... ഏതാണ്ട് വെല്യേ ഒരു പരീക്ഷയെഴുതീട്ടാ ലീവില് വന്നിരിക്കണത്. ഇനി ചെല്ലുമ്പ ഉദ്യോഗം ഒരുപാട് ഉയർന്ന മട്ടിലാ കിട്ടാമ്പോണത് എന്നൊക്കെ.

ഞാനപ്പോൾ എവിടെയോ വിയർക്കുകയായിരുന്നു. അന്നേരത്തായിരുന്നു മഞ്ഞ സർബത്ത് നിറച്ച ഗ്ലാസുകൾ വച്ച തട്ടുമായി പെൺകുട്ടിയുടെ വരവ്.

അച്ഛനെപ്പോലെ തടിച്ച് ഇരുണ്ട നിറമുള്ള പെൺകുട്ടി. ഇരുകവിളുകളിലേക്കും നീണ്ടുപോകുന്ന ചുണ്ടുകൾ. ചതുരമുഖം. കൈത്തണ്ടകളിൽ കുറുരോമങ്ങളുടെ പാട.

പെൺകുട്ടി നീട്ടിയ സർബത്ത് ഗ്ലാസ്സ് വാങ്ങി കുമാരു ഉടനെ കുടിച്ചു തീർത്തു. ഞാൻ മെല്ലെ ഒരു കവിൾ മൊത്തി, എന്നിട്ട് ഗ്ലാസ്സ് മേശപ്പുറത്ത് വെച്ചു. കുമാരു നേരേ ഉപദേശിച്ചിട്ടുള്ളതുപോലെ ഞാൻ പെൺകുട്ടിയോടു ചോദിച്ചു: "എന്താ പേര്?"

"സുഷമ!" പെൺകുട്ടി ലേശം ലജ്ജയോടെ മൊഴിഞ്ഞു.

ഇനിയെന്ത് ചോദിക്കണം? ഞാൻ വാക്കുകൾക്ക് പരതി. എന്നാലും

എത്രവരെ പഠിച്ചു എന്ന് ചോദിച്ചെന്നാണോർമ. അൽപ്പം കഴിഞ്ഞ് സുഷമ അകത്തേക്ക് വലിഞ്ഞപ്പോൾ ഞാൻ ആശ്വസിച്ചു. കാരണവരുമായിട്ടായിരുന്നു പിന്നീട് കുമാരുവിന്റെ സംസാരം. രഹസ്യമായ കാര്യവിചാരങ്ങൾ.

അന്ന് കുമാരുവിനോടൊപ്പം തിരിച്ചുപോരുമ്പോൾ മനസാകെ മൗനവിഷാദത്തിലായിരുന്നു. വരണ്ടായിരുന്നു! വരണ്ടായിരുന്നു എന്ന തോന്നൽ.

പെൺകുട്ടിയുടെ അച്ഛൻ എന്തുപറഞ്ഞു എന്നൊന്നും ഞാൻ കുമാരുവിനോട് ചോദിച്ചില്ല. ചോദിക്കാൻ ഇഷ്ടപ്പെട്ടില്ല. ആദ്യമായി പെണ്ണ് കാണാൻപോയ കാര്യം അവതാളത്തിലായെന്ന് ചേച്ചിയും കുട്ടികളും കേൾക്കാതെ അമ്മയെന്നോട് പറഞ്ഞു. വേദനിപ്പിക്കുന്ന വാക്കുകൾ. ഒരിര ഒത്തുവന്നതിന്റെ സന്തോഷാധിക്യത്തോടെ പെണ്ണ് കാണിക്കാൻ കൊണ്ടുപോയ കുമാരുവിനെയല്ല ഞാൻ പിന്നീട് കണ്ടത്. പറഞ്ഞ വങ്കത്തരങ്ങളൊന്നും ഏശാത്തതിന്റെ വിഷണ്ണ ഭാവം. ഒരു നഷ്ടയാത്രയുടെ കരിനിഴൽവീണ മുഖം.

“വിധവയായ പെങ്ങളും കുട്ട്യോളും കുടുംബത്തിലൊള്ളതാ പെൺകുട്ടീടെ അച്ഛൻ കണ്ട തടസ്സം. അവറ്റോളെ മാറ്റിപ്പാർപ്പിച്ചാല് കാര്യം എസ്സ് മൂളാന്നാ കുമാരൂന്റെടുത്ത് അയാള് പറഞ്ഞത്.” അമ്മ പറഞ്ഞു.

പെൺകുട്ടിയുടെ പിതാവിനെ കുറ്റപ്പെടുത്താനെനിക്ക് തോന്നിയില്ല. മകളുടെ ഭാവി ഭദ്രമായിരിക്കണമെന്നാവും ഏതൊരു പിതാവിന്റേയും ആഗ്രഹം. ഒന്നും തെറ്റല്ല. ഒന്നിനേയും കുറച്ചുകാണാൻ പാടില്ല. ഉത്തരവാദിത്വങ്ങൾ ഏറെയുള്ള ദരിദ്രനായ ഒരു ചെറുപ്പക്കാരന് പെണ്ണിനെ കൈപിടിച്ച് കൊടുക്കാൻ ഇഷ്ടപ്പെടാത്ത വീട്ടുകാരാണവർ. അതിർത്തിയിലെ ശത്രുസൈനികനല്ല, അവൻ തൊടുക്കുന്ന ബുള്ളറ്റുകളല്ല, ദാരിദ്ര്യമാണ് ഏറ്റവും വലിയ ശാപം എന്നറിയുന്ന പഴമനസ്സ്!

പ്രണയമുറിവ്

യുദ്ധദേവന്റെ മക്കൾ അന്തിമുളയുന്ന ബാരക്കുകളിലേക്ക് സ്ത്രീകൾ കടന്നു വരരുതെന്നാണ് നിയമം. അവളുടെ ചിരിയും സുഗന്ധവും സൈനികരുടെ ഉറക്കം കെടുത്തരുത്. അവളുടെ കരസ്പർശത്തിൽ പടനിലങ്ങളുടെ തമ്പുരാൻ റമ്മും ചപ്പാത്തിയും കൊടുത്തു വളർത്തുന്ന തരുണരുടെ തപസ്സ് മുടങ്ങരുത്. അച്ചടക്കത്തിന്റെ മുള്ളുവേലികൾ പൊട്ടിച്ച് സ്വാതന്ത്ര്യത്തിന്റെ വെളിച്ചത്തിലേക്ക് അവർ പറന്നുപോകരുത്!

പട്ടാളക്കാർക്ക് ജംഗമങ്ങൾ സൂക്ഷിക്കാൻ ട്രങ്കുകളുണ്ട്. ഒലീവ് ഗ്രീൻ ചായം പൂശിയ ട്രങ്കിൽ സർക്കാർ കിറ്റ് മാത്രമല്ല, ഇഷ്ടദൈവങ്ങളുടെ ചിത്രങ്ങളുമുണ്ടാകും. പ്രണയിനികളുടെ പടങ്ങൾ ചില്ലുകൂട്ടിലിട്ട് സൂക്ഷിക്കും. കത്തുകളും നീണ്ടകഥകളും കാമശാസ്ത്രങ്ങളും അടുക്കിവച്ചിരിക്കും. പരേഡും കുളിയും കഴിഞ്ഞു വന്നാൽ ഇത്തിരിനേരം ദൈവപൂജയ്ക്ക്. ചാർപായിൽ കുനിഞ്ഞിരുന്ന് പ്രിയപ്പെട്ടവർക്ക് കത്തെഴുത്ത്. രണ്ടൗൺസ് റം പകർന്ന് നേർപ്പിച്ച് വലിച്ചിറക്കി കവിടിപ്ലേയിറ്റുമെടുത്ത് ലങ്കറിലേക്ക്. പഴക്കച്ചൂരുള്ള ആട്ടപ്പൊടിയുടെ ചപ്പാത്തിയും ചെമ്മരിയാടിന്റെ ഇറച്ചിയും ചവയ്ക്കാൻ.

ആകാശങ്ങളിൽനിന്ന് ആലിപ്പഴങ്ങൾ പെയ്തിറങ്ങുന്ന മഞ്ഞുകാലത്താണ് ബറ്റാലിയനിൽ യുദ്ധപരിശീലനം. ഉറക്കമില്ലാത്ത രാവുകൾ. വിശ്രമമില്ലാത്ത പകൽയാമങ്ങൾ. പ്രണയവും പൊട്ടിച്ചിരികളും മറന്ന് അയവില്ലാത്ത നിയമത്തിന്റെ ഞെരിപ്പിൽ വേവുന്ന ജീവിതങ്ങൾ.

ജനുവരിത്തണുപ്പിൽ കോച്ചിവിറക്കുന്ന അത്തരമൊരു രാത്രിയിലാണ് ഞങ്ങൾ ഒരു സംഘം പട്ടാളക്കാർ പെൻഷനായ ഒരു കേണലിന്റെ മകളുടെ വിവാഹവിരുന്നിൽ ശ്രമക്കാരായിട്ട് പോയത്.

പട്ടാളത്തിൽ അങ്ങനെയൊക്കെ സംഭവിക്കുന്നത് സാധാരണയാണ്.

നാവില്ലാത്ത ശിപായികളെ ഓഫീസർമാർ സ്വന്തം വീട്ടുകാര്യങ്ങൾക്ക് പ്രയോജനപ്പെടുത്താറുണ്ട്. സിവിൽ ഡ്രസ്സിൽ ബറ്റാലിയനിലെ ബാന്റ് മേളക്കാരോടൊപ്പം ശക്തിമാൻ ട്രക്കിലായിരുന്നു യാത്ര. കൈ ഞൊടിച്ചാൽ യന്ത്രത്തെപ്പോലെ പണിയെടുക്കുന്ന ശിപായിമാരുടെ സാന്നിധ്യം കേണലിന് ഒരുപാട് രൂപയുടെ ലാഭമുണ്ടാക്കി. റമ്മിന്റെ ലഹരിയിൽ ഒരു പാതിരാമേളം പാരിതോഷികമായി കിട്ടിയതിൽ ഞങ്ങളും സംതൃപ്തരായിരുന്നു. .

ആദ്യമായാണ് ഞാനൊരു പഞ്ചാബി വിവാഹം കാണുന്നതും അറിയുന്നതും. കേണലിന്റെ വിശാലമായ വീട്ടുമുറ്റത്ത് നിറമുള്ള തൊങ്ങലുകൾ പിടിപ്പിച്ച ഷാമിയാന ഇരുമ്പു തൂണുകളിൽ ശിരസുയർത്തി നിന്നിരുന്നു. ഷാമിയാനയുടെ കീഴെ തിളങ്ങുന്ന ഗിൽറ്റ് പൂക്കൾ. പന്തലിന്റെ ഒരറ്റത്ത് കലവറ 'ഹൽവായി'കളുടെ ബഹളം. അലൂമിനിയത്തിന്റെ ഭീമൻ തകലകളിൽ പൊരിച്ചു കൂട്ടിയ ജിലേബിയുടെ മണവും മഞ്ഞക്കാഴ്ചയും. പരന്ന ഊക്കൻ ചീനച്ചട്ടിയിൽ വേവുന്ന ബർഫിയുടെ ഹൃദ്യഗന്ധം. വൂളൻ സ്യൂട്ടുകളണിഞ്ഞ വിരുന്നുകാരുടെ ഒഴുക്ക്. സൊറപറച്ചിൽ. ബാന്റുമേളത്തിന്റെ ഈണത്തോടൊപ്പം മധുചഷകങ്ങളുടെ സീൽക്കാരം.

മദ്യം വിളമ്പുന്നവരുടെ കൂട്ടത്തിലായിരുന്നു ഡ്യൂട്ടിയെങ്കിലും എന്റെ ശ്രദ്ധമുഴുവനും സുമുഖികളായ വിരുന്നുകാരികളിലായിരുന്നു. നീണ്ട കഴുത്തുള്ള പത്രാസ്സുകാരികളുടെ അധരങ്ങളിലെ കൃത്രിമച്ചുവപ്പ് വിവാഹരാത്രിയെ ലഹരി പിടിപ്പിച്ചു. അവരണിഞ്ഞിരുന്ന അംഗവസ്ത്രങ്ങളുടെ നിറചാരുതകൾ കണ്ടപ്പോൾ ഏതോ രാജസദസിലാണോ വന്നുപെട്ടിരിക്കുന്നതെന്ന് ഞാനോർത്തു. തങ്കഹാരങ്ങൾ മിന്നുന്ന മേനിയും ചില്ലുവളച്ചിരികളും പഞ്ചാബി വിവാഹരാവിനെ സ്വർഗമയമാക്കി. കാനോലിക്കനാലിന്റെ തീരങ്ങളിലെ കുരുത്തോലയരങ്ങിട്ട ഓലപ്പന്തലിൽ നടക്കാറുള്ള ലളിതമായ വിവാഹച്ചടങ്ങുകളെക്കുറിച്ച് ഓർമ വന്നു.

കല്യാണമുഹൂർത്തം അടുത്തു തുടങ്ങി. വരന്റെ സംഘം വരവായെന്നറിയിച്ചുകൊണ്ട് ബാന്റുമേളം ദൂരേന്ന് കേട്ടു തുടങ്ങി. പെട്രോമേക്സ് വിളക്കുകളുടെ പ്രകാശധാര. മുന്നിൽ ഭംഗഢ നൃത്തത്തിന്റെ അകമ്പടി. വരനും പാർട്ടിയും വധുഗൃഹത്തിനടുത്തു വന്നപ്പോൾ ആരോ ഭാരമുള്ള കിഴി തുറന്ന് നാണയങ്ങൾ നടവഴികളിലേക്ക് വീശിയെറിയുന്നതുകണ്ടു. കാഴ്ചക്കാരായി നിന്നിരുന്ന സാധുക്കൾ നാണയം പെറുക്കിയെടുക്കാൻ തിക്കിത്തിരക്കി വന്നു. ധനികരായ പഞ്ചാബികൾ തെരുവിലേക്ക് പണം വാരിയെറിഞ്ഞാവുമോ വിവാഹം ആഘോഷിക്കുന്നത്?

അന്ന് രാത്രി ബാരക്കിൽ തിരിച്ചെത്തിയ ഞാൻ ട്രങ്ക് തുറന്നുവച്ച് ഹിന്ദി സിനിമകളിലെ നായിക ഹേമമാലിനിയുടെയും മുംതാസിന്റെയും വർണ ചിത്രങ്ങളിലേക്ക് നോക്കിയിരുന്ന് നെടുവീർപ്പിട്ടു. കല്യാണവീട്ടിൽ കണ്ട പഞ്ചാബി സുന്ദരികളുടെ മുഖങ്ങൾ മനസിൽ സങ്കൽപ്പിച്ചുനോക്കി. പ്രണയമോഹങ്ങളിൽ സിരകൾ വിജൃംഭിതമായി. നാട്ടിൽ അയൽവക്കത്തുള്ള യുവതികളുടെ മുഖങ്ങൾ ഓരോന്നായി ഓർമയിൽ ഓടിയെ

ത്തി. കുമ്മായച്ചൂളക്കാരി അമ്മിണിയുടെ മകൾ മായ. ചൂണ്ടക്കാരൻ അയ്മുമാപ്ലയുടെ മകൾ റസിയ. മണ്ണുകാരൻ ഗിരീശന്റെ മകൾ അമ്മിണി. കയർ റാട്ടുകാരൻ കുഞ്ഞാണ്ടിയുടെ മകൾ രേവതി.

ഗിരീശൻ എന്റെ അയൽക്കാരനാണ്. വീടിന്റെ തൊട്ട് പടിഞ്ഞാപ്പുറത്ത് ഒരു വലിയ തോട്. തോട് കഴിഞ്ഞാൽ പറമ്പ്. വീണ്ടും തോടും ചിറകളും. ആ തോട്ടുവക്കത്തായിരുന്നു ഗിരീശന്റെ വീടും വേലിക്കെട്ടും.

ഗിരീശന് കായൽമണ്ണ് വാരി നിറയ്ക്കാൻ വഞ്ചിയുണ്ട്. ചെറുവഞ്ചികൾ വാടകയ്ക്ക് കൊടുക്കുന്ന വകയിൽ വരുമാനമുണ്ട്. അതുംകൂടാതെ മടൽചീയാനിടുന്ന ചളിക്കുഴികളുണ്ട്. ഒരു കൊച്ചുപണക്കാരന്റെ മട്ടും കെട്ടും.

ഒരിക്കൽ ഞാൻ നാട്ടിൽ വന്നിരിക്കുമ്പോഴായിരുന്നു ഗിരീശന്റെ മകൾ അമ്മിണിയുടെ വിവാഹം. അമ്മിണിക്കെന്നോട് ഗൂഢമായൊരു അഭിനിവേശമുണ്ടായിരുന്നു. അച്ഛനെയും അമ്മയെയും പേടിച്ച് ആ പെൺകുട്ടി പ്രണയം മനസിൽ ഒതുക്കിവെച്ചു. തമ്മിൽ കാണുമ്പോൾ ലജ്ജിതയാവും. ചുണ്ടിൽ പുഞ്ചിരി വിടർന്നു നിൽക്കും. അത് പ്രണയരോഗമാണെന്ന് ഞാൻ തെറ്റിദ്ധരിച്ചു. നാട്ടിൻപുറത്തുകാർ ഞങ്ങളുടെ പ്രണയം മണത്തറിഞ്ഞു. അവരത് സംസാരവിഷയമാക്കി. അമ്മിണിയും പട്ടാളക്കാരനും പ്രണയത്തിലാണ്. പെണ്ണുങ്ങൾ പരസ്പരം പിറുപിറുത്തു. ആകാശത്തിനു കീഴെ അത്ഭുതമായതെന്തോ സംഭവിക്കാൻ പോകുന്നതുപോലെ അവർക്ക് തോന്നിക്കാണണം. കായൽവക്കത്തെ റാട്ടുപുരകളിലും ചകിരിമാടങ്ങളിലും മധുരമായ പ്രണയവാക്കുകൾ ചിത്രശലഭങ്ങളെപ്പോലെ ചിറകുകൾ വിടർത്തി പറന്നു നടക്കാൻ തുടങ്ങി. ചിലർ ഞങ്ങൾ നല്ല ജോഡിയാണ്, തണ്ടും തരവുമാണ് എന്നൊക്കെ പറഞ്ഞു. ഗിരീശന്റെ ചെവിട്ടിലും വാർത്തയെത്തി. അയാൾ അരിശപ്പെട്ടു. തറവാടിന്റെ മഹിമകൾ അയാളുടെ മനസിൽ ആളിക്കത്തി. വഞ്ചികളും മടൽക്കുഴികളും സ്വന്തമായില്ലാത്ത, പെങ്ങളുടെയും രണ്ടുകുട്ടികളുടെയും ഭാരം പേറുന്ന, പുറന്നാട്ടില് കൊലച്ചോറ് തിന്ന് ജീവിക്കുന്ന ചെറുക്കന്റെ അഹമ്മതി! ഗിരീശൻ നാട് ചവിട്ടിപ്പൊട്ടിച്ചു നടന്നു. അമ്മിണി ആകെ ഭയന്നുപോയി!

ഗിരീശന്റെ തറവാട്ടിലെ ആണുങ്ങൾ ഒരു പടയായി എന്റെ വീട്ടിലേക്ക് ഇരച്ചുവന്നു. “ഞങ്ങളുടെ തറവാട്ടിലെ പെൺകുട്ടിയെ പ്രേമിക്കാൻ നിനക്കെന്തവകാശം?” അവർ ചോദിച്ചു.

തറവാട്ടുകാർ എന്നെ തല്ലിക്കൊന്ന് പുഴയിലേക്ക് വലിച്ചെറിയുമെന്ന് ഭീഷണിപ്പെടുത്തി. പുര കത്തിച്ച് കുളംകോരും! പട്ടാളത്തിലെ കമാന്റർക്ക് കത്തെഴുതി പ്രണയിച്ച കുറ്റത്തിന് കഴുവിലേറ്റും!

എന്റെ അവധി രണ്ടുനാൾ കൂടിയേ ഉണ്ടായിരുന്നുള്ളു. ക്യാൻവാസ് ബാഗുമായി ഞാൻ പഞ്ചാബിലേക്ക് യാത്രയായി. എന്നേയും വഹിച്ച് തീവണ്ടി കൂവിപ്പാഞ്ഞുകൊണ്ടിരുന്നു. ഗിരീശനപ്പോഴും തന്റെ മടൽക്കുഴികളിൽ ചവിട്ടിനിന്ന് ലോകത്തെ വെല്ലുവിളിക്കുകയായിരുന്നു.

മഴയിൽ നനഞ്ഞ വിവാഹം

ആയിരത്തി തൊള്ളായിരത്തി എഴുപത്തിമൂന്ന് ജൂണിൽ തോരാതെ മഴ ചാറിനിന്നിരുന്ന ഒരു ഞായറാഴ്ചയായിരുന്നു എന്റെ വിവാഹം. പഞ്ഞകാലം. പറമ്പിൽ ചേമ്പും കാച്ചിലും പറിക്കാനുണ്ടാവില്ല. വെയിലില്ലാത്തതുകൊണ്ട് ജന്മിയുടെ തെങ്ങുകളിൽ നിന്ന് തേങ്ങ വീണുകിട്ടില്ല. പുഴയിൽ മീനും കുറവായിരിക്കും. കട്ടൻചായ നുണയാൻ പോലും കാശില്ലാതെ മഴക്കാറിനെ ശപിച്ചിരിപ്പാണ് റാട്ട് പണിക്കാരും കൈക്കോട്ട് ജോലിക്കാരും.

ബറ്റാലിയൻ ആന്വൽ ഇൻസ്പെക്ഷന്റെ തിക്കിലും തിരക്കിലുമായിരുന്നിട്ടും വിവാഹമാണെന്ന് പറഞ്ഞപ്പോൾ സ്റ്റാഫ് ക്യാപ്റ്റൻ ലീവനുവദിച്ചു തന്നു. സ്വന്തം വിവാഹം അല്ലെങ്കിൽ അമ്മയുടെ അസുഖമോ, മരണമോ അങ്ങനെയുള്ള 'റീസൺ' കാണിച്ചാൽ ലീവ് ഉടനെ എന്നാണ് ബാരക്കിലെ നിയമം. മനസിൽ കുടുംബവും പേറി ട്രെയിൻ കയറി വരുന്ന മലയാളികൾ ലീവിനുവേണ്ടി ദാഹിക്കുന്നവരാണെന്ന് ഹിന്ദിക്കാർ കളിയാക്കാറുണ്ട്. ശമ്പളം കിട്ടിയാലുടനെ വീട്ടിലേക്ക് മണിയോർഡർ അയച്ചാലേ മലയാളികൾക്ക് ഉറക്കം വരൂ. അതുപോലെയാണ് കത്തുകൾക്കു വേണ്ടിയുള്ള കാത്തിരിപ്പും. മൊബൈൽ ഫോണുകൾ ഇല്ലാതിരുന്ന അക്കാലത്ത് പ്രിയപ്പെട്ടവരുടെ കത്തുകളും പോക്കറ്റിൽ തിരുകിയായിരുന്നു മലയാളി ചെറുപ്പക്കാരുടെ നടപ്പും കിടപ്പും.

ആണും പെണ്ണും മരണാന്ത്യംവരെ ഒരേ ശ്വാസവും ഒരൊറ്റ ഉടലുമായി ജീവിക്കാമെന്ന് ദൈവത്തിന്റെ മുന്നിൽവച്ച് കൈമാറുന്ന ഉടമ്പടിയാണ് വിവാഹമെന്ന് പറയാറുണ്ട്. പതിനാറ് പെറ്റ് നീണാൾ വാഴ്ക എന്നാണ് നവദമ്പതികൾക്ക് തമിഴരുടെ ആശീർവാദം. പരമശിവനും പാർവതിയും പോലെ നിങ്ങൾ ഊഴിയിൽ ഒത്തുവാഴുവിൻ എന്നാണ്

വിവാഹ മുഹൂർത്തത്തിൽ ശാന്തിക്കാരൻ ഞങ്ങളെ ഉപദേശിച്ചത്. താലി ചാർത്തിക്കഴിഞ്ഞപ്പോൾ സ്വകാര്യം പറയാനും സ്നേഹം പങ്കിടാനും ഒരു കൂട്ടുകാരിയായെന്നെനിക്കു തോന്നി. സമ്പൂർണതയുടെ അരികിലെത്തിയതുപോലെ. തത്വങ്ങളോ സിദ്ധാന്തങ്ങളോ അല്ല വിശ്വാസവും സമർപ്പണവുമാണ് ജീവിതം എന്നാരോ മനസിലിരുന്ന് മന്ത്രിക്കുന്നതുപോലെ.

വിവാഹത്തിനുമുമ്പ് ഞാൻ മനസിൽ ഏകനായിരുന്നു. എന്നിൽ കവിതയോ, ആഘോഷങ്ങളുടെ ചിലമ്പൊലിയോ ഒന്നുമുണ്ടായിരുന്നില്ല. സന്തോഷിക്കാനുള്ള അവസരങ്ങൾ കിട്ടിയില്ല. വിവാഹത്തോടെ മനസ്സ് നിറഞ്ഞു. ചുറ്റും സംഗീതമുണ്ടായി. കിളികൾ മധുരമായി ചിലയ്ക്കാൻ തുടങ്ങി.

വിവാഹസങ്കൽപ്പങ്ങളുമായി ദില്ലിയിലേക്കുള്ള പഞ്ചാബ് മെയിലിൽ ഞെരുങ്ങിയിരിക്കുമ്പോൾ പോക്കറ്റിന് കനമില്ലല്ലോ എന്നോർത്ത് മനസിൽ വേവലാതിയായിരുന്നു.

രണ്ടുമാസത്തെ മുൻകൂർ ശമ്പളവും കൂട്ടി എനിക്കാകെ കിട്ടിയത് എണ്ണൂറു രൂപയായിരുന്നു. വീട്ടിൽവന്നപ്പോൾ കയ്യിൽ എഴുന്നൂറ് രൂപയുണ്ട് ബാക്കി. താലിച്ചെയിനിനു തന്നെവേണം രൂപ എണ്ണൂറ്!

വിവാഹം ഉറപ്പിച്ച എന്റെ കാരണവന്മാർ സ്ത്രീധനത്തെപ്പറ്റിയൊന്നും പെൺവീട്ടുകാരോട് പറഞ്ഞിരുന്നില്ല. അക്കാര്യം ചർച്ച ചെയ്യേണ്ടെന്ന് ഞാനവർക്ക് പ്രത്യേകം എഴുതിയിരുന്നു. ഹൈസ്കൂളിലെ മലയാളം അധ്യാപകൻ രാഘവൻ മാസ്റ്ററുടെ മൂത്തമകളെയാണ് മകനുവേണ്ടി അമ്മയും ബ്രോക്കർ കുമാരുവുംകൂടി ജാതകപ്പൊരുത്തങ്ങൾ ഒത്തുനോക്കി പറഞ്ഞുറപ്പിച്ചിരിക്കുന്നത്. അമ്മ എഴുതിയിരുന്നു: "പെൺകുട്ടി സുന്ദരിയാണ്! മുട്ടു കവിയുവോളം മുടിയുണ്ട്! ഓടിട്ട വീട്. വീടിനു ചുറ്റും വേലിക്കെട്ട്. ചെറിയൊരു കുളം. ഐശ്വര്യമുള്ള ചുറ്റുപാട്."

വീട്ടിലെത്തിയ ഉടനെ ഞാൻ പെണ്ണിനെക്കണ്ടും പെൺവീടുകണ്ടും വന്ന ഇളയച്ഛനോട് കാര്യങ്ങൾ തിരക്കി. ഒറ്റമൂച്ചിന് അദ്ദേഹം പറഞ്ഞു: "ഇക്കാര്യം വേണ്ടെന്നു വയ്ക്കുകയാണ് ബുദ്ധി! പതിനാല് സെന്റ് മണ്ണും അതിലൊരു പഴയ വീടുമാണ് മാഷുടെ ആകെ സ്വത്ത്. പോരാത്തേന് അഞ്ച് മക്കൾ. ഭാവീല് രണ്ടുപിടി മണ്ണ് വീതിച്ചുകിട്ടൂന്ന് പ്രതീക്ഷിക്കേണ്ട. സ്ത്രീധനോം കാര്യമായൊന്നും കിട്ടില്ല. പെണ്ണ് മലയാളം വിദ്വാനാണെന്ന് പറഞ്ഞിട്ടെന്താ കാര്യം? ആകെക്കൂടി അതൊരു പഞ്ഞം പിടിച്ച കേസ്സാ!"

ഇളയച്ഛന്റെ നിഷേധം ഞാൻ അമ്മയെ ധരിപ്പിച്ചു. അമ്മ ഉറച്ചു തന്നെയാണ്. "വർക്കത്തുള്ള പെൺകുട്ടീം വീടും! കൂടുതല് മോഹിക്കാൻ എന്തൂട്ട് സ്വത്തും മൊതലുമാ നമക്കൊള്ളത്? വിധവയായ പെങ്ങളേം കുട്ട്യേളേം മാറ്റിപ്പാർപ്പിച്ചിട്ട് വാ, എന്നിട്ട് കാര്യം തീരുമാനിക്കാന്നല്ലെ അഴീക്കോട്ടുകാരൻ പറഞ്ഞത്? റാട്ടുകാരൻ ദിനേശനും ആ പല്ലവി പാടിയാ നമ്മളെ കളിയാക്കീത്. നിന്നെ പഠിപ്പിച്ചിട്ടുള്ള മാഷ് വന്ന് അധികം ശേലൊന്നുമില്ലാത്ത നമ്മടെ വീട് കണ്ടു. പത്തുസെന്റ് മണ്ണ് കണ്ടു.

നിന്റെ പെങ്ങളേം കുട്ട്യേളേം കണ്ടു. പട്ടാളത്തില് എവിടേണ് നിനക്ക് ക്യാമ്പ് എന്നുമാത്രം ചോദിച്ചു. പത്ത് പൊരുത്തങ്ങളിൽ ഏഴും ചേരുമെന്ന് പറഞ്ഞു. മകളെത്തരാൻ സമ്മതമാണെന്നും, പെണ്ണ് കാണാൻ ചെല്ലാനും പറഞ്ഞു. ധനസ്ഥിതി, വീടിന്റെ ചന്തം, ബാധ്യതകൾ ഒന്നും അദ്ദേഹം നോക്കിയില്ല. യൂണിഫോറമണിഞ്ഞ നിന്റെ ഫോട്ടോ കണ്ടു. അദ്ദേഹത്തിനിഷ്ടമായി........ ഇതിൽ കൂടുതലെന്താ നമുക്ക് വേണ്ടത്?"

അമ്മയുടെ വാക്കുകൾക്ക് മുന്നിൽ ഞാൻ ശിരസ്സ് നമിച്ചുനിന്നു. അമ്മയുടെ ഇഷ്ടമാണ് എന്റേയും ഇഷ്ടം. അമ്മ നിശ്ചയിക്കുന്നു, മകൻ അനുസരിക്കുന്നു!

പൂർവശിഷ്യന്റെ പ്രാരാബ്ധങ്ങളെക്കുറിച്ചോർത്ത് തല പുണ്ണാക്കാതെ കന്യാദാനത്തിന് സമ്മതിച്ച രാഘവൻമാഷ് നന്മകൾ നിറഞ്ഞ ഒരു പിതാവാണെന്നതിൽ സന്തോഷംതോന്നി. സൈനികൻ മകളുടെ ഭാവി ശോഭനമാക്കുമെന്ന് അദ്ദേഹം നിരൂപിച്ചിരിക്കണം.

വിവാഹച്ചെലവിന്റെ ഭാരങ്ങളിൽ വേവുന്ന മകന്റെ മനസറിഞ്ഞ അമ്മ ബ്രോക്കറെ ഞാനറിയാതെ ഒരു രഹസ്യ സന്ദേശവുമായി രാഘവൻമാഷെ കാണാനയച്ചു: മറ്റൊന്നുമല്ല, ചെറുക്കന് ആയിരം രൂപ വേണം. പെൺകുട്ടി അണിയുന്ന ആഭരണം അത്രയും തുകയിൽനിന്ന് കുറച്ചാലും കുഴപ്പമില്ല.

കാര്യമറിഞ്ഞപ്പോൾ ഞാൻ അമ്മയോട് ഒരുപാട് ദേഷ്യപ്പെട്ടു.

നാണക്കേട്! പുതുപ്പെണ്ണിന് താലിയും മാലയും വാങ്ങാൻ അമ്മ കണ്ട എളുപ്പവഴി!

അമ്മയെന്നെ ആശ്വസിപ്പിച്ചു. "ഇതൊക്കെ നാട്ടുനടപ്പാണെന്ന് അറിഞ്ഞൂടെ നിനക്ക്? വിക്കാനും പണയം വയ്ക്കാനും വകയില്ലാത്ത നമ്മള് ആദർശം ചവച്ചിരുന്നിട്ട് ഒരു കാര്യോല്ല. കൂടുതല് വായിച്ചതോണ്ടാ നീ കൂടുതല് നല്ലവനായിപ്പോയത്. അധികം നല്ലവനായാ ഭൂമീല് നെലനിൽപ്പുണ്ടാവില്ല മോനെ! ചുറ്റുപാടുള്ള കുടുംബക്കാര് ചെയ്യിണത് നീ കണ്ണും മനസ്സും തൊറന്ന് കാണ്. കണ്ട് ജീവിതത്തെപ്പറ്റി പഠിക്ക്."

കാലത്തിന്റെ ചൂടും ചൂരും അറിയാത്തതുകൊണ്ടാണ് ഞാൻ ആദർശങ്ങളുടെ തടവിൽ ജീവിക്കുന്നതെന്ന് അമ്മ ആവർത്തിച്ചു. എഴുന്നൂറ് രൂപകൊണ്ട് വിവാഹക്കാര്യങ്ങൾ നിറവേറ്റാമെന്നു കരുതിയ ഞാൻ എന്നെത്തന്നെ പുച്ഛിച്ചു. അതോടെ എന്നിലെ ഊറ്റം അടർന്നുവീഴാൻ തുടങ്ങി.

ശ്രീകുരുംബക്കാവിന്റെ കിഴക്കെ നടയിലുള്ള പ്രീതി ഫേബ്രിക്സിൽ നിന്നും കല്യാണപ്പുടവയെടുക്കാൻ പോകുമ്പോൾ മകന്റെ കയ്യിൽ കാശ് കുറവാണെന്നറിഞ്ഞ അമ്മ പറഞ്ഞു: "എനിക്കും നിന്റെ ചേച്ചിക്കും പുത്തൻ തുണിത്തരങ്ങളൊന്നും വാങ്ങണമെന്നില്ല. ഒള്ളതുതന്നെ ധാരാളം. കുട്ടികൾക്കും നിനക്കും പുതുപെണ്ണിനും മാത്രം വേണ്ടത് എടുത്താമതി."

താലി ചാർത്ത് ചടങ്ങിന് പോകുമ്പോൾ ധരിക്കാൻ ഞാനൊരു വെള്ള ഷർട്ടിന് തുണിയും നേർത്ത ഇഴയുള്ള ഒരു ഡബിൾ മുണ്ടുമെടുത്തു. പുതുപ്പെണ്ണിന് ഒരുപാടെണ്ണമില്ല, മൂന്ന് സാരികൾ. സഹോദരിയുടെ കുട്ടികൾക്ക് ഓരോജോഡി. അതോടെ എഴുന്നൂറ് രൂപയുടെ ബില്ലായി.

വിവാഹത്തലേന്ന് രാത്രി ഇടിവെട്ടും മഴയുമായിരുന്നു. ചോരാപ്പന്തലായിരുന്നെങ്കിലും മുറ്റത്ത് വെള്ളം ഒഴുകിക്കൂടി. വിളിപ്പാടകലെയുള്ള കാനോലിക്കനാൽ നിറഞ്ഞു തുളുമ്പാൻ തുടങ്ങുകയാണെന്ന് ആരോ പറയുന്നതു കേട്ടു. വെളുപ്പിന് മഴ അൽപ്പം ശമിച്ചു. മാനമൊന്നു വെളുത്തു. കിളികളുടെ കലമ്പൽ. പുകമണം ഒഴിയാത്ത പന്തലിനു ചുറ്റും കാക്കകൾ നിരനിരയായി വന്നിരുന്ന് വിശപ്പോടെ കാറാൻ തുടങ്ങി.

വടക്കൻ പറവൂരിനടുത്ത് പറയകാട് എന്ന സ്ഥലത്താണ് വധുവിന്റെ വീട്. ഞാൻ ബോയ്സ് ഹൈസ്കൂളിൽ പഠിക്കുന്ന കാലത്ത് ഓമന അവിടെ രണ്ടാം ക്ലാസ് വിദ്യാർഥിനിയായിരുന്നെന്ന് പിന്നീടറിഞ്ഞു. അവസരം കിട്ടിയിരുന്നെങ്കിൽ അവർ നല്ലൊരു പാട്ടുകാരിയാവുമായിരുന്നു എന്നെനിക്കു തോന്നിയിട്ടുണ്ട്. ചങ്ങമ്പുഴയായിരുന്നു ഓമനയുടെ ഇഷ്ടകവി. ചങ്ങമ്പുഴയുടെ പല കവിതകളും അവർ ഹൃദ്യമായി ചൊല്ലുന്നതു കേട്ടിട്ടുണ്ട്.

കഴിഞ്ഞ അവധിക്കാലത്ത് പ്രിയസുഹൃത്ത് ഗോവിന്ദനോടൊപ്പമാണ് രാഘവൻമാഷുടെ മകളെ കാണാൻ പോയത്. വലിയ പഠിപ്പുള്ള കുട്ടിയാണ്, കോളേജിൽ ടീച്ചറായി ജോലിക്ക് കടലാസ് വരുന്നതും കാത്തിരിപ്പാണ് എന്നൊക്കെ ബ്രോക്കർ കുമാരു പൊടിപ്പും തൊങ്ങലും വെച്ച് വിളമ്പിക്കൊണ്ടിരുന്നു. ഞാനതൊന്നും കേട്ടതായി ഭാവിച്ചില്ല. ജോലി കിട്ടാൻ വിദ്വാൻ പരീക്ഷ മാത്രം പാസായാൽ പോരാ, ട്രെയിനിങ്ങും കഴിയണം എന്ന് ഗോവിന്ദൻ പറഞ്ഞു. ബ്രോക്കറുടെ ബഡായി നീ കേൾക്കുന്നുണ്ടെന്നു മൂളിയാൽ മതി.

നിറഞ്ഞു കിടക്കുന്ന പെരിയാറ്റിൽ കാറുകൾ മറുകര പറ്റിയിരുന്നത് ചങ്ങാടത്തിലായിരുന്നു. എട്ടു കാറുകളിൽ ഞെങ്ങി ഞെരുങ്ങിയാണ് അൻപതു പേരടങ്ങുന്ന വിവാഹസംഘം പുറപ്പെട്ടത്. കാറുകൾ വധൂഗൃഹത്തിന്റെ മുന്നിലെത്തിയതും മഴ ചാറാൻ തുടങ്ങി. മഴയോടൊപ്പം കൊള്ളിയാന്റെ പുളയൽ. മേഘങ്ങളുടെ പല്ലിറുമ്മൽ.

കോട്ടപ്പുറം കടവിൽനിന്ന് മൂത്തകുന്നത്തേക്ക് ചങ്ങാടത്തിൽ രണ്ടു തവണയായി എട്ടുകാറുകൾ കടക്കാൻ ഏകദേശം രണ്ടുമണിക്കൂറെടുത്തു.

മുഹൂർത്തം തെറ്റുമോ? കാറിലുള്ളവർ ഉൽക്കണ്ഠയോടെ പരസ്പരം ചോദിച്ചു. എങ്കിലും കൃത്യസമയത്തിന് ഞങ്ങൾ വധൂഗൃഹത്തിലെത്തി. ആചാരപ്രകാരം കിണ്ടിയിൽ വെള്ളവുമായി വന്ന് വധുവിന്റെ മൂത്ത സഹോദരൻ എന്റെ പാദങ്ങൾ നനച്ചു. തണുപ്പ് തോന്നി. കാൽ പിന്നിലേക്ക് വലിക്കുന്നതിനു മുമ്പ് അദ്ദേഹം എന്റെ കൈപിടിച്ച് വിവാഹപ്പന്തലിലേക്ക് ആനയിച്ചു.

താലിചാർത്തും സദ്യയും കഴിഞ്ഞിട്ടും മനസിലെ വേവലാതികൾ വിട്ടുമാറിയിരുന്നില്ല. എട്ടു കാറിനും കൂടി ഇരുന്നൂറ്റി നാൽപ്പതു രൂപ കൊടുക്കണം. പന്തൽക്കാരന്റെ കൂലി. ടീപ്പാർട്ടിക്കാരന്റെ തുക. ഓരോന്നോർത്ത് ഞാനാകെ തളർന്നു. പോക്കറ്റിൽ നിറയെ പണമില്ലാത്തവൻ വിവാഹത്തിനൊരുങ്ങുമ്പോൾ പെടുന്ന പങ്കപ്പാടുകൾ മുള്ളുപോലെ എന്നെ നുള്ളി നോവിച്ചുകൊണ്ടിരുന്നു.

രചനാപർവം

ആയിരത്തിത്തൊള്ളായിരത്തി അറുപത്തിയാറ് മാർച്ച് പതിമൂന്നിനാണ് "അൻപു നൻപൻ ഗംഗ" എന്ന സംബോധനയോടെ ശിപായി കൊച്ചുപിള്ളയുടെ പാതി തമിഴിലും പാതി മലയാളത്തിലുമെഴുതിയ ആദ്യത്തെ കത്ത് കിട്ടിയത്. തേനാംപേട്ടയിലെ മിലിട്ടറി റിക്രൂട്ടിങ് ഓഫീസിന്റെ മുറ്റത്തെ വെയിലിൽ ഒരേ വരിയിൽ ഊഴവും കാത്ത് നിന്നവരാണ് ഞങ്ങൾ. ഒന്നിച്ചായിരുന്നു ട്രെയിനിങ്. കന്യാകുമാരി ജില്ലയിൽ മാർത്താണ്ഡത്താണ് പിള്ളയുടെ വീട്. അച്ഛനും ജ്യേഷ്ഠന്മാർക്കും ശർക്കരയുണ്ടാക്കുന്ന ജോലിയാണ്. തിളച്ചു മറിയുന്ന ശർക്കര പാനിയിൽ അമ്മ പാതി വെന്ത മരക്കിഴങ്ങ് പൂഴ്ത്തും. വെന്ത് പാകമായ കിഴങ്ങിന്റെ മാധുര്യത്തെക്കുറിച്ച് പറയുമ്പോൾ പിള്ളയുടെ മുഖം വികസിക്കുമായിരുന്നു.

ട്രെയിനിങ് കഴിഞ്ഞ് കൊച്ചുപിള്ള, ശങ്കരൻ, ജോണി, എന്നീ കൂട്ടുകാരെ മഞ്ഞുപെയ്യുന്ന ബോർഡർ ഏരിയയിലേക്കാണ് സ്ഥലം മാറ്റിയത്. റുഡോക് എന്ന മലപ്രദേശത്തേക്ക്. ഇന്തോ – ടിബറ്റൻ ബോർഡർ ഫോഴ്സിന്റെകൂടെ.

റോഡ് വെട്ടലും, ട്രക്കുകൾക്ക് പോകാൻ മഞ്ഞുപെയ്തുറഞ്ഞ പാതകൾ ക്ലിയർ ചെയ്തു കൊടുക്കലുമാണ് ഐ ടി ബി എഫ് ന്റെ മുഖ്യ ജോലി. അവർക്ക് ഹിൽ അലവൻസ് കൂടുതൽ കിട്ടും. അത് മോഹിച്ചാവണം കൂട്ടുകാർ വളണ്ടിയറായി ബോർഡർ ഫോഴ്സിലേക്ക് മാറ്റം വാങ്ങിത്.

ഹിമാലയൻ കാഴ്ചകളെപ്പറ്റി ഒരുപാടെഴുതിയതിനുശേഷം പഴയ സുഹൃത്തുക്കളെ കൊച്ചുപിള്ള തിരക്കി. "അടുത്ത ഏപ്രിലിൽ താൻ ലീവിന് പോകുന്നു. ശങ്കർ ജൂലായിലാണ് പോകുന്നത്. വേറെ വിശേഷം

ഒൻട്രും ഇല്ലൈ. കടിതം കിടൈത്തതും ഉടൻ എല്ലാ വിശേഷത്ത്ക്കും പതിൽ അണുപ്പൂ! ഇപ്പടിക്കീക്ക് ബി കെ പിള്ളൈ."

അക്കാലത്ത് മദ്രാസ് (ചെന്നൈ) നഗരത്തിൽ വന്നിറങ്ങിയിട്ട് വേണം മലയാളി സൈനികർക്ക് കേരള എക്സ്പ്രസിലോ, കൊച്ചിൻ മെയിലിലോ നാട്ടിലേക്ക് പോകാൻ. ദില്ലിയിൽനിന്നു വരുന്ന ഗ്രാന്റ് ട്രങ്ക് എക്സ്പ്രസ്സ് രണ്ട് ദിവസത്തെ യാത്രയ്ക്കു ശേഷമാണ് മദ്രാസ് സെൻട്രൽ റെയിൽവെ സ്റ്റേഷനിലെത്തുന്നത്. യാത്രക്കാരുടെ മുഖമപ്പോൾ കരിപ്പൊടികൊണ്ട് പൊതിഞ്ഞിരിക്കും.

അക്കൊല്ലം സെപ്തംബറിൽ അവധി കിട്ടി. ബാഗും പെട്ടിയും പിടിച്ച് കൂട്ടുകാരോടൊപ്പം റെയിൽവേ സ്റ്റേഷന്റെ ഊക്കൻ കൂടാരത്തിലെ ഒഴിഞ്ഞ കസേരകൾ തേടി നടക്കുന്നതിനിടയിൽ മഞ്ഞുമലകളിലേക്ക് മടങ്ങുന്ന ശങ്കറിനെ കണ്ടു. കണ്ടതും പഴയ ആ ചങ്ങാതി എന്നെ വന്ന് കെട്ടിപ്പിടിച്ചു. ഹിമവനങ്ങളിലെ വിശേഷങ്ങൾ പറഞ്ഞു. മഞ്ഞുപെയ്യുന്ന നാളുകളാണ് വരാൻ പോകുന്നത്. എന്നാലും ഹിൽ അലവൻസിന്റെ മെച്ചത്തിൽ പിടിച്ചു നിൽക്കുന്നു എന്നൊക്കെ.

വർത്തമാനത്തിനിടയിൽ ശങ്കറിന്റെ മുഖം മങ്ങി. സ്വരം ഇടറുന്നതുപോലെ തോന്നി. "നമ്മുടെ കൊച്ചുപിള്ളയുടെ കാര്യം നീയറിഞ്ഞോ?" ശങ്കർ ചോദിച്ചു.

"ഇല്ല! കൊച്ചുപിള്ളക്കെന്തുപറ്റി ശങ്കറേ?" ഞാൻ ഉൽക്കണ്ഠയോടെ ചോദിച്ചു,.

"റോഡിൽനിന്ന് മഞ്ഞുപാളികൾ നീക്കുന്നതിനിടയിലാണതു സംഭവിച്ചത്......." ശങ്കർ പറഞ്ഞു: "മലയിൽനിന്ന് ഒരു മഞ്ഞുപാറ അടർന്ന് പിള്ളയുടെ ദേഹത്ത് വീണു. അതോടെ ആ ചങ്ങാതി നമുക്ക് നഷ്ടപ്പെട്ടു."

ശങ്കറിന്റെ സങ്കടം നിറഞ്ഞ, വാക്കുകൾകേട്ട് ശബ്ദവും ശ്വാസവും നിലച്ചതുപോലെ ഞാൻ ഇരുന്നുപോയി. ഇരുണ്ട മുഖത്ത് വസൂരിക്കുഴികളും നിഷ്കളങ്കമായ കൊച്ചു കണ്ണുകളുമുണ്ടായിരുന്ന കൊച്ചുപിള്ളയുടെ മുഖം ഓർത്തെടുത്തു. രണ്ടോ മൂന്നോ മാസം കൂടുമ്പോൾ വന്നിരുന്ന 'അൻപ് നൻമ്പൻ' എന്ന് തുടങ്ങുന്ന കത്ത്, തമിഴക്ഷരങ്ങൾ, തമിഴിൽ കൊച്ചുപിള്ളൈ എന്ന ഒപ്പ്..... മനസ്സ് നനഞ്ഞുപോയി. മാർത്താണ്ഡം എന്ന ഗ്രാമത്തിൽവളർന്ന കൊച്ചുപിള്ള അജ്ഞാതമായ ഹിമമലയിൽ ജീവിതം ബലി നൽകിയതെന്തിനായിരുന്നു?

കൊച്ചുപിള്ളയ്ക്കും ശങ്കരനും ജോണിക്കും ഹിമാലയം ജീവിതമായിരുന്നു. അവിടെ ഡ്യൂട്ടി ചെയ്യുമ്പോൾ കിട്ടുന്ന പ്രത്യേക അലവൻസിലായിരുന്നു അവരുടെ കണ്ണ്. ശങ്കറിന് സഹോദരിയുടെ വിവാഹം നടത്തണം. കൊച്ചുപിള്ളയ്ക്ക് അച്ഛന്റെ കടബാധ്യതയിൽ താങ്ങാവണം. ജോണിന് വീട് പണിയണം. അങ്ങനെയങ്ങനെ ഒരുപാടൊരുപാട് മോഹങ്ങൾ, പ്രതീക്ഷകൾ.

നിഷ്കളങ്കമായ ജീവിതമവർ മഞ്ഞുവനത്തിൽ ജീവിച്ചു തീർക്കുകയായിരുന്നു. ചീറിവരുന്ന ഹിമക്കാറ്റിന്റെ കൂട്ടുകാരായി അവർ പരിവർത്തനപ്പെട്ടിരുന്നു. ജീവിതം അർഥശൂന്യമാണെന്നവർക്ക് തോന്നിയില്ല. മോക്ഷം എന്ന വാക്ക് കേട്ടിട്ടില്ല. അതിർത്തിയുടെ കാവൽക്കാരാണവർ. മിലിട്ടറി നിയമത്തിന്റെ ഇരകൾ.

ഹിമവാൻ മുതുമുത്തച്ഛനാണെന്നൊരു സിനിമാപ്പാട്ട് കേട്ടിട്ടുണ്ട്. ഹിമാലയത്തിലാണ് കൈലാസം. അവിടെയാണ് ദൈവങ്ങളുടെ ദൈവമായ ശിവനിരിക്കുന്നത്. കൈലാസത്തിന് താഴെയുള്ള താഴ്വരയിലായിരുന്നു കൊച്ചുപിള്ളയ്ക്ക് ജോലി. അതുപോലെ ഒരുപാട് യുവാക്കൾ. അവരുടെ ഇടയിൽ നിന്ന് മരണം കൊച്ചുപിള്ളയെ കവർന്നെടുത്തു കൊണ്ടു പോയപ്പോൾ ഈശ്വരനെന്തേ കാണാതെ പോയത്?

കൊച്ചുപിള്ളയുടെ ഹൃദയം സരളമായിരുന്നു. വടിവൊത്ത കൈപ്പടയിലെഴുതിയ കത്തുകൾ വായിച്ചാലതറിയാം. പിള്ളയുടെ രണ്ട് മറുപടിക്കത്തുകളേ എന്റെ കയ്യിലുള്ളൂ. ഉത്തുംഗമായ ഹിമവനങ്ങളെ കണ്ടുകൊണ്ടായിരിക്കണം കൊച്ചുപിള്ള ജോലി ചെയ്തിരുന്നത്. അധ്വാനമായിരുന്നു പിള്ളയുടെ ധനവും മോചനവും. അധ്വാനിച്ചുകൊണ്ടിരിക്കേ ഭൂമിയിൽനിന്ന് ആ സുഹൃത്ത് അപ്രത്യക്ഷനായി. വിയർപ്പ് മണക്കുന്ന ശരീരം മരണം മുത്തിയെടുത്തു. എവിടെനിന്ന് വന്നുവോ അവിടേക്ക് കൊച്ചുപിള്ള മടങ്ങി.

നാൽപ്പത്തിയഞ്ച് വർഷങ്ങൾക്കുശേഷവും കൊച്ചുപിള്ളയുടെ പുഞ്ചിരിക്കുന്ന മുഖം ഓർമയിലുണ്ട്. ആ സുഹൃത്തിന്റെ സ്നേഹമസൃണമായ കത്തുകൾ വീണ്ടും വായിക്കുന്നു. അൻപു നൻമ്പൻ എന്ന സംബോധന മനസിൽ ദുഃഖസ്വരമായി അരിച്ചിറങ്ങുന്നു.

മനസിന് മറക്കാൻ കഴിയാത്ത കൊച്ചുപിള്ളയ്ക്കാണ് ഞാനെന്റെ ആദ്യനോവൽ, *കൂട്ടം തെറ്റിയ കുട്ടി* സമർപ്പിച്ചിട്ടുള്ളത്. സമർപ്പണം ഇങ്ങനെയായിരുന്നു.......... പാൽക്കതിരുകൾ കാവടിയാടുകയും പനന്തത്തകൾ കുരവയിടുകയും ചെയ്യുന്ന നാഞ്ചിനാടൻ ഗ്രാമത്തിന്റെ സ്മരണകളുമായി ഹിമവൽസാനുക്കളിലെ അസഹ്യയാമങ്ങളോട് പൊരുതി ജീവിക്കവെ അടർന്നു വീണ ഹിമമലയുടെ കുളിരിലലിഞ്ഞുപോയൊരു സൗഹൃദ ഹൃദയത്തിന്റെ ഓർമകളിൽ............

ആയിരത്തി തൊള്ളായിരത്തി എഴുപത്തിയാറ് ഏപ്രിൽ പതിനൊന്നിനിറങ്ങിയ ഇരുപത്തൊമ്പതാം ലക്കം മുതലാണ് *കുങ്കുമം* വാരികയിൽ *കൂട്ടംതെറ്റിയ കുട്ടി* ഖണ്ഡശ്ശഃ പ്രസിദ്ധീകരിച്ചു തുടങ്ങിയത്. പിന്നെയും നാലു വർഷങ്ങൾ കഴിഞ്ഞ് ആയിരത്തി തൊള്ളായിരത്തി എൺപതിലാണ് തിരുവനന്തപുരത്തെ "നവധാര" ആ നോവൽ പുറത്തിറക്കിയത്. സിനിമാ സംവിധായകൻ പത്മരാജനായിരുന്നു അക്കാലത്ത് നവധാരയുടെ പ്രസിഡണ്ട്.

നവധാരയിൽനിന്ന് രണ്ടായിരം രൂപ എനിക്ക് റോയൽറ്റിയിനത്തിൽ അഡ്വാൻസായി കിട്ടി. അന്നതൊരു വലിയ തുകയായിരുന്നു. വീട് പണി

യുന്ന കല്ലാശ്ശാരിക്കും മരാശ്ശാരിക്കും ഒരുദിവസം ഇരുപത് രൂപ കൂലി കിട്ടിയിരുന്ന കാലം.

രണ്ടായിരം രൂപകൊണ്ട് ചോരുന്ന എന്റെ കിടപ്പുമുറി മെറ്റലും സിമന്റും കമ്പിയും വാങ്ങി കോൺക്രീറ്റ് ചെയ്തു. ഇന്നും ആ മുറിയിലാണ് ഞാൻ ഉറങ്ങുന്നത്. ആ മുറിയിലേക്ക് കടക്കുമ്പോഴൊക്കെ നവധാരയുടെ സെക്രട്ടറിയും കവിയുമായ ശ്രീ. നീലംപേരൂർ മധുസൂധനൻ നായർ എഴുതിത്തന്ന രണ്ടായിരം രൂപയുടെ ചെക്കിനെപ്പറ്റിയും കൂട്ടംതെറ്റിയ കുട്ടിയെപ്പറ്റിയും ഓർത്തുപോകും. ആ നോവൽ വായിച്ച് കുങ്കുമം പത്രാധിപരായിരുന്ന ശ്രീ. എൻ വി കൃഷ്ണവാരിയർസാർ എന്നെ ശ്ലാഘിച്ച് കത്തയച്ചത് വലിയ പെരുമയായാണ് ഇന്നും തോന്നുന്നത്..

വലിയ പരസ്യമാണ് നോവക്കൂട്ടം തെറ്റിയ കുട്ടി പ്രസിദ്ധീകരിക്കുന്നതിനു മുമ്പ് കുങ്കുമത്തിൽ വാരിയർസാർ കൊടുത്തത്:

"യാന്ത്രികമായ ഈ ജീവിതത്തിന്റെ വിരസതയും വെറുപ്പും

എല്ലാവരിലുമുണ്ട്. ചിലർ അത് കടിച്ചിറക്കുന്നു. ചിലർ വാക്കുകളിലൂടെ പുറത്തു വിടുന്നു. ചിലർ എഴുത്തുകളിലൂടെ ആ കഥ പറയുന്നു" എന്താണാ ജീവിതം? പട്ടാള ജീവിതം തന്നെ. ഇന്ത്യയുടെ എല്ലാ സംസ്ഥാനങ്ങളിൽ നിന്നുമുള്ള വ്യത്യസ്ത സംസ്കാര പശ്ചാത്തലങ്ങളും, വ്യത്യസ്ത ജീവിത വീക്ഷണങ്ങളുമുള്ള, യുവാക്കൾ ഇന്ത്യൻ സേനയിൽ ഒന്നിച്ചു കൂടുന്നു. മൊത്തത്തിൽ എടുത്താൽ, സേന ഈ രാജ്യത്തിന്റെ രക്ഷാദുർഗമാണ്. ഒറ്റയ്ക്കെടുത്താൽ, സേനയിലുള്ളത് വിചിത്രങ്ങളായ പല വ്യക്തിത്വങ്ങളാണ്. ആ വ്യക്തിത്വങ്ങളിൽ ചിലതിന്റെ കലാസുഭഗായ ആവിഷ്കാരമാണ് "കൂട്ടം തെറ്റിയ കുട്ടി " എന്ന നോവൽ. കഴിഞ്ഞ കാൽനൂറ്റാണ്ടിൽ കരുത്തന്മാരായ നമ്മുടെ സൈന്യത്തെ, അവയിലെ വിചിത്രങ്ങളായ വ്യക്തിത്വങ്ങളെ, നമുക്ക് പരിചയപ്പെടുത്തിത്തന്ന: കോവിലൻ, നന്തനാർ, പാറപ്പുറത്ത് തുടങ്ങിയ എഴുത്തുകാർ മലയാളത്തിലെ നോവൽ സാഹിത്യത്തിന് പുതിയ ഒരു മാനം, അസാധാരണമായ ഒരുൾക്കനം, നൽകുകയുണ്ടായി. മനുഷ്യഹൃദയങ്ങളെപ്പറ്റി, ദുഃഖങ്ങളെപ്പറ്റി, ജീവിതത്തിന്റെ പരമസത്യത്തെപ്പറ്റി, കുറെക്കൂടി അർഥഗർഭമായ ഒരു അവബോധം അവർ നമ്മിൽ സൃഷ്ടിച്ചു. അവരുടെ ഇടയിലേക്ക് ഒരു പുതിയ എഴുത്തുകാരൻകൂടി കടന്നു വന്നിരിക്കുന്നു. : "കൂട്ടം തെറ്റിയ കുട്ടി" യുടെ കർത്താവിനെ ശ്രീ. ഗംഗാധരനെ സഹൃദയരായ വായനക്കാർക്ക് പരിചയപ്പെടുത്താൻ കഴിഞ്ഞതിൽ ഞങ്ങൾക്ക് ആഹ്ലാദവും അഭിമാനവുമുണ്ട്............ കൂട്ടം തെറ്റിയ കുട്ടിയോടൊപ്പം മറ്റു രണ്ടു നോവലുകൾകൂടി കുങ്കുമം വാരികയിൽ പ്രസിദ്ധീകരിച്ചിരുന്നു. കെ ബി ശ്രീദേവിയുടെ *യജ്ഞവും* കോവിലന്റെ *ഭരതനും*.

ബിഗ് ബോസിന്റെ കോപം

അംബാല കന്റോൺമെന്റിലായിരുന്നപ്പോൾ ഒരിക്കൽ, ബറ്റാലിയൻ ഭരിക്കുന്ന കേണൽ റോത്തഗി സാഹിബ് മുടി വെട്ടി വെളുപ്പിക്കാനൽപ്പം താമസിച്ച ഞാനടക്കമുള്ള ഏതാനും മലയാളി ശിപായികൾക്ക് മൂർച്ച യുള്ളൊരു താക്കീതു നൽകി: "ഹിപ്പി കാ ഔലാദ്! തുംഹാരാ ബാൾ മേം മിട്ടി കാ തേൾ ഡാൾക്കർ മാച്ചസ് ജലാവുംഗ!: മുടി വളർത്തി സ്റ്റൈല ന്മാരാവാൻ കൊതിച്ചാൽ നിങ്ങളുടെയൊക്കെ ശിരസിൽ മണ്ണെണ്ണയൊ ഴിച്ച് ഞാൻ കത്തിക്കും!"

ബറ്റാലിയനിൽ അഗ്നി വിളയിച്ച കമാന്ററായിരുന്നു കേണൽ റോത്ത ഗി. ഉറക്കം കെടുത്തുന്ന ഇൻസ്പെക്ഷൻ പരമ്പരകളിൽ ശിപായികളെ പൊരിയിച്ച ഉഗ്ര പ്രതാപി. 1976 ൽ കേണലിന്റെ ഓഫീസിലേക്കെന്നെ വിളിപ്പിച്ചു. വിളിപ്പിക്കാനുണ്ടായ കാരണം എന്റെ ആദ്യ നോവൽ "കൂട്ടം തെറ്റിയ കുട്ടി" ആയിരുന്നു.

നോവൽ ഖണ്ഡശഃ പ്രസിദ്ധീകരിച്ചിരുന്ന *കുങ്കുമം* വാരികയുടെ പ്രതികൾ ഓഫീസിലെ സഹപ്രവർത്തകൻ നായിക് മഹേന്ദ്രദത്തയെ ഞാൻ കാണിക്കുമായിരുന്നു. ദത്ത സംസാരത്തിനിടയിൽ, ശിപായി ഗംഗാ ധരൻ വലിയൊരു 'ലേഖക്' ആണെന്ന് സെക്ഷൻ ഓഫീസറോട് അസൂ യാലേശമില്ലാതെ സൂചിപ്പിച്ചു. സെക്ഷൻ ഓഫീസർ, ക്യാപ്റ്റൻ സുർ ജീത് സിങ്, എന്റെ എഴുത്തു ശ്രമത്തിൽ അച്ചടക്ക ലംഘനം മണത്തു. മാറ്റർ മേലാവിലേക്കയച്ച് ദേശവിരുദ്ധമായി ഒന്നും എഴുതിയിട്ടില്ലെന്ന് സർട്ടിഫിക്കറ്റ് കിട്ടിയതിന് ശേഷമല്ലേ നോവൽ പ്രസിദ്ധീകരിക്കാവൂ എന്ന യാൾ ചിന്തിച്ചുകാണും.

"എന്താണ് നീ നിന്റെ ഭാഷാ പത്രത്തിൽ എഴുതിപ്പിടിപ്പിച്ചിരിക്കു ന്നത്? ശത്രുവിനു ഒറ്റിക്കൊടുക്കുന്ന മിലിട്ടറി രഹസ്യങ്ങൾ വല്ല തുമാണോ?" ക്യാപ്റ്റൻ ചോദിച്ചു.

"കേരളത്തിലെ നാട്ടുജീവിതമാണ്, സർ, ഞാനെഴുതിയിരിക്കുന്നത്. ഗതകാലം മറക്കാത്ത ഒരു സൈനികന്റെ ഏകാന്തവ്യഥകളാണതിൽ പ്രധാനം." ഞാൻ പറഞ്ഞു.

"ഏകാന്തനായിരിക്കാനും പോയകാലത്തെപ്പറ്റി ഓർക്കാനും നിന്നോടാരാണ് പറഞ്ഞത്? അതിനർഥം നിനക്ക് മിലിട്ടറി ഡ്യൂട്ടിയിൽ ശ്രദ്ധയില്ല എന്നല്ലെ?" ക്യാപ്റ്റന്റെ അധികാര സ്വരം.

ക്യാപ്റ്റൻ എന്നെ വളക്കാനല്ല ഒടിക്കാനാണ് ശ്രമിക്കുന്നതെന്ന് തോന്നി. നോവൽ പ്രസിദ്ധീകരിച്ച വാരികകളെല്ലാം ഹാജരാക്കാൻ അയാൾ നിർദേശിച്ചു. അന്നേവരെ കിട്ടിയിട്ടുള്ള *കുങ്കുമ*ത്തിന്റെ ഒൻപത് ലക്കങ്ങളും സൈന്യനിയമത്തിന്റെ മുന്നിൽ സമർപ്പിച്ചു.

കാര്യം അവിടംകൊണ്ടും അവസാനിച്ചില്ല.

ക്യാപ്റ്റൻ വാരികകൾ കള്ളനിൽനിന്നും കിട്ടിയ തൊണ്ടി മുതലെന്നപോലെ ബിഗ് ബോസിന്റെ മേശപ്പുറത്ത് നിരത്തി. കേണൽ അവയോരോന്നും സശ്രദ്ധം മറിച്ചു നോക്കി. എന്നിട്ട് പ്രതിയെ ഹാജരാക്കാൻ ഓർഡറിട്ടു.

"ഡിഫൻസ് നിയമത്തിന്റെ അനുവാദം കിട്ടിയിട്ടാണോ നീ നോവൽ പ്രസിദ്ധീകരിക്കാൻ കൊടുത്തത്?" മുന്നിലെത്തിയ എന്നോട് കേണൽ ചോദിച്ചു.

ഞാൻ മൗനനായി നിന്നു.

സംഗതി ഗുലുമാലായോ, കേണലെന്നെ പട്ടാളനിയമത്തിന്റെ ചട്ടിയിലിട്ട് പൊരിക്കുമോ എന്നൊക്കെ ഭയപ്പെട്ട മുഹൂർത്തം.

"നീ എഴുതിവച്ചതിന്റെ ആദ്യ അധ്യായം വായിച്ച് ഹിന്ദിയിൽ പറയ്. ഞാനൊന്ന് മനസിലാക്കട്ടെ നിന്റെ സാഹിത്യത്തിൽ രാജ്യസ്നേഹം എത്രത്തോളമുണ്ടെന്ന്!" കേണൽ പറഞ്ഞു.

ചുവന്ന ഷർട്ടും ഇംഗ്ലീഷ് ഹാറ്റും കറുത്ത കണ്ണടയും ധരിച്ച് പൂന്തോപ്പിലെ പുൽത്തകിടിയിൽ പുഞ്ചിരിയോടെയിരിക്കുന്ന ഏതോ ഒരു സിനിമാതാരത്തിന്റെ മുഖചിത്രമുള്ള *കുങ്കുമം* വാരികയെടുത്ത് കുട്ടിയുടെ ആദ്യ അധ്യായം വായിച്ച് ഞാൻ എനിക്കറിയാവുന്ന ഹിന്ദിയിൽ വിവർത്തനം ചെയ്തു....:

നീണ്ടൊരു മയക്കത്തിന്റെ അന്ത്യത്തിൽ പൊട്ടിവിടർന്ന മിഴികളിൽ ചുറ്റുപാടിന്റെ തേക്കങ്ങൾ വീണ് നുര കുത്തിയെങ്കിലും, ശ്രീനി, എഴുന്നേൽക്കാൻ മടിച്ചുകൊണ്ട് ജാലകപ്പൊഴിയിലൂടെ, ബാരക്കിന്റെ അതിരിൽ വിളറിയ മുഖങ്ങളുമായി നിൽക്കുന്ന വലിയ സൂര്യകാന്തിപ്പൂക്കളിൽ അലസമായി മിഴികൾ കൊളുത്തിയിട്ട് വീണ്ടും കിടന്നു.........ഏക് ഹൽക്കി നീന്ദ് ക അന്ത് മേം ശ്രീനി ആംഖ് ഗോലാ! ദിൽ ഉദാസ് ധാ! ഉസ്ക ആംഖേം കിട്കി ക പാർ ഛലാ! ബാരക് ക ആംഗൺമേം സൂര്യകാന്തിയാം നമ്ര് മുഖ്സേ ഖഡാ ഹൈ! ശ്രീനി ഉസ് ഫൂലോംകോ ദേഖ്കർ ചാർപായി പർ ലോാ.......

"മതി മതി ഇനി നീ എഴുതിവച്ച മറ്റൊരധ്യായം വായിക്ക്" കേണൽ പറഞ്ഞു.

ഞാൻ മറ്റൊരു വാരികയെടുത്തു. നാലാം അധ്യായം. അതിന്റെ ആദ്യ ഖണ്ഡിക വായിച്ചു:..........ഞായറാഴ്ച. പി ടി യില്ല. നേരത്തെ ഫാൾ-ഇൻ ഇല്ല. തണുപ്പു നിറഞ്ഞ ഇളം പ്രഭാതത്തിൽ കമ്പിളിക്കുള്ളിൽനിന്നും പുറത്തു കടന്നിട്ടൊരു കാര്യവുമില്ല. എന്നാലും ലങ്കർ കമാന്റർ പതിവു പോലെ ചായപ്പാത്രത്തിന്റെ പുറത്ത് അലൂമിനിയക്കയിലുകൊണ്ട് നാലരമണിക്കുതന്നെ മുട്ടും. ചായ റെഡിയായിരിക്കുന്നു എന്ന സിഗ്നൽ.........ഇത്ത്വാർ. ആജ് പി ടി നഹി. സുബെ സുബെ ഫാൾ ഇൻ നഹി ടംണ്ഡിക പ്രഭാത് മെ കമ്പിൾ സെ ബഹാർ ആനേസേ കോയി ഫയിദ നഹി. ഫിർബി ലങ്കർ കമാന്റർ ചായ് ക ബർത്തൻ മേം അലൂമിനിയം ക ഡോയൽ സെ സാടെ ഛാർ ബജെ ക പഹലെ ഡും ഡും മാരേഗ! ആവോ... ആവോ.....ചായ് തെയ്യാർ...........

നോവൽ വായിച്ച് ഹിന്ദിയിലേക്ക് പരാവർത്തനം ചെയ്യുമ്പോഴും എന്റെ മനസിന്റെ താളം പെരുകിക്കൊണ്ടിരുന്നു. ഡിസിപ്ലിന്റെ വാളെടുത്ത് വീശി ബറ്റാലിയനെ നയിക്കുന്ന, പരുക്കനെന്നല്ല ക്രൂരനെന്ന് പേര് കേട്ട കേണൽ എങ്ങനെയാണാവോ പ്രതികരിക്കാൻ പോകുന്നത്? എന്തു ശിക്ഷയാണാവോ അദ്ദേഹം എനിക്ക് തരാൻ പോകുന്നത്?

"മതിയാക്ക് നിന്റെ സാഹിത്യ പാരായണ്‍!" പെട്ടെന്ന് കേണൽ പറഞ്ഞു. ഒപ്പം എന്റെ നേരെ ഒരു ചോദ്യമെറിഞ്ഞു. "കവിതയും നാടകവും എഴുതാനാണോ രണ്ടായിരത്തി എഴുന്നൂറ് മൈലുകൾ താണ്ടി കേരളത്തിൽനിന്ന് നീ ഈ പഞ്ചാബിലേക്ക് വന്നിരിക്കുന്നത്?"

എന്തു മറുപടി പറയണം?

അപ്പോഴാണ് കേണലിന്റെ മേശപ്പുറത്ത് സ്വാമി വിവേകാനന്ദന്റെ ഭാഷണങ്ങളുടെയും *ഭഗവദ്ഗീത*യുടെയും സംഗ്രഹിച്ച പതിപ്പുകൾ കിടക്കുന്നത് കണ്ടത്. ഭാഗ്യം! കേണലൊരു അക്ഷരവിരോധിയായിരിക്കില്ല! വായനക്കാരനാണെങ്കിൽ എഴുതുന്ന മനസിന്റെ വേദനയും അദ്ദേഹം അറിഞ്ഞിരിക്കേണ്ടതല്ലേ?

കേണൽ വാരികകളുടെ മുഖചിത്രങ്ങൾ ഒന്നുകൂടി ശ്രദ്ധിക്കുന്നതും, താളുകൾ വീണ്ടും മറിച്ചു നോക്കുന്നതും കണ്ടു. ഹിറ്റ്ലർ മീശവെച്ച മുഖത്ത് പതുക്കെപ്പതുക്കെ ഒരു പുഞ്ചിരി തെളിയുന്നതുപോലെ തോന്നി.

കേണൽ എണീറ്റ് എന്റെ തോളിൽ തട്ടിയിട്ട് പറഞ്ഞു: "നീ ഇനിയും എഴുതണം! കിഷൻ ചന്ദറെപ്പോലെ, പ്രേംചന്ദിനെപ്പോലെ, പ്രസിദ്ധനാവണം. എഴുത്ത് തുടരുമ്പോഴും സൈനികന്റെ കടമകളും അച്ചടക്കവും മറക്കരുത്!"

ഓപ്പറേഷൻ ബ്ലൂസ്റ്റാർ

തൊള്ളായിരത്തി എഴുപതിന്റെ ഒടുവിൽ പഞ്ചാബിലെ കന്റോൺമെന്റുകളോട് വിടപറഞ്ഞു. രക്തമുറയുന്ന ഹിമക്കാറ്റിലും വിയർപ്പിൽ കുളിക്കുന്ന വെയിൽചൂടിലും ചെലവഴിച്ച യൗവനതീക്ഷ്ണമായ ഒരു വ്യാഴവട്ടം അവസാനിച്ചു. ഹരിതസാന്ദ്രമായ ചന്ദനമണ്ണിൽനിന്ന് പാറമലകൾ ചൂഴ്ന്ന് നാസിക്കിലേക്ക് ഭാണ്ഡം മുറുക്കി.

അംബാലയിലെ മിലിട്ടറി എയർ ഫീൽഡിൽനിന്നും അഭ്യാസത്തിനുവേണ്ടി പറന്നുയരുന്ന പോർവിമാനങ്ങളുടെ ഇരമ്പം മാത്രമല്ല, ഗുരുവാണികൾ ഒഴുകുന്ന അമൃത്സറും, നിലാവിന്റെ നിറമുള്ള പട്യാല രാജകൊട്ടാരവും ആകർഷണീയമായ നടക്കാവുകളും, ഗോതമ്പു നിറമുള്ള തരുണികളുടെ പൊട്ടിച്ചിരികളും, എന്തിന്, കടുകും കടലയും തക്കാളിയും കരിമ്പും ഗോതമ്പും വിളയുന്ന പഞ്ചാബാകെത്തന്നെ മനസിൽ സമൃദ്ധിയുടെ ചിത്രം വരച്ചു വച്ചിരുന്നു. കാനോലിക്കനാലിന്റെ തീരവാസികളെപ്പോലെ ചടച്ച് മെലിഞ്ഞവരെ വളരെ വിരളമായേ പഞ്ചാബിൽ കണ്ടിട്ടുള്ളൂ. അക്കാലത്ത്, അതായത് എഴുപതുകളിൽ, പഞ്ചാബിന്റെ ചിരിക്കുന്ന മുഖങ്ങളിൽനിന്ന്, വിളനിലങ്ങളുടെ സുഗന്ധങ്ങളിൽനിന്ന്, എത്രയോ അകലെയായിരുന്നു കയർപണിക്കാരും കൈക്കോട്ടു പണിക്കാരും കായലിൽനിന്ന് കക്കവാരുന്നവരുമായ എന്റെ നാട്ടുകാർ!

പഞ്ചാബിൽ പട്യാലയായിരുന്നു എന്റെ ഇഷ്ടനഗരം. ഉയർന്ന മതിൽകെട്ടുകളും പ്രൗഢിയാർന്ന ഗൃഹസമുച്ചയങ്ങളും ഞാവൽമരങ്ങൾ തണൽവിരിച്ച വിശാലമായ നടക്കാവുകളുമുള്ള രാജധാനി. ജിറാഫുകളെപ്പോലെ തലയെടുപ്പുള്ള സുമുഖരായ ഖാൽസ പ്രജകൾ. തെരുവോരങ്ങളിലെ വൃത്തിയാർന്ന ഢാബയിലിരുന്ന് വെന്ത കടല കട്ടിത്തൈരിൽ കുഴച്ചു തിന്നുന്ന അവരുടെ അടുത്ത് ലേശം സങ്കോചത്തോടെ ഏലക്കാമണമുള്ള ചായയും മൊത്തിയിരുന്നിട്ടുള്ള സായാഹ്നങ്ങൾ.

അഴുക്കുപുരളാത്ത ഷെർവാണികൾ. മോടിയിൽ മെടഞ്ഞുവെച്ച തലപ്പാവ്. ബലിഷ്ഠമായ അംഗത്തികവ്, ഞാൻ പറഞ്ഞില്ലേ, കാനോലിക്കനാലിന്റെ തീരവാസിയായ എന്റെ കണ്ണിൽ പട്യാലക്കാരെല്ലാം രാജകുമാരന്മാരും രാജകുമാരികളുമായിരുന്നു.

ഏതു നാട്ടിൽ പോയാലും അവിടത്തെ ചന്തത്തെരുവുകളിൽ അലഞ്ഞു നടക്കാനാണെനിക്കിഷ്ടം. ഇന്നും തൃശൂരെത്തിയാൽ ശക്തൻ മാർക്കറ്റിൽ പോകും. വിൽപ്പനക്കാരുടെ വെറി പിടിച്ച നാട്ടുവർത്തമാനം കേൾക്കും. കറ കട്ട പിടിച്ച നേന്ത്രക്കായയുടെ മണങ്ങളിലൂടെ, ഉപഭോക്താക്കളെ സൈ്വരം കെടുത്തുന്ന ഒച്ചയും വിളിയിലുമൂടെ നടക്കുമ്പോൾ അജ്ഞാതമായ കൃഷിനിലങ്ങളിൽ വീഴുന്ന പണിയാളരുടെ വിയർപ്പിനെക്കുറിച്ച് ഓർത്തുപോകും.

ഏറ്റവും തിരക്കുള്ളതും സമൃദ്ധവുമെന്ന് തോന്നിയിട്ടുള്ളത് അംബാലയിലെ പച്ചക്കറി മാർക്കറ്റാണ്. അവിടെ സവാളയുടെയും ഉരുളക്കിഴങ്ങിന്റെയും ഫൂൽഗോപിയുടെയും പിരമിഡുകൾ കാണാം. തക്കാളിയുടെയും പച്ചമുളകിന്റെയും കുന്നുകളും കാണാം. അതോടൊപ്പം പൊട്ടിയ പച്ചക്കറിത്തുണ്ടുകളും കായക്കഷണങ്ങളും തേടി ചാക്കുസഞ്ചികളുമായി അലയുന്ന കുട്ടികളെയും, തൊഴുകയ്യോടെ യാചിക്കുന്ന മറുനാടൻ കുഷ്ഠരോഗികളെയും കാണാം.

ഒരിക്കൽ ഞങ്ങൾ അമൃത്സറിലെ സുവർണക്ഷേത്രവും ചണ്ടീഗഢ് നഗരവും കാണാൻ പോയി. നഗരപ്രാന്തത്തിൽ, പിഞ്ചുരിൽ, മുഗൾ ചക്രവർത്തി പണിയിപ്പിച്ച ജലധാരകളുടെ സംഗീതത്തിൽ മയങ്ങുന്ന പൂന്തോട്ടം. അവിടെനിന്നും ജലന്ധറിലേക്ക് പോകുന്ന വീഥിയോട് ചേർന്ന് സർദാർ ഭഗത്സിങ്ങ് പിറന്നു വളർന്ന വീട്. വീടിരിക്കുന്ന ഗ്രാമത്തിന്റെ പേര് ഘട്കർ കലാൻ. വീടിനു ചുറ്റും ചുവന്ന ഇഷ്ടികകൾകൊണ്ട് കമാനാകൃതിയിൽ പണിത ഉയർന്ന മതിൽക്കെട്ട്.

ഘട്കർ കലാൻ ഗ്രാമത്തിന് തൊട്ടടുത്തുള്ള നങ്കൽ ചോരൻ ഗ്രാമവാസിയാണ് എന്റെ സുഹൃത്ത് ശിപായി നിർമൽ സിങ്. നിർമൽസിങ്ങും ശിപായി ശിവദാസനും ഞാനും കൂടിയാണ് ഭഗത്സിങ്ങിന്റെ വീട് കാണാൻ പോയത്.

സുവർണ ക്ഷേത്രം കണ്ടില്ലെങ്കിലും ധീര വിപ്ലവകാരി ഭഗത്സിങ് ജനിച്ചു വളർന്ന വീടും നിർമൽ സിങ്ങിന്റെ ഗ്രാമഭവനവും കാണണമെന്നുണ്ടായിരുന്നു എനിക്ക്. ശിവദാസന് മുഗൾ ഗാർഡനിൽ പോകാനായിരുന്നു താൽപ്പര്യം. ഔട്ട് പാസിലെ സമയം പാഴാക്കിക്കളയാതെ ഒരോട്ടപ്രദക്ഷിണം.

"ഷഹീദ്" ഭഗത്സിങ്ങിനെപ്പറ്റി ചെറുപ്പത്തിലേ കേട്ടിരുന്നു. നാട്ടിൻപുറത്തെ പുരോഗമന ആശയക്കാരായ ശങ്കരനും രാമകൃഷ്ണനും നയിക്കുന്ന വായനശാലയുടെ പേര് ഭഗത് സിങ് മെമ്മോറിയൽ റീഡിങ് റൂം എന്നായിരുന്നു. ജ്വലിക്കുന്ന ആ സ്മാരകം കുറേക്കാലം അവർ തളരാതെ പിടിച്ചുനിർത്തി. എട്ടാം ക്ലാസ് വിദ്യാർഥിയായിരുന്ന ബാലൻ ഒരോ

ണക്കാലത്ത് ഭഗത്സിങ്ങിന്റെ ജീവിതകഥ കഥാപ്രസംഗമായി അവതരിപ്പിച്ചു. ബാലൻ മികച്ച പാട്ടുകാരനായിരുന്നു. ഭഗത്സിങ് ജയിലിലെ മുളങ്കട്ടിലിൽ കൈകാലുകൾ ചങ്ങലകളാൽ ബന്ധിക്കപ്പെട്ട് ഇരിക്കുന്ന രംഗത്തെപ്പറ്റി പാടി അവൻ നാട്ടുകാരുടെ കണ്ണുകൾ നനയിച്ചു. ആ ധീരൻ തൂക്കുമരത്തിലേക്ക് സധൈര്യം നടന്നുപോകുന്നതും ഇങ്കിലാബ് വിളിച്ച് കൊലക്കയറ് കഴുത്തിലണിയുന്നതും ബാലൻ വർണിക്കുന്നതുകേട്ട് ജനം ദുഃഖസാന്ദ്രരായി.

പാദുകം അഴിച്ച് പുറത്തു വച്ച് ഞങ്ങൾ മൂന്നു പട്ടാളക്കാരും ഭഗത്സിങ് കളിച്ചു നടന്ന വീടിന്റെ അങ്കണത്തിലേക്ക് കടന്നു. ഒഴിവ് ദിനം. സന്ദർശകരായി ഒരുപാട് പേരുണ്ട്. ഭഗത്സിങ്ങിന്റെ വലിയൊരു ചിത്രം ചുവന്ന പൂമാല ചാർത്തി വീട്ടുമുറ്റത്തൊരു കോണിൽ സ്ഥാപിച്ചിരുന്നു. ജയിലിൽ ബന്ദിയായിരിക്കുമ്പോഴെടുത്ത അപൂർവ ഫോട്ടോകളുടെ കോപ്പികളും, അദ്ദേഹം എഴുതിയ ലേഖനങ്ങളുടെ സമാഹാരവും അവിടെ കണ്ടു. പുസ്തകം ആവശ്യക്കാർക്ക് രൂപകൊടുത്ത് വാങ്ങാമായിരുന്നു.

നേരം ഉച്ചയായി. ഔട്ട്പാസിൽ അനുവദിച്ച സമയം രാത്രി എഴുമണി വരെയാണ്. വീട്ടിൽനിന്ന് ഉച്ചഭക്ഷണമാവാം: നിർമൽ സിങ് യാത്രയ്ക്ക് ധൃതികൂട്ടി. ഞങ്ങൾ ഭഗത്സിങ്ങിന്റെ ഭവനത്തിനോട് യാത്രപറഞ്ഞു. ബസിലും പിന്നെ പാടവരമ്പുകൾ കവച്ചും ഒരുമണിയോടെ നങ്കൽ ചോരൻ ഗ്രാമത്തിലെത്തി. കുമ്മായം പൂശാതെ, ഉയരമധികമില്ലാത്ത ഒരു നീളൻ ഇഷ്ടികപ്പുരയായിരുന്നു നിർമലിന്റേത്. നിർമലിനെ കൂടാതെ രണ്ട് ജ്യേഷ്ഠന്മാരും അവരുടെ ഭാര്യമാരും മക്കളും. അമ്മ. അമ്മൂമ്മ. മൊത്തം പതിമൂന്ന് പേർ താമസിക്കുന്ന കുടുംബം.

കണ്ടപാടെ നിർമലിന്റെ അമ്മയും ചേട്ടത്തിമാരും വന്ന് ഞങ്ങളുടെ നേരെ കൈകൂപ്പി, "നമസ്തേ" പറഞ്ഞു. നിർമൽ ഞങ്ങൾക്കിരിക്കാൻ വീട്ടു ചുമരിനോട് ചേർത്ത് ചാരിവച്ചിരുന്ന മുളങ്കട്ടിൽ നിവർത്തി അതിലൊരു പുതപ്പ് വിരിച്ചു. ഞൊടിനേരംകൊണ്ട് നിർമലിന്റെ അമ്മ മൂന്ന് നീളൻ ഓട്ടു ഗ്ലാസുകളിൽ ലെസ്സിയുമായി വന്നു. ആകെ നരച്ച ആ അമ്മ തന്ന ദാഹനീരിന് തണുപ്പും മധുരവുമുള്ളതായിരുന്നു.

നിർമലിന്റെ ജ്യേഷ്ഠന്മാർ രണ്ടുപേർക്കും അമൃത്സർ നഗരത്തിൽ ബേക്കറിപ്പണിയാണ്. കാലത്തേ പുറപ്പെടും. ഇരുട്ടിയാൽ തിരിച്ചു വരും. ചേട്ടത്തിമാരും അമ്മയും എരുമകളെ പരിപാലിക്കും. കാലത്ത് വലിയ ജാറയിൽ പാലുമായാണ് മോട്ടോർ സൈക്കിളിൽ രണ്ടു ആണുങ്ങളുടെയും നഗരത്തിലേക്കുള്ള യാത്ര.

പത്തുമിനിറ്റിനകം ഭക്ഷണത്താലങ്ങളുമായി നിർമലിന്റെ ചേട്ടത്തിമാർ വന്നു. ചോളത്തിന്റെ റൊട്ടി. ആവിപൊങ്ങുന്ന ചീരക്കറി. ചീരയ്ക്കുമേൽ ഉരുകിക്കൊണ്ടിരിക്കുന്ന വെണ്ണ. അതോടൊപ്പം ലെസ്സി നിറച്ച ഓട്ടു ഗ്ലാസുകളും!

ഭക്ഷണം കഴിച്ച് അരമണിക്കൂർ ഞങ്ങൾ പുറത്ത് വലിയൊരു സീസം മരത്തിന്റെ തണലിലിട്ട കട്ടിലിലിരുന്ന് വിശ്രമിച്ചു. സാന്ത്വനം പോലെ കരിമ്പോലകളെ തഴുകി വരുന്ന കാറ്റ് വീശിക്കൊണ്ടിരുന്നു.

നിർമലിന്റെ അനാർഭാടമായ വീടിനെ മൗനവിഷാദം പൊതിഞ്ഞിരിക്കുന്നതുപോലെ തോന്നി. അച്ഛനെപ്പറ്റി പറയുമ്പോൾ നിർമലിന്റെ കണ്ണുകൾ നിറയുന്നത് കണ്ടിട്ടുണ്ട്. വിധവയെപ്പോലെ കഴിയുന്ന അമ്മ. പത്ത് വർഷമായി അമ്മയുറങ്ങാത്ത വീടാണത്. അച്ഛൻ ജെർണയിൽ സിങ് പാകിസ്ഥാനിലാണ്, ജയിലിൽ. അറുപത്തിയഞ്ചിലെ യുദ്ധകാലത്താണദ്ദേഹത്തെ ശത്രുസൈന്യം ബന്ദിയാക്കിയത്.

പാകിസ്ഥാനിൽ ഏതു ജയിലിലായിരിക്കും നിർമലിന്റെ അച്ഛൻ? സൈനികനായിരുന്നു, മാതൃരാഷ്ട്രത്തിനുവേണ്ടി യുദ്ധം ചെയ്യുകയായിരുന്നു എന്നല്ലാതെ എന്തു കുറ്റമാണ് പാകിസ്ഥാൻ സൈന്യം ജയിലിലടച്ച് ശിക്ഷിക്കാൻ അദ്ദേഹം ചെയ്തത്?

നിർമലിന്റെ വാക്കുകൾ ഓർമവന്നു: അച്ഛൻ അതിർത്തിയിൽ "മിസ്സിംഗ്" ആണെന്ന ബറ്റാലിയൻ കമാന്ററുടെ കത്താണ് ആദ്യം കിട്ടിയത്. പിന്നെയും ഏതാനും വർഷങ്ങൾ കഴിഞ്ഞാണ് പാകിസ്ഥാൻ റേഡിയോ വാർ പ്രിസണേഴ്സിന്റെ പേരുകൾ പുറത്തു വിട്ടത്. അതിൽ അച്ഛന്റെ പേരുമുണ്ടായിരുന്നു. അന്ന് നിർമലിന് വയസ് പതിനഞ്ച്. ഒരുപാട് വർഷങ്ങൾ പിന്നേയും കടന്നുപോയി. ഇതുവരെ അച്ഛന് സ്വാതന്ത്ര്യം കിട്ടിയില്ല. പാകിസ്ഥാൻ ഭരണാധികാരികൾ വാർ പ്രിസണറെ മോചിതനാക്കിയില്ല.

അന്ന് കൃത്യം രണ്ടരയ്ക്ക് ഞങ്ങൾ അമൃത്സറിലെത്തി. ബസിറങ്ങുമ്പോൾ സൂര്യവെളിച്ചത്തിൽ മിന്നുന്ന സുവർണക്ഷേത്രത്തിന്റെ പൊൻമിനാരം കണ്ടു. ഉറുമാലുകൊണ്ട് ശിരസുമറച്ച് നിർമലിനോടൊപ്പം ക്ഷേത്രത്തിലേക്ക് നടന്നു.

ഗുരുഗ്രന്ഥസാഹിബിന്റെ മുന്നിൽ നമ്രശിരസ്കരായി നിന്നു. തിളങ്ങുന്ന പട്ടുമഞ്ചത്തിൽ നിവർത്തിവച്ച വലിയൊരു വിശുദ്ധഗ്രന്ഥത്തെയാണ് സിക്കുകാർ ആരാധിക്കുന്നത്. നീലത്തലപ്പാവണിഞ്ഞ രണ്ടുപേരിരുന്ന് ഗുരുഗ്രന്ഥസാഹിബിനുമേൽ ചാമരം വീശുന്നു. അൽപ്പം അകന്ന് ഹാർമോണിയത്തിന്റെ ഈണത്തോടൊപ്പം ഗുരുവാണികൾ പാടുന്നവരുടെ സംഘം. നിശ്ശബ്ദമായ പ്രാർഥനയിൽ മുഴുകിയ ഭക്തരുടെ തിരക്ക്. ബിംബങ്ങളില്ല. മണിയൊച്ചകളില്ല. വേഗം വേഗം എന്നു പറഞ്ഞ് ആരും ഭക്തരെ തള്ളിമാറ്റുന്നില്ല. പൂജാരികളുടെയും അമ്പലവാസികളുടെയും ബഹളങ്ങളില്ല.

ക്ഷേത്രത്തിൽനിന്ന് പുറത്തു കടന്ന് ഞങ്ങൾ സരോവരത്തിന്റെ ചുറ്റുമുള്ള വെണ്ണക്കൽമുറ്റത്ത് അൽപ്പനേരമിരുന്നു. പ്രാർഥനപോലെ ഒഴുകിവരുന്ന കുളിർകാറ്റ്. ഞാൻ ക്ഷേത്രഗോപുരം പ്രതിബിംബിക്കുന്ന സരോവരത്തിൽ സ്പർശിച്ചു. തണുപ്പാർന്ന ജലത്തിൽ വലിയ മത്സ്യങ്ങൾ പുളഞ്ഞു കളിക്കുന്നതു കണ്ടു.

നേരം നാല് മണിയാവാറായി. ഇനിയും ഒരുപാട് സ്ഥലങ്ങൾ സന്ദർശിക്കാനുണ്ട്. വെടിയുണ്ടകൾ തറഞ്ഞ ജാലിയൻ വാലാബാഗിലെ ഉയരമുള്ള ചുമരുകൾ ചാരി അൽപ്പനേരം നിന്നു. സിരകളിൽ രക്തഗന്ധം നിറഞ്ഞു. ജനറൽ ഡയറുടെ വെടിയുണ്ടകൾ തലച്ചോറിലേക്ക് പാഞ്ഞു കയറുന്നതുപോലെ! വേഗം ബസ് പിടിച്ച് ഔട്ട്പാസിൽ എഴുതിയ നേരത്തിന് ക്യാമ്പിലെത്തണം. ശിവദാസൻ ധൃതികൂട്ടിക്കൊണ്ടിരുന്നു.

ബസിലിരിക്കുമ്പോൾ ഞാൻ നിർമലിനെ അവനറിയാതെ ശ്രദ്ധിച്ചു. ആ സുഹൃത്തിന്റെ കണ്ണുകൾ സുവർണക്ഷേത്രത്തിന്റെ മിനാരത്തിൽ തന്നെയായിരുന്നു. ആ മനസ്സ് അച്ഛനുവേണ്ടി പ്രാർഥിക്കുകയാവണം. വായ്ഗുരുവിനോട്, പരംപൊരുളിനോട്. അതിർത്തികൾക്കപ്പുറത്തെവിടെയോ തടവിൽ കഴിയുന്ന അച്ഛന് മോചനം കിട്ടാൻ. വർഷങ്ങളായി കാണാൻ കൊതിക്കുന്ന കുടുംബനാഥനെ തിരിച്ചു കിട്ടാൻ.

കോമ്രേഡ് ഭഗത്സിങ്ങിന്റെ സ്മാരകം

നാസിക്കിൽ ആർമിയിലെ ആർട്ടിലറി വിഭാഗത്തിന്റെ റെക്കോർഡ് ഓഫീസിലേക്കായിരുന്നു പഞ്ചാബിൽ നിന്നും എന്നെ പറിച്ചു നട്ടത്. അതിർത്തി പ്രവിശ്യകളിലെമ്പാടും താവളമടിച്ച പീരങ്കിപ്പടയാളികളുടെ സർവീസ് കിത്താബുകളുടെ എഴുത്തു പുരയിൽ. സിവിലിയൻ ബാബുമാരോടൊപ്പം അനുഭവിച്ച ലേശം ഉദാരമായ സ്വാതന്ത്ര്യം. യുദ്ധപരിശീലനങ്ങളും നൈറ്റ് പരേഡുകളും മറന്ന് ഫയലുകൾക്കിടയിൽ ഒതുങ്ങിയ പകൽ യാമങ്ങൾ.

ചട്ടപ്പടിയുള്ള ലീവ് അനുവദിച്ചു കിട്ടാൻ മാമൂൽ എക്സർസൈസിന്റെയും ഇൻസ്പെക്ഷന്റെയും തടസങ്ങളില്ല. ഒഴിവ് ദിനങ്ങളിൽ കുതിരച്ചാണകവും കരിമ്പിൻ ചണ്ടികളും മണക്കുന്ന നഗര ഗല്ലികളിൽ കാഴ്ചകൾ കണ്ട് നടക്കാൻ ഔട്ട്പാസ് തരുമ്പോഴും, രണ്ടരമണിക്കൂർ ട്രെയിൻ യാത്രയ്ക്കപ്പുറത്തുള്ള മുംബൈ മഹാനഗരത്തിൽ നീന്തി ഇരുട്ടുന്നതോടെ ക്യാമ്പിൽ തിരിച്ചെത്താൻ ഇത്തിരി വൈകിയാലും ചോദ്യങ്ങളില്ല.

റിക്കോർഡ് ഓഫീസിലെ മിക്കവാറും എല്ലാ സെക്ഷനിലും ഒന്നോ രണ്ടോ മലയാളി വനിത ക്ലാർക്കുമാരുണ്ടായിരുന്നു. പട്ടാളക്കാരുടെ മനസിൽ വേലിയേറ്റം സൃഷ്ടിക്കുന്ന സുന്ദരികളായ വില്ലത്തികളുടെ പ്രണയാഭിനയങ്ങളിൽ തടഞ്ഞു വീഴാത്ത യൂണിഫോം ധാരികൾ കുറവായിരുന്നു.

എന്റെ സെക്ഷനിലെ മലയാളി ലേഡി ക്ലാർക്ക് കൊഴുത്തുരുണ്ടൊരു അഴകിയാണെന്നതിന്റെ അഹങ്കാരമുള്ളവളായിരുന്നു. സിൽക്ക് സാരിയിൽ പൊതിഞ്ഞുവച്ച അംഗവടിവുകൾ. അറ്റം കൃത്രിമമായി ചുരുട്ടിയ മുടി. ഇംഗ്ലീഷ് സിനിമാനടി സോഫിയലോറനെ ഓർമിപ്പിക്കുന്ന കറുത്ത

മിഴികളും നീണ്ട കഴുത്തും. സൗകര്യത്തിന് നമുക്കവളെ താമരയെന്നു വിളിക്കാം. ഞങ്ങൾ പതിനൊന്ന് ആൺതരികൾക്കിടയിൽ വിടർന്ന് വിലസി നിന്ന ഏക പെൺതരി. സെക്ഷനിലെ പതിനൊന്നുപേർ മാത്ര മല്ല, റെക്കോർഡ് ഓഫീസിലെ പട്ടാളക്കാരൊക്കെ താമരയോട് അനുര ക്തരായിരുന്നു. സെക്ഷനിലെ ക്ലാർക്കുമാർ താമരയെ ജോലിയിൽ സഹാ യിക്കാൻ മത്സരിച്ചു. ഓഫീസിൽ നിന്നും മുങ്ങി കാന്റീനിലും മൂത്രപ്പുര യുടെ മുറ്റത്തുള്ള ആര്യവേപ്പിന്റെ തണലിലും കൂട്ടുകാരികളോടൊപ്പം അവൾ സൊറ പറഞ്ഞിരുന്നു. ഓഫീസിലെത്തിയാൽ ഫയലിനുള്ളിൽ മനോരമ വാരിക തിരുകിവെച്ച് വായിച്ചു രസിച്ചു.

സെക്ഷൻ ഓഫീസർ അവതാർ സിങ് ലുംബ താമരയെ ഇടയ്ക്കി ടയ്ക്ക് തന്റെ മുറിയിലേക്ക് വിളിപ്പിക്കും. രണ്ടുപേരും സ്വകാര്യം പറയു മ്പോൾ മറ്റാരേയും അകത്തേക്ക് പ്രവേശിപ്പിക്കാതെ പ്യൂൺ രാംചന്ദർ കദം പുറത്ത് കാവലിരിക്കും.

താമരയുമായി സൊള്ളാൻ അടുത്ത സെക്ഷനിൽനിന്ന് കൂട്ടുകാരി കൾ വരും. അതിലൊരുത്തിയെ നമുക്ക് ചെമ്പരത്തി എന്നു വിളിക്കാം.

ചെമ്പരത്തി വിധവയായിരുന്നു. എഴുപത്തിയൊന്നിലെ യുദ്ധത്തിൽ മരിച്ച ഒരു സൈനികന്റെ ഭാര്യ. 'ഡൈ ഹാർനസി'ൽ ജോലി കിട്ടി പ്രവാസം ആരംഭിച്ച നാട്ടിൻപുറത്തുകാരി. കൈവളകളില്ല. പൊട്ടും പൂവു മില്ല. കണ്ണെഴുത്തില്ല. കാതിലൊരു മുക്കുറ്റി കമ്മൽ മാത്രം. വിധവകൾ സഹിക്കുന്ന അത്തരം പഴഞ്ചൻ മാമൂലുകളിൽനിന്നൊക്കെ ചെമ്പര ത്തിയെ മുക്തയാക്കിയത് താമരയായിരുന്നു. നഃ സ്ത്രീ സ്വതന്ത്രമർഹതി എന്ന വാക്യത്തെ കാറ്റിൽ പറത്തിയവൾ.

പതുക്കെപ്പതുക്കെ ചെമ്പരത്തിയിൽ മാറ്റം വന്നു. പൊട്ടുതൊടാനും കണ്ണുകൾ മഷിയെഴുതി കറുപ്പിക്കാനും തുടങ്ങി.

താമരയോടൊപ്പം നീണ്ട കഥകളിലെ പ്രണയകാമുകന്മാരെക്കുറിച്ച് പറഞ്ഞു ചിരിച്ചു. ഞായറാഴ്ചകളിൽ ഡിഫൻസ് തിയേറ്ററിൽ മലയാളം നൂൺഷോ കാണാൻ പോയി. പുതിയ പാചക കലകൾ പഠിച്ചു. താമര ചെമ്പരത്തിയിൽനിന്ന് ഏകാന്തമൗനങ്ങളെല്ലാം ചോർത്തിക്കളഞ്ഞു. റിക്കോർഡ് ഓഫീസിലെ സിവിലിയൻ കൂട്ടായ്മയിൽ താമരയോടൊപ്പം ചെമ്പരത്തി ഒരു താരമായി.

ഭർത്താവിന്റെ അച്ഛനുമമ്മയും സാമ്പത്തിക സഹായമഭ്യർഥിച്ച് എഴു തിയിരുന്ന കത്തുകൾ ചെമ്പരത്തി ആരുമറിയാതെ കീറിക്കളഞ്ഞു. ഒരു ദിവസം റെക്കോർഡ് ഓഫീസർക്ക് വൃദ്ധൻ അയച്ച നീണ്ട കത്തുകിട്ടി. അതിൽ തന്റെ മകൻ അതിർത്തി യുദ്ധത്തിൽ നഷ്ടപ്പെട്ടതുകൊണ്ടാണ് മരുമകൾക്ക് ജോലികിട്ടിയതെന്ന് എഴുതിയിരുന്നു....... മകൻ ജീവിച്ചിരു ന്നെങ്കിൽ വയസുകാലത്ത് ഞങ്ങൾക്ക് തുണയാവുമായിരുന്നു. മരുമക ളോട് ശമ്പളത്തിൽനിന്ന് മാസാമാസം ഒരു പങ്ക് അയച്ചുതന്ന് വയസായ ഞങ്ങളെ സഹായിക്കാൻ ഉപദേശിക്കണം.

റെക്കോർഡ് ഓഫീസർക്ക് കീഴ്ജീവനക്കാരുടെ കുടുംബ കാര്യ ങ്ങളിൽ ഇടപെടാനൊക്കുമോ? മിലിട്ടറി നിയമങ്ങളെല്ലാം സൈനികന്റെ

വിധവയ്ക്ക് അനുകൂലമാണ്. യുദ്ധത്തിൽ ജീവൻ ബലിനൽകിയ സൈനികന്റെ വിധവയാണ് അയാളുടെ സമ്പാദ്യത്തിന്റെ അനന്തരാവകാശി. ആ അവകാശത്തിലാണ് ചെമ്പരത്തി ഭർത്താവിന്റെ പെൻഷൻ കൈപ്പറ്റുന്നതും കത്തുകളെഴുതി സർക്കാർ ലാവണം നേടിയെടുത്തതും. വിധവയുടെ കണ്ണീരിന് രക്തത്തിന്റെ വിലയാണെന്നാണ് സൈന്യത്തിന്റെ കിത്താബിലെ കുറിപ്പ്.

മുപ്പത്തഞ്ച് തികയാത്ത ഉദ്യോഗസ്ഥ. പന്ത്രണ്ടു വയസായ മകൻ നാട്ടിൽ നവോദയ സ്കൂൾ വിദ്യാർഥി. ഹോസ്റ്റലിൽ താമസം. അന്യനാട്ടിൽ എത്രകാലം സൈനികന്റെ ഓർമകളുമായി ചെമ്പരത്തി തനിച്ച് ജീവിക്കും? ഭർത്താവിന്റെ മരണസർട്ടിഫിക്കറ്റിന്റെ ബലത്തിലാണ് സൈന്യനിയമം അവർക്ക് ജോലി നൽകിയത്. ഒന്നാം തീയതികളിൽ ഒപ്പിട്ടു വാങ്ങുന്ന വേതനത്തിന്റെ പങ്ക് പറ്റാൻ ആരും വരുന്നതവർക്കിഷ്ടമല്ലായിരുന്നു. ഭർത്താവിന്റെ പിതാവായാലും മറ്റാരായാലും അക്കാര്യം നടക്കാൻ പോകുന്നില്ല.

കർക്കിടകത്തിലെ ഒരു ഞായറാഴ്ച. പുണ്യഭൂമിയായ പഞ്ചവടിയിൽ ഞങ്ങൾ കാഴ്ചകൾ കണ്ട് നടക്കുകയായിരുന്നു. ഗോദാവരി പഞ്ചവടിയിലെ വനഗർഭത്തിൽനിന്ന് ഉറന്നൊഴുകുന്നു എന്നാണ് വിശ്വാസം. അവിടെ സീതയും രാമനും നീരാടിയിരുന്ന ചെറിയൊരു തടാകമുണ്ട്: രാമകുണ്ഡം.

ടൂറിസ്റ്റുകളുടെ തിരക്കാണ് പഞ്ചവടിയിൽ. ഉഷ്ണക്കാലത്ത് മുംബൈ നഗരത്തിൽനിന്നാണ് ജനങ്ങളുടെ ഒഴുക്ക്. ധനാഢ്യരായ മാർവാടികുടുംബങ്ങൾ സംഘങ്ങളായാണ് വരുന്നത്. രാമകുണ്ഡത്തിൽ മുങ്ങിയും ഗോപിക്കുറി വരച്ച പണ്ഡിറ്റ്ജിമാരുടെ ഭാഷണം കേട്ടും മടക്കം.

പണ്ടുപണ്ട്, രാമന്റെ വനവാസക്കാലത്ത് ഗോദാവരിയിൽ കുളിക്കാനും വനഭംഗികൾ ആസ്വദിക്കാനും പഞ്ചവടിയിൽ വന്നവളായിരുന്നിരിക്കണം രാവണസഹോദരിയായ ശൂർപ്പണഖ. അങ്ങനെയാണെങ്കിൽ പഞ്ചവടിയിൽനിന്ന് എത്രയകലെയാവും രാവണന്റെ ലങ്കാപുരിയും കൊട്ടാരക്കെട്ടുകളും?

എഴുത്തച്ഛന്റെ കിളി പാടിയത്, രാമൻ ലക്ഷ്മണന് മുക്തിമാർഗം ഉപദേശിച്ചുകഴിഞ്ഞ് വിശ്രമിക്കുന്ന സമയത്താണ് കാമരൂപിണിയായ ശൂർപ്പണഖ രാമാശ്രമത്തിലെത്തിയതെന്നാണ്. അവളപ്പോൾ 'മീനകേതനബാണ പീഡിത'യായിരുന്നുവത്രെ! വന്നു കണ്ടപാടെ ആരാണ്, എന്തിനീവനത്തിൽ വന്നു, എന്തിനാണ് ജടാവൽക്കലം ധരിച്ചിരിക്കുന്നത് എന്നൊക്കെ രാമലക്ഷ്മണന്മാരോട് ചോദിച്ചിട്ട് ഞാൻ രാക്ഷസേശ്വരനായ രാവണന്റെ സഹോദരിയാണ്, എന്നോടു കൂടെ രമിക്കാൻ വരണം, നീ എന്നെ പരിഗ്രഹിക്കണം എന്നൊക്കെ ശൂർപ്പണഖ രാമനോട് പറഞ്ഞു. എന്റെ പ്രിയതമ ജാനകി അരികിലുണ്ട്, സുന്ദരനും മനോഹരനുമായ അനുജൻ ലക്ഷ്മണനോട് നീ ചെന്ന് നിന്റെ ആഗ്രഹം പറയൂ എന്ന്

രാമൻ കൽപ്പിച്ചു. രാവണസഹോദരിയുടെ ആഗ്രഹമറിഞ്ഞ ലക്ഷ്മണനും അവളെ കയ്യൊഴിഞ്ഞു. വീണ്ടും ലങ്കാപുത്രി രാമന്റെയടുത്തെത്തി "വരൂ മന്നവാ! ഗിരിവനഗ്രാമപ്രദേശങ്ങൾതോറുമെന്നോടുകൂടെ നടന്നോരോരോ ഭോഗമെല്ലാമന്യോന്യംചേർന്നു ഭുജിക്കാം.........." എന്നപേക്ഷിച്ചു. ആ അപേക്ഷ രാമൻ നിരസിച്ചപ്പോൾ വീണ്ടും ശൂർപ്പണഖ ലക്ഷ്മണന്റെ അടുത്തേക്ക്. ലക്ഷ്മണൻ അവളെ ജ്യേഷ്ഠന്റെയടുത്തേക്ക് തന്നെ പറഞ്ഞയച്ചു. ചുരുക്കത്തിൽ ദ്രാവിഡപ്പെൺകൊടിയെ രാമനും ലക്ഷ്മണനും പന്തുപോലെ തട്ടിക്കളിച്ചു എന്നു സാരം. ഒടുവിൽ "കാമവുമാശാഭംഗംകൊണ്ടു കോപവുമതിപ്രേമവുമാലസ്യവുംപൂണ്ട രാക്ഷസിയപ്പോൾ......." മായാരൂപമെടുത്തുപോലും. കാര്യം വഷളായി കോപക്കലിപൂണ്ട ശൂർപ്പണഖ സീതയെ ആക്രമിക്കുമെന്ന മട്ടായി. അതുകണ്ട് ലക്ഷ്മണൻ ഉറയിൽനിന്ന് വാളൂരിയെടുത്ത് ശൂർപ്പണഖയുടെ കാതും മുലയും മൂക്കും അരിഞ്ഞിട്ടു. വേദനയും അപമാനവും സഹിയാതെ അവളപ്പോൾ അലമുറയിട്ട്, മലകൾ ചാടിമറിഞ്ഞ് അരുവിയാറുപോലെ ചോരയൊലിപ്പിച്ച് വേഗത്തിൽ നടകൊണ്ടു എന്നാണ് *ശൂർപ്പണഖാഗമനം* എന്ന് പേരിട്ട കാവ്യഖണ്ഡത്തിൽ തുഞ്ചന്റെ കിളി പാടുന്നത്.

എഴുത്തച്ഛന്റെ കിളിമകൾ ദശരഥപുത്രന്മാരുടെ പഞ്ചവടിപ്രവേശത്തെപ്പറ്റി *ആരണ്യകാണ്ഡ*ത്തിൽ പാടിയിട്ടുള്ളത് "രാമൻ സീതാലക്ഷ്മണസമേതനായ് പർണശാല തീർത്തു, പർണപുഷ്പങ്ങൾകൊണ്ട് തൽപ്പവുമുണ്ടാക്കി വസിച്ചു" എന്നാണ്.

കിളിപ്പാട്ടിൽ വിളിക്കുന്ന 'ഗൗതമി' യാണ് ഇന്നത്തെ ഗോദാവരി. മഹാകാനനം ചൂഴ്ന്ന പഞ്ചവടിയിൽ എത്തിയ കാമരൂപിണിയായ രാവണസഹോദരി ശൂർപ്പണഖ ഗൗതമിയുടെ തീരത്ത് കളിച്ചുനടന്ന വിലാസവതിയായിരുന്നു എന്നാണ് നമ്മൾ മനസിലാക്കുന്നത്.

ചെമ്പരത്തിയും റെക്കോർഡ് ഓഫീസർ അവതാർസിങ് ലുംപും പഞ്ചവടിയിൽ എവിടെയോ പോയ് മറഞ്ഞു. കാനനഛായയിലേക്കാവാം, ഏതെങ്കിലും ഹോട്ടൽ മുറിയിലേക്കാവാം.

എത്ര കേണപേക്ഷിച്ചിട്ടും രാമനും ലക്ഷ്മണനും ദ്രവിഡരാജകുമാരിയോടൊത്ത് ശയിക്കാൻ തയ്യാറായില്ല എന്നാണ് കിളിമകളുടെ പാട്ട്. ശൂർപ്പണഖയോട് സൗമ്യമധുരമായ് സംസാരിക്കാനോ രതിയനുഭവത്തിന്റെ നിസ്സാരതയെപ്പറ്റി അപരിചിതയ്ക്ക് ചൊല്ലിക്കൊടുക്കാനോ, സ്വന്തം അനിയന് മുക്തിമാർഗം ഉപദേശിച്ച ശ്രീരാമദേവനു കഴിയാതെ പോയി. എന്തായിരുന്നു അതിന് കാരണം? ശൂർപ്പണഖ കറുമ്പിയായതുകൊണ്ടോ സഹധർമ്മിണി സീത മാറാതെ അടുത്തുണ്ടായിരുന്നതുകൊണ്ടോ ആയിരുന്നോ നിരാസം? മൂക്കും മുലയും ചെവിയും അറുത്തുമാറ്റപ്പെട്ട ഒരു യുവതിയുടെ വിലാപം ഭാവനചെയ്യാൻ ലോകേശ്വരനായ രാമൻ മറന്നുപോയതാവുമോ?

വർഷങ്ങൾക്കുശേഷം പെൻഷനായി നാട്ടിലെത്തിയപ്പോഴാണ്, വൃദ്ധരുടെ വിശപ്പും ഏകാന്തവേദനകളുമറിയാത്ത ഒരു 'ചെമ്പരത്തി'

എന്റെ നാട്ടിലുമുണ്ടെന്നറിഞ്ഞത്. 84 ലെ ബ്ലൂസ്റ്റാർ ഓപ്പറേഷന്റെ ഇരയായിരുന്നു, കടപ്പുറത്തു ഒരു കല്ല് ദൂരെ കിഴക്ക് മേത്തല ദേശക്കാരനായ സുബേദാർ രവി. രവി മദ്രാസ് ഇൻഫെന്ററിയിലെ ഇരുപത്തിനാലോ, ഇരുപത്തിയഞ്ചോ, നമ്പർ ബറ്റാലിയനിലെ സോൾജറായിരുന്നു, സുബേദാർ സാഹിബ്. ട്രൂപ്പ് ലീഡർ ക്യാപ്റ്റന്റെ മുഖ്യ സഹായി.

സിക്കുകാരിൽ ദേശീയ തീവ്രവാദം കത്തിനിന്നിരുന്ന 82–83 കാലം. ജിഹാദിനുവേണ്ടി രഹസ്യമായ പടയൊരുക്കം. ദില്ലി ഭരണത്തോടുള്ള വെല്ലുവിളി. അക്കാലത്ത് പഞ്ചാബിലെ അകാലികളുടെ ഹീറോ ഭിണ്ഡർവാലയായിരുന്നു. ഖാൽസകളുടെ സിരകളിൽ അഗ്നി പകർന്നുകൊണ്ട് അമൃത്സറിലെ സുവർണക്ഷേത്രത്തിലായിരുന്നു ആയുധമേന്തിയ അയാളുടെയും അനുയായികളുടെയും പാർപ്പ്! വെടിയുണ്ടകളോടായിരുന്നു അകാലികളുടെ ആ യുവനേതാവിന് പ്രണയം. പ്രധാനമന്ത്രി ഇന്ദിരാഗാന്ധി ഒരവസരത്തിൽ വളർത്തി ശക്തനാക്കിയ സന്തതി, ഒടുവിൽ പാലുകൊടുത്ത കയ്യിൽത്തന്നെ തിരിഞ്ഞുകൊത്തി!

കിരാതനായ ഭിണ്ഡർവാലയെയും കൂട്ടുകാരെയും തളയ്ക്കാനായി, ഇന്ദിരാഗാന്ധി 1984 ജൂൺ അഞ്ചാം തീയതി സൈന്യബറ്റാലിയനുകളെ നിയോഗിച്ചു. സിക്ക് തീവ്രവാദികളുടെ സുശക്തമായ കോട്ടയിലേക്ക് മദ്രാസ് ഇൻഫെന്ററി ബറ്റാലിയൻ ബൂട്ട്സുകൾ അഴിച്ചുവെച്ച് നിറതോക്കുകളുമായി കടന്നു ചെന്നു. അതൊരു മഹാദുരന്തത്തിന്റെ തുടക്കമായിരുന്നു.

ബലിഷ്ഠമായ അകത്തളങ്ങളിൽ ഒളിച്ചുപാർക്കുന്ന ഖാൽസകളുടെ ബുള്ളറ്റ് വർഷങ്ങളിൽ സൈനികർ പിടഞ്ഞുവീണു. അമൃതവാണികൾ ഒഴുകിയിരുന്ന സുവർണക്ഷേത്രത്തിൽ മനുഷ്യ രക്തം പുഴയായൊഴുകി. വെടിയേറ്റ് വീണിട്ടും സുബേദാർ രവി അകാലികളുടെ കോട്ടയിലേക്ക് അരയിൽ കൊളുത്തിയിട്ടിരുന്ന ഗ്രനേഡ് വലിച്ചെറിഞ്ഞു. ഒരുപാട് തീവ്രവാദികൾക്ക് പരിക്ക് പറ്റി.

അകാലികൾ രവിയുടെ വയർപിളർത്ത് ഗ്രനേഡുകൾ കുത്തിക്കയറ്റി. ജഡം ജനലിലൂടെ ആകാശത്തേക്ക് വലിച്ചെറിഞ്ഞു. കൂട്ടുകാരോടൊപ്പം കടപ്പുറത്ത് കക്കയും ചിപ്പിയും പെറുക്കി വളർന്ന രവിയുടെ ശരീരം നുറുങ്ങുകളായി അമൃത്സറിന്റെ ആകാശങ്ങളിൽ ചിറകടിച്ച് പറന്നു!

മാസങ്ങൾ കഴിഞ്ഞപ്പോൾ സുബേദാർ രവിയുടെ ഫണ്ട് തുകയും, ഗ്രാറ്റുവിറ്റിയും, അതോടൊപ്പം പെൻഷനും സർക്കാർ ജോലിക്കുള്ള ഓർഡറും വിധവയ്ക്കു കിട്ടി. ഭർത്താവിന്റെ അകാല മരണം അവരുടെ ഭാവിജീവിതം സുരക്ഷിതമാക്കി.

അമൃത്സറിന്റെ ആകാശങ്ങളിൽ നഷ്ടപ്പെട്ട സൈനികൻ രവിയുടെ വൃദ്ധരായ മാതാപിതാക്കൾ മകന്റെ സമ്പാദ്യത്തിലെ ഓഹരിക്കുവേണ്ടി മരുമകളോട് അപേക്ഷിച്ചു. യാചിച്ചു. ഉദ്യോഗസ്ഥയായ മരുമകൾ വൃദ്ധരോട് കനിവ് കാണിച്ചോ? ഇല്ലെന്നാണ് കേട്ടറിവ്!

പഞ്ചാബ് സിങ്ങിന്റെ നഷ്ടം

മര്യാദാപുരുഷോത്തമനെന്ന് ഇതിഹാസം വാഴ്ത്തുന്ന ശ്രീരാമചന്ദ്രന്റെ മൗനാനുവാദത്തോടെ അനിയൻ ലക്ഷ്മണൻ അരിഞ്ഞുവീഴ്ത്തിയ രാവണസഹോദരി ശൂർപ്പണഖയുടെ മാറിലെ രക്തം വീണു കല്ലിച്ച നാസിക്കിലെ ക്യാമ്പ് ജീവിതം മതിയാക്കി പുതിയ താവളത്തിലേക്ക് പുറപ്പെടാനാണ് കൽപ്പന. ത്സാൻസിക്കും ബീനയ്ക്കും ഇടയിൽ മുൾച്ചെടികളും പാറക്കുന്നുകളും ചൂഴ്ന്ന, താൽബഹട്ട് എന്നൊരു ഓണംകേറാമൂലയിലേക്ക്.

എൺപത്തിമൂന്ന് ജൂൺ നാലിലെ ഉച്ചനേരത്ത് എന്നെ ബീനയിൽ ഇറക്കിയിട്ട്, തവിട്ട് ചായം പൂശിയ പഞ്ചാബ് മെയിൽ അതിന്റെ മുഷിഞ്ഞ മുഖവുമായി ഹിമാലയൻ താഴ്വരകളിലേക്ക് കുതിച്ചു.

ബലിഷ്ഠശിഖരങ്ങളുള്ള മഞ്ഞവാകകളുടെ തണലിൽ നിൽക്കുന്ന ഫീൽഡ് ബറ്റാലിയനിലെ ആസ്ബറ്റോസ് മേഞ്ഞ നീളൻ ബാരക്കുകളിലേക്ക് ഞാനെത്തിപ്പെട്ടത് വളരെ ശ്രമപ്പെട്ടിട്ടായിരുന്നു. പുകയിലയും വിയർപ്പും മണക്കുന്ന ഗ്രാമീണരോടൊപ്പം കപ്പലണ്ടിത്തോടുകളും ബീഡിത്തുണ്ടുകളും ചിതറിക്കിടക്കുന്ന ബസിൽ യാത്ര. മിലിട്ടറി സാധനങ്ങൾ കുത്തിനിറച്ച കിറ്റ് ബാഗും ഭാരിച്ച ട്രങ്കും മറ്റനുസാരികളുമായി ബീനയിൽനിന്ന് ദളിത്പൂരിലെ കളിമണ്ണിൽ പണിത ഗ്രാമഭവനങ്ങളുടെ ഓരത്തുകൂടെ..........

ഗ്രീഷ്മജ്വാലകളിൽ വേവുന്ന താൽബഹട്ടിന്റെ തരിശിൽ കാൽ പതിച്ചപ്പോൾ രോമകൂപങ്ങളിൽ വിയർപ്പ് പൊടിഞ്ഞു. അപരിചിതമായ ചുറ്റുപാടിൽ മുഷിപ്പനുഭവപ്പെട്ടു. അലച്ചിലിന് നീണ്ട അവധി നൽകി കയർറാട്ടുകളുടെ കരച്ചിലും ഇത്തൾച്ചൂളകളുടെ മണവുമുള്ള കാനോലിക്കനാലിന്റെ തീരത്തെ വീട്ടിലേക്ക് പലായനം ചെയ്യാൻ തോന്നി.

വെയിൽച്ചൂട് കക്കുന്ന ബാരക്കിൽ എന്നെ കാത്തുകിടന്നിരുന്ന ഇഴകൾ പിന്നിത്തുടങ്ങിയ ചണക്കയറിന്റെ കട്ടിലിൽ ഞാനെന്റെ ജമുക്കാളവും കമ്പിളിയും വിരിച്ചു. മറ്റു ജംഗമങ്ങൾ നിറച്ച ട്രങ്ക് കരകര ശബ്ദത്തോടെ കട്ടിലിനടിയിലേക്ക് നിരക്കി വച്ചു.

പിറ്റേന്ന് ബറ്റാലിയനിലെ കന്നിക്കാരനെ കമാന്റിംഗ് ഓഫീസറുടെ മുഖം കാണിക്കൽ ചടങ്ങ്. കണ്ണാടിപോലെ മിനുക്കിയ ബൂട്ട്സും ഇടം നെഞ്ചിൽ സ്റ്റാറുകളും മെഡലുകളും കുത്തിയ യൂണിഫോമും ധരിച്ച എന്നെ കൊമ്പൻ മീശക്കാരനായ ഹവീൽദാർ മേജർ കേണലിന്റെ മുന്നിലേക്ക് സൈന്യമുറകളോടെ ആനയിച്ചു. കൂട്ടുപുരികവും സ്റ്റാലിൻ മീശയും ചീർത്ത കവിളുകളുമുള്ള കേണൽ പരുക്കൻ മിഴികളുയർത്തി ആദ്യമെന്നെ ഗാഢമായി ഉഴിഞ്ഞു. ജാതകവിശേഷം അറിയാനെന്നപോലെ പട്ടാളത്തിലെ ശിക്ഷയെന്തെങ്കിലും അനുഭവിച്ചിട്ടുണ്ടോ എന്നു ചോദിച്ചു. ഇല്ല എന്നു കേട്ടപ്പോൾ വലിയൊരു ശിക്ഷ നിനക്ക് ഞാൻ തരുന്നുണ്ട് എന്നായി. നിയമം അണുവിട തെറ്റിക്കരുതെന്ന മട്ടിൽ കേണലിന്റെ മറുപടി.

പുതിയ താവളത്തിലെ പൊറുതി വിരസമായിരുന്നു. ആഴ്ചയിൽ നാലു ദിവസം രാത്രി പതിനൊന്നു മണിവരെ നൈറ്റ് പരേഡ്. വെളുപ്പിന് അഞ്ചരമണിക്ക് ഉറക്കച്ചടവോടെ ഫിസിക്കൽ ട്രെയിനിങ്ങിന് ഹാജരായില്ലെങ്കിൽ ശിക്ഷ ഉറപ്പ്. പി ടി കഴിഞ്ഞാൽ പകലറുതിവരെ ഓഫീസ് ജോലി. വല്ലപ്പോഴും ഔട്ട്പാസെടുത്ത് മുപ്പത് മൈലകലെയുള്ള ത്സാൻസി നഗരത്തിൽ പോയി അലഞ്ഞുനടക്കുന്നതു മാത്രമായിരുന്നു ഏക സന്തോഷം.

വിയർപ്പിൽ നനഞ്ഞൊട്ടുന്ന സോക്സിന്റെ വാട വിങ്ങുന്ന നീളൻ ബാരക്കിൽ അന്തിയുറക്കം. നാനാമൊഴികളുടെ മധുരമായ കലമ്പൽ. തമിഴും തെലുങ്കും ബംഗാളിയും പഞ്ചാബിയും മലയാളവും മറാട്ടിയും ഒരേ മോന്തായത്തിനു കീഴെ.

പഞ്ചാബ് സിങ് ആയിരുന്നു ഓഫീസിൽ എന്റെ സഹപ്രവർത്തകൻ, സ്പോർട്സ്മേൻ. നാനൂറും എണ്ണൂറും മീറ്റർ ഓട്ടത്തിൽ ഒരു കാലത്ത് ബറ്റാലിയനിലെ താരം. ഏരിയ കടന്ന് കമാന്റ് ടീമിലെത്തിയ അവൻ സർവീസസ് മീറ്റിൽ ഇടംപിടിക്കാനിരിക്കേ ബാത്ത്റൂമിൽ വീണ് തോളെല്ലൊടിഞ്ഞു. കാൽമുട്ടിലെ ചിരട്ട പൊട്ടി. ആസ്പത്രിവാസം. ശസ്ത്രക്രിയ. സ്പോർട്സ് ഗ്രൗണ്ടിൽനിന്നും സ്ഥിരമായി ഫയലുകളിലേക്ക് വിട.

വായനയായിരുന്നു അവിവാഹിതനായ ആ സുഹൃത്തിന്റെ പ്രധാന ഹോബി. *ഗുരുഗ്രന്ഥം, രാമായണം, ഗീത, ബൈബിൾ*, കവിതകൾ, നോവലുകൾ. എന്നും അത്താഴത്തിനു മുമ്പ് രണ്ടു പെഗ്ഗ് വിഴുങ്ങും. കൂടുതലില്ല. കുറവുമില്ല. മതത്തിന്റെ തടവിഷ്ടപ്പെടാത്ത ഖാൽസ.

വേദാന്തത്തിൽ ശിഖന് ലേശം താൽപ്പര്യമുണ്ടായിരുന്നു. ജീവിതം മിഥ്യയാണെന്നെപ്പോഴും പറയും. ഒന്നുമില്ലൊന്നുമില്ലൊന്നുമില്ല എന്നൊരു ഉറുദു കവിത മൂളിക്കൊണ്ടിരിക്കും.

മറ്റുപട്ടാളക്കാരെപ്പോലെ പഞ്ചാബ് സിങ് ലീവെടുത്ത് സ്വന്തം ഗ്രാമത്തിലേക്ക് പോകുന്നത് വിരളമായിരുന്നു. അവൻ തമിഴ്നാട്ടിലേക്കും ഒറീസയിലേക്കും ശിൽപ്പഭംഗിയാർന്ന ക്ഷേത്രങ്ങൾ കാണുവാൻ പോകും. ചിലപ്പോൾ ജയ്സാൽമേറിലെ മണൽവനങ്ങളിലേക്ക്. പശ്ചിമഘട്ടത്തിലെ മഴക്കാടുകളിലെ വന്യശാന്തതയിലേക്ക്. തനിച്ചായിരുന്നു യാത്രകൾ. ആരും കൂട്ടുവേണ്ട. ആരുടേയും ചോദ്യങ്ങൾക്ക് മറുപടി പറയേണ്ട. ആകാശത്തിനു കീഴെ ഇളംകാറ്റുപോലൊരു ജന്മം.

അടുത്ത പ്രമോഷനുവേണ്ടിയുള്ള ഡ്രിൽ പരേഡിനും എഴുത്തു പരീക്ഷയ്ക്കും ഹാജരാവാൻ കൽപ്പന കിട്ടിയപ്പോൾ പഞ്ചാബ്സിങ് നിരസിച്ചു. ഞാൻ മറ്റു ഹവീൽദാർമാരോടൊപ്പം പൊരിവെയിലത്ത് പരേഡിൽ മുഴുകിയപ്പോൾ പഞ്ചാബ്സിങ് ലീവെടുത്ത് ഹിമാലയത്തിലേക്കു പോയി. കമ്പിളി വിരിച്ചിട്ട ചാർപ്പായിയും ഒലീവ്ഗ്രീൻ ചായം പുരട്ടിയ ട്രങ്കും കിറ്റ്ബാഗും അതിന്റെ അവകാശിക്കുവേണ്ടി കാത്തിരുന്നു. ലീവിൽനിന്ന് തിരിച്ചുവരാത്ത സൈനികനെ ബന്ധിയാക്കാൻ അമൃത്സർ ജില്ലാ പൊലീസ് സൂപ്രണ്ടിന് കേണൽ കത്തയച്ചു. പൊലീസുകാർ വാറണ്ടുമായി നാനക്പുര ഗ്രാമത്തിലെത്തി.

പഞ്ചാബ്സിങ് "നാനക്പുര"യിൽ എത്തിയിട്ടില്ല, എത്തിയാലുടനെ അറസ്റ്റ് ചെയ്ത് സന്ദേശം തരാമെന്ന് പൊലീസ് സൂപ്രണ്ട്, കേണലിന് മറുപടിയെഴുതി. അതോടെ ആ അധ്യായം അവസാനിച്ചു.

പഞ്ചാബ്സിങ്ങിന്റെ പിതാവ് മിരിച്ചുപോയിരുന്നു. ഗ്രാമത്തിൽ അപ്പൂപ്പനും അമ്മൂമ്മയുമുണ്ട്. ഗുരുദ്വാരയിലെ അന്തേവാസികളാണവർ. ഗുരുവിന്റെ ലങ്കറിലെ റൊട്ടിയും ഡാളും കഴിച്ച് പ്രാർഥനയോടെ അന്ത്യവിധിക്ക് കാത്തിരിക്കുന്ന വൃദ്ധർ.

പഞ്ചാബ് സിങ്ങിന്റെ അഭാവമെന്നെ അസ്വസ്ഥനാക്കി. ഒരു റഫ്യൂജി കുടുംബത്തിലെ ഇളമുളയാണാ സുഹൃത്ത്. സ്വാതന്ത്ര്യപ്രഖ്യാപനത്തോടെ ലാഹോർ നഗരപ്രാന്തങ്ങളിൽനിന്ന് ഹിന്ദുസ്ഥാനിലേക്ക് കടവേരുകളും പറിച്ച് പോന്ന പലായനികളിൽ ഒരു കണ്ണി.

ഇന്ത്യാ ഉപഭൂഖണ്ഡം വിഭജിക്കാൻ നിയോഗിക്കപ്പെട്ടത് റാഡ്ക്ലിഫ് എന്നൊരു ഇംഗ്ലീഷ് ഓഫീസറായിരുന്നു. പഞ്ചാബിലെ ദൗർഭാഗ്യംപൂണ്ട ഗ്രാമങ്ങൾ വെട്ടിമുറിക്കാൻ കഴിയാതെ അദ്ദേഹം വിയർക്കുകയായിരുന്നുവത്രെ!

വൈസ്രോയിയുടെ മുന്നിൽ അന്തിമരേഖ സമർപ്പിക്കുന്നതോടെ ഗുരുദ്വാരകളിൽനിന്നും അമ്പലങ്ങളിൽനിന്നും പള്ളികളിൽനിന്നും വാളുകളും കുന്തങ്ങളും കത്തുന്ന പന്തങ്ങളുമായി ഇറങ്ങിവരുന്ന പുണ്യവാളന്മാർ കൊന്നും ജനപഥങ്ങളിൽ അഗ്നിയാളിച്ചും രസിക്കുമെന്ന് റാഡ്ക്ലിഫിന് വളരെ മുൻകൂട്ടിത്തന്നെ അറിയാമായിരുന്നിരിക്കണം.

ശങ്കയോടെ റാഡ്ക്ലിഫ് തന്റെ ജോലി ചെയ്തുതീർത്തപ്പോഴേക്കും പഞ്ചാബിലാകെ അഗ്നിയാളിത്തുടങ്ങിയിരുന്നു. കാട്ടാളത്തം താണ്ഡവമാടിത്തുടങ്ങിയിരുന്നു. ലാഹോർനഗരത്തിൽ കമ്പിളിമില്ലുകളുടെ ഓര

ത്തുള്ള പഞ്ചാബ്സിങ്ങിന്റെ ഗ്രാമത്തിലും തീ പടർന്നു. വിലാപങ്ങളും രക്തഗന്ധങ്ങളും ഉയർന്നു പൊങ്ങി. ചരിത്രത്തിലാദ്യമായി മുസ്ലിം ഭൂരിപക്ഷ പ്രദേശമായ ലാഹോറിന്റെ മതിലുകളിൽ പച്ചനിറത്തിലുള്ള ചന്ദ്രക്കല പ്രത്യക്ഷപ്പെട്ടു.

ത്സാൻസി കോട്ടയിൽവെച്ചാണ് ഒരു സായാഹ്നത്തിൽ സ്വാതന്ത്ര്യത്തിന്റെ ഇരകളുടെ കഥകൾ പഞ്ചാബ്സിങ് എന്നോട് പറഞ്ഞത്.

ഒരു മരത്തണ്ടിൽ നാട്ടിയിരുന്ന മുസ്ലീംലീഗിന്റെ കൊടി മതാന്ധനായ ഒരു സിക്ക് അധ്യാപകൻ വലിച്ചു താഴേയിട്ടു. ആ സംഭവമാണ് ലാഹോറിന്റെ മനസിനെ പൊള്ളിച്ചത്. അതോടെ വെല്ലുവിളികളായി. വാളുകളും കഠാരകളും പുളയാൻ തുടങ്ങി. കടൽപോലെ ഇരമ്പിവന്ന മതഭ്രാന്തന്മാർ പരസ്പരം വെട്ടിനുറുക്കാൻ തുടങ്ങി.

അക്ബറുടെ കോട്ടയ്ക്കു ചുറ്റും പാർത്തിരുന്ന അരക്ഷിതരായ സിക്കുകാരും ഹിന്ദുക്കളും അഭയംതേടി അതിർത്തിയിലേക്ക് നീങ്ങിക്കൊണ്ടിരുന്നു. വീടും വയലുകളും വിട്ടെറിഞ്ഞ്, എരുമകളെയും കച്ചവടസ്ഥാപനങ്ങളെയും ഉപേക്ഷിച്ച് തുണിഭാണ്ഡങ്ങളുമായി പഞ്ചാബ്സിങ്ങിന്റെ അപ്പൂപ്പനും അമ്മൂമ്മയും അച്ഛനും അമ്മയും നടകൊണ്ടു. അച്ഛന്റെ തോളിലിരുന്നായിരുന്നു അഞ്ചുവയസുകാരൻ പഞ്ചാബ്സിങ്ങിന്റെ യാത്ര.

അമൃത്സറായിരുന്നു പലായനികളുടെ ലക്ഷ്യം.

ലാഹോറിൽനിന്ന് മുപ്പത്തഞ്ച് മൈൽ ദൂരമേയുള്ളൂ സുവർണക്ഷേത്രത്തിലേക്ക്. ആകാശത്തേക്ക് തൊഴുകൈയുയർത്തി നിൽക്കുകയാണ് ക്ഷേത്രത്തിന്റെ സ്വർണം പതിച്ച കുംഭഗോപുരം. ഗോപുരത്തിന് താഴെ നിത്യവും പുതുപുഷ്പങ്ങൾ അലങ്കരിച്ച്, പട്ടിൽ പൊതിഞ്ഞ് സൂക്ഷിക്കുന്ന പുണ്യഗ്രന്ഥം. – *ഗ്രന്ഥസാഹിബ്.*

പൊടിക്കാറ്റ് വീശുന്ന ആകാശത്തിനുകീഴെ വിശാലമായ തുറസുകളിലൂടെ ഉറുമ്പിൻ കൂട്ടങ്ങളെപ്പോലെ മനുഷ്യപ്പറ്റങ്ങൾ അതിർത്തിയിലേക്ക് നീങ്ങിക്കൊണ്ടിരുന്നു. അടുത്തും അകലങ്ങളിലുമുള്ള ഗ്രാമങ്ങളും വിളവയലുകളും കത്തിയെരിയുന്ന കാഴ്ച അവരുടെ കാലുകൾക്ക് വേഗത കൂട്ടി.

അഭയാർഥികളെ ഇന്ത്യയിലെത്തിക്കാനും ഇന്ത്യയിൽനിന്ന് മുസ്ലീം സംഘങ്ങളെ പാകിസ്ഥാനിലേക്ക് കൊണ്ടുപോകാനും ഗൂർഖ സൈനികരെയായിരുന്നു നിയോഗിച്ചിരുന്നത്.

പരന്ന പാറക്കെട്ടിനുമുകളിൽ ചിതൽ തിന്നുതീർക്കുന്ന റാണി ലക്ഷ്മീഭായിയുടെ കോട്ടയിലിരുന്നുകൊണ്ട് പഞ്ചാബ്സിങ് നഷ്ടപ്പെട്ട തന്റെ അമ്മയെക്കുറിച്ചോർത്ത് വിതുമ്പി:.

പലായനവഴികളിലെ നിബിഡമായ കരിമ്പിൻതോട്ടങ്ങളുടെ ഇടയിൽ നിന്നാണ് തോക്കുകളുയർത്തിപ്പിടിച്ച് മുഖംമൂടിയണിഞ്ഞ കവർച്ചക്കാർ അഭയാർഥിസംഘത്തിന്റെ ഇടയിലേക്ക് പാഞ്ഞു വന്നത്. ഉപ്പും ചോറും വിളമ്പിത്തരുന്ന ഏതോ ജമീന്ദാർക്ക് കാഴ്ചവയ്ക്കാൻ സുന്ദരികളെ തിരഞ്ഞുനടക്കുന്നവർ. ഇരട്ടക്കുഴലുള്ള തോക്കുകൾ അച്ഛന്റെയും അപ്പൂപ്പ

ന്റെയും നെഞ്ചിനു നേരെ ചൂണ്ടി ഞൊടിനേരത്തിനുള്ളിൽ അവർ ഭയചകിതയായ അമ്മയെ വായ പൊത്തിപ്പിടിച്ച് വാരിയെടുത്തുകൊണ്ടുപോയി എന്നു പറഞ്ഞപ്പോൾ പഞ്ചാബ്സിങ് വികാരാധീനനായി. അവൻ ഉറുമാലുകൊണ്ട് കലങ്ങിയ കണ്ണുകൾ തുടച്ചു.

ഇരുപത്തിയെട്ട് വർഷങ്ങൾക്കുമുമ്പാണ്, ചാരനിറമുള്ള പ്രാവിണകൾ കുറുകുന്ന ഇഷ്ടികത്തൂണുകളുടെ ഇടയിലുള്ള കൈവരിയിലിരുന്ന് പഞ്ചാബ്സിങ് സ്വന്തം അമ്മയെയോർത്ത് വിങ്ങിക്കരയുന്നതു ഞാൻ കണ്ടത്.

എവിടെയായിരിക്കും ഇപ്പോഴാ സൈന്യസുഹൃത്ത്?

ലാഹോർ നഗരത്തിലോ പ്രാന്തഗ്രാമങ്ങളിലോ എവിടെയായിരിക്കും അന്നാട്ടിലെ മുഠാളന്മാരുടെ കൈകളിൽ വിധി ഏൽപ്പിച്ചുകൊടുത്ത പഞ്ചാബ്സിങ്ങിന്റെ ഹതഭാഗ്യയായ മാതാവ്!

ഇന്ദ്രപ്രസ്ഥം

ആയിരത്തി തൊള്ളായിരത്തി എൺപത്തി നാലിന്റെ ആരംഭത്തിൽ വീണ്ടുമൊരു കൂടുമാറ്റം.

വരണ്ട മഞ്ഞുകാറ്റ് വീശുന്ന മകരസന്ധ്യയിൽ താൽബഹട്ടിലെ ക്യാമ്പിൽനിന്നും ഇന്ദ്രപ്രസ്ഥത്തിലേക്ക്.

ദില്ലിയിൽ സേനാഭവനിലെ പുതിയ ലാവണത്തിലേക്ക് ഭാണ്ഡം മുറുക്കുന്നതിനു മുമ്പ്, സ്വാതന്ത്ര്യദാഹവും ഈസ്റ്റ് ഇന്ത്യാ കമ്പനി ഭരണത്തോടുള്ള വെറുപ്പും തിളച്ചുനിന്ന ത്സാൻസിറാണിയുടെ കോട്ട ഒന്നുകൂടി കാണണമെന്നു തോന്നി. കറുത്ത പാറക്കെട്ടിൽ പണിതുയർത്തിയ കോട്ടയുടെ ദ്രവിക്കുന്ന ചുമരുകൾക്കുള്ളിൽ നിന്നപ്പോൾ ബ്രിട്ടീഷ് സൈന്യം വേട്ടയാടിയ റാണി ലക്ഷ്മീഭായി ദുഃഖവിഷാദമായി മനസിൽ നിറഞ്ഞു.

ലക്ഷ്മീഭായിയുടെ പേര് വിവാഹത്തിനുമുമ്പ് മണികർണികയെന്നായിരുന്നു. മഹാരാഷ്ട്രയിലെ സത്താറ ജില്ലയിലെ ഒരു പ്രഭുകുടുംബത്തിൽ ജനനം. ചെറുപ്പംമുതലേ വാൾപ്പയറ്റിലും കുതിര സവാരിയിലും താൽപ്പര്യം. വിന്ധ്യാചലങ്ങളെ ഉടവാളിന്റെ വീറും കരുത്തും വിളിച്ചറിയിച്ച യുവതി.

പതിനാല് തികഞ്ഞ മണികർണികയെ വേൾക്കാൻ ത്സാൻസിയിലെ രാജാവെത്തി. അവൾ ത്സാൻസിയിലെ റാണിയായി. റാണി ലക്ഷ്മീഭായ്!

ഇരുപത്തിയൊന്നാം വയസ്സിൽ റാണി ഒരാൺകുട്ടിക്ക് ജന്മം നൽകി. മകനെ മരണം കവർന്നെടുത്തപ്പോൾ രാജാവ് ദാമോദർറാവു എന്നൊരു കുട്ടിയെ ദത്തെടുത്തു. ത്സാൻസിയുടെ അടുത്ത കിരീടാവകാശി.

നിർഭാഗ്യമെന്നു പറയട്ടെ, അകാലമരണം വീണ്ടും ത്സാൻസിയുടെ കൊട്ടാരത്തിലേക്ക് കടന്നു വന്നു. റാണിയെ ദുഃഖത്തിലാഴ്ത്തിക്കൊണ്ട്

രാജാവ് ഗംഗാധർറാവു മരിച്ചു. അപ്പോൾ റാണിയുടെ പ്രായം ഇരുപത്തിയഞ്ച്.

കമ്പനി ഭരണത്തിന്റെ മേൽക്കോയ്മയിൽ പല നാട്ടുരാജ്യങ്ങളും അസംതൃപ്തരും അസ്വസ്ഥരുമായിരുന്ന കാലം. ത്സാൻസി രാജകുടുംബം ദാമോദർറാവുവിനെ ദത്തെടുത്തതും പിൻതുടർച്ചാവകാശിയാക്കിയതും കമ്പനി ഭരണം അംഗീകരിച്ചില്ല. മക്കളില്ലാതെ മരിക്കുന്ന രാജാവിന്റെ രാജ്യവും ധനവും കമ്പനിയുടെ ഭണ്ഡാരത്തിലേക്ക് മുതൽകൂട്ടുന്ന നയമായിരുന്നു വൈസ്രോയി ദൽഹൗസി പ്രഭുവിന്റേത്. ത്സാൻസി റാണിയോട് കോട്ടയും കൊട്ടാരവും വിട്ട് പുറത്തുപോകാനും കമ്പനിയുടെ ദയയിൽ പെൻഷനറായി ജീവിക്കാനും കമ്പനി ഭരണം തിട്ടൂരമിറക്കി. റാണി അനുസരിച്ചില്ല. അവരുടെ സിരകളിൽ എതിർപ്പിന്റെ അഗ്നി ജ്വലിച്ചുണർന്നു. രാജാധികാരം നിർണയിക്കാൻ അനുവദിക്കാതെ കരിനിയമം സൃഷ്ടിക്കുന്ന ചൂഷകരായ കമ്പനിഭരണത്തിനെതിരെ അവർ കലാപം കൂട്ടി.

ബ്രിട്ടീഷ് പട്ടാളം ത്സാൻസിക്കോട്ട വളഞ്ഞു. അടച്ചിട്ട കോട്ടവാതിൽ തകർത്ത് സൈന്യം അകത്തു കടന്നു. വധിക്കാനല്ല റാണിയെ ജീവനോടെ ബന്ദിയാക്കാനായിരുന്നു കമ്പനിയുടെ നീക്കം. അപകടം മണത്തറിഞ്ഞ റാണി പുരുഷവേഷം ധരിച്ച് അർധരാത്രിയിൽ കോട്ടമതിൽ ചാടി വളർത്തുപുത്രനോടും വിശ്വസ്തരായ പടയാളികളോടുംകൂടി ഗ്വോളിയോർ കോട്ടയിലെത്തി.

ശക്തമായ ബ്രിട്ടീഷ് സൈന്യം റാണിയെ പിന്തുടർന്നു. അതീവ ധീരതയോടെ, ശത്രുവിനെ അമ്പരപ്പിക്കുന്ന ആത്മവീര്യത്തോടെ റാണി വാൾചുഴറ്റി പോരടിച്ചുനിന്നു. മൂന്നാം ദിവസം അവരുടെ പടക്കുതിര തളർന്നു വീണു. ശത്രുസൈന്യം റാണിയെ വളഞ്ഞു. അവരെ എതിരിടുന്ന റാണി ഉറക്കെ വിളിച്ചുപറഞ്ഞു: "ഞാൻ പടക്കളത്തിൽ മരിച്ചുവീഴുന്നു. എന്റെ മൃതശരീരം നീചരായ വിദേശികൾ സ്പർശിച്ച് മലിനമാക്കരുത്!"

1857 മെയ് 10 ന് മീറത്തിലെ പട്ടാളബാരക്കിൽ പൊട്ടിപുറപ്പെട്ട ഒന്നാം സ്വാതന്ത്ര്യസമരത്തിന്റെ അലയൊലികൾ ത്സാൻസിയിലുമെത്തിയിരുന്നു. 1858 ജൂൺ 17 നാണ് റാണി ലക്ഷ്മീഭായ് രക്തസാക്ഷിയായത്. സ്വാതന്ത്ര്യത്തിന്റെ ഒരു ഉരുക്കുകോട്ടയാണ് ബ്രിട്ടീഷ്ഭരണം തകർത്തത്. വയനാടൻ വനാന്തരങ്ങളിൽ ഒളിപ്പോരാളികളെ സംഘടിപ്പിച്ച് ബ്രിട്ടീഷ് സൈന്യത്തെ എതിരിട്ട പഴശ്ശിരാജ മരിച്ചു വീണത് സ്വാതന്ത്ര്യത്തിനുവേണ്ടി ത്സാൻസിറാണി ജീവരക്തം ചിന്തുന്നതിനും അൻപത് വർഷം മുമ്പായിരുന്നു, 1805 നവംബർ 3 ന്.

റാണി ലക്ഷ്മീഭായിയുടെ അരുംകൊല നടന്ന് 70 വർഷങ്ങൾക്കുശേഷം, 1931 മാർച്ച് 31 ന് ഭഗത്സിങ്ങിനെയും സുഖ്ദേവിനെയും രാജ്ഗുരുവിനെയും ബ്രിട്ടീഷ്ഭരണം തൂക്കിക്കൊല്ലുമ്പോൾ ഇന്ത്യയിലെ ലക്ഷക്കണക്കിന് വീടുകളിൽ തീ പുകഞ്ഞില്ല എന്നാണ് ചരിത്രപാഠം. വിപ്ല

വത്തിന് വിജയം ആശംസിച്ച് രക്തസാക്ഷിത്വം വരിക്കുമ്പോൾ ഭഗത്സിങ് ഇന്ത്യയിൽ ഏറ്റവും അറിയപ്പെടുന്ന വിപ്ലവകാരിയായിരുന്നു. ഒരുപക്ഷേ ഗാന്ധിജിയെക്കാളും ജനത്തിന് ആരാധ്യൻ.

ത്സാൻസിയിൽനിന്ന് ഒറ്റരാത്രിയിലെ യാത്രയ്ക്കുശേഷം ഞാൻ ദില്ലിയിലെത്തി. ദില്ലിയിൽ പുരാനകിലയ്ക്ക് തൊട്ടുമുന്നിലുള്ള നീളൻ ഒറ്റനില ബാരക്കുകളിലായിരുന്നു സേനാഭവനിലെ ഞാനടങ്ങുന്ന ഒറ്റയാന്മാരുടെ വാസം. വിളിപ്പാടകലെ നാഷണൽ സ്റ്റേഡിയം. സ്റ്റേഡിയത്തിൽനിന്ന് പത്തുമിനിറ്റ് നടന്നാൽ പ്രഗതിമൈതാനം. വർഷാവർഷം നടക്കുന്ന ലോകവ്യാപാരമേളകളിൽ സജീവമാകുന്ന സംസ്ഥാന പവലിയനുകളുടെ ലോകം.

പ്രഗതിമൈതാനിയിൽ ശാകുന്തളം, ഹംസധ്വനി എന്നീ രണ്ടു മിനി തിയേറ്ററുകളുണ്ട്., കാദംബരി, ഫാൽക്കുനമ എന്നു പേരിട്ട നൃത്തവേദികളും. ക്ലാസിക്ക് നൃത്തങ്ങൾ പൊതുജനങ്ങളുടെ മുന്നിൽ അവതരിപ്പിക്കുന്നതോടൊപ്പം, ഓരോരോ സംസ്ഥാനത്തുനിന്നുമെത്തുന്നവരുടെ നാടൻ കലാപ്രകടനങ്ങളും അരങ്ങേറാറുണ്ടവിടെ.

കാദംബരിയിലും ഫാൽക്കുനയിലും മണിപ്പൂരി, നാഗാ, കുമയൂൺ, ഗോവ എന്നിവിടങ്ങളിലെ ഗ്രാമീണനൃത്തങ്ങൾ കണ്ടു. രാജസ്ഥാനിലെയും ഹരിയാനയിലെയും നാടൻപാട്ടുകൾ ഹൃദ്യമായിരുന്നു. അതിനേക്കാളുമേറെ കണ്ണിനും കാതിനും വിരുന്നായത് വെറോണിക്ക ആസം എന്ന പെൺകിടാവിന്റെ കഥക് നൃത്തവും, ദീപ്തി ഓംചേരിയുടെ മോഹിനിയാട്ടവുമായിരുന്നു. പൊൻനിറമുള്ള സ്മൃതി മേത്തയുടെ ഒഡീസിയും ഗീതാരാമകൃഷ്ണന്റെ ഭരതനാട്യവും എന്നെ നൃത്തകലയുടെ അപ്സരലോകത്തിലേക്കു കൊണ്ടുപോയി. ഏതു നൃത്തമാണ് മധുരവും ദീപ്തവും എന്നു ഞാൻ ശങ്കിച്ചു. സംഗീതമോ ചിത്രകലയോ ശിൽപ്പവേലയോ? അല്ല, അധരങ്ങളിൽ ചെറുപുഞ്ചിരി വിരിഞ്ഞു നിൽക്കുന്ന സുന്ദരികളുടെ നൃത്തമാണ് ഭൂമിയിലെ ഏറ്റവും മനോഹരമായ കാഴ്ച എന്നെന്റെ യൗവനം മന്ത്രിച്ചു! കാദംബരിയിൽവെച്ച് തണുപ്പുള്ളൊരു സായാഹ്നത്തിൽ ഫിദൽ കാസ്ട്രോയുടെ നാടായ ക്യൂബയിൽനിന്ന് വരുന്ന സാംസ്കാരിക സംഘത്തിന്റെ ഗാനമേളയും ആസ്വദിച്ചു. അവരുടെ കൂട്ടത്തിൽ എള്ളിൻ കറുപ്പും സ്പ്രിംഗ്പോലെ ചുരുണ്ട മുടിയുമുള്ള പെൺകുട്ടി പാടിയ ഗാനം അതിന്റെ സ്വരഭംഗികൊണ്ട് മനോഹരമായിരുന്നു.

ദില്ലിയിൽ ഇന്റലിജന്റ് സെക്ഷനിലെ ശിപായി സെബാസ്റ്റിനായിരുന്നു എന്റെ കൂട്ടുകാരൻ. ഒഴിവുയാമങ്ങളിൽ ഞങ്ങളൊന്നിച്ചായിരുന്നു സഞ്ചാരം.

കാലത്തും വൈകുന്നേരവും ശക്തിമാൻ ട്രക്കിലായിരുന്നു സേനാഭവനിലേക്ക് സൈനികരുടെ പോക്കും വരവും. ട്രക്ക് ഒഴിവാക്കി ഞാനും സെബാസ്റ്റ്യനും രാജ്പഥിന്റെ അരികുപറ്റി നടക്കാറാണ് പതിവ്. വെളിച്ചം ചോരാത്ത ഞാവൽമരങ്ങളുടെ ചോട്ടിലൂടെ പോകുമ്പോൾ തത്തക്കിളി

കളുടെ മധുരമായ കലമ്പൽ കേൾക്കാം. രാജവീഥിയുടെ ഇരുവശങ്ങളിലും വിടർന്നു നിൽക്കുന്ന വർണപുഷ്പങ്ങളിൽ ചിത്രശലഭങ്ങൾ മുത്തമിടുന്നതു കാണാം.

ജനപഥിലുള്ള ഹങ്കറിയുടെയും ഗോൾഫ്ലിംഗ്സിലുള്ള ബൾഗേറിയയുടെയും അതോടൊപ്പം റഷ്യയുടെയും കൾച്ചറൽ സെന്ററുകളിൽ ഞങ്ങൾ അംഗങ്ങളായി. ആ രാജ്യങ്ങളുടെ സംസ്കാരവും കലാപ്രതിഭയും പ്രതിഫലിപ്പിക്കുന്ന ഒരുപാട് സിനിമകളും നൃത്തങ്ങളും കണ്ടു. അവർ തരുന്ന ചായ നുണഞ്ഞു. അവരെ പ്രകീർത്തിക്കുന്ന ലഘുലേഖകളും ചിത്രമാസികകളും വായിച്ചു.

ദില്ലിവാസത്തിനിടയിൽ കണ്ട രണ്ട് സൗധങ്ങളാണെന്റെ മനസിൽ വിഷാദവും എതിർപ്പും സൃഷ്ടിച്ചത്. ഹുമയൂണിന്റെ ശവകുടീരവും; റസിയാനകുന്നിൻമുകളിൽ ബ്രിട്ടീഷുകാർ പണിത വൈസ്രോയിയുടെ കൊട്ടാരവും.

വൈസ്രോയിയുടെ കൊട്ടാരമാണിന്നത്തെ രാഷ്ട്രപതിഭവൻ.

ചുവന്ന കല്ലുകളിൽ പണിത ഹുമയൂണിന്റെ ശവകുടീരത്തിനു മുന്നിൽ നിന്നപ്പോൾ, പാനിപ്പത്തിലും ദില്ലിയിലും എതിരാളികളുടെ കബന്ധങ്ങൾക്കൊണ്ട് പിരമിഡുകൾ തീർത്ത ധീരരായ മുഗൾ ആക്രമണകാരികളെയല്ല, 1857 ൽ ലഫ്റ്റനന്റ് ഹോഡ്സൺ എന്ന ബ്രിട്ടീഷ് ഓഫീസർ കാളവണ്ടിയിൽ കെട്ടിവലിച്ച അവസാനത്തെ മുഗൾ സമ്രാട്ട് ബഹദൂർഷാ രണ്ടാമനെപ്പറ്റിയാണ് ഞാനോർത്തത്.

ദില്ലിയിൽ അധികാരമുറപ്പിക്കാനായി മുഗൾ ചക്രവർത്തിയെ ക്രൂരമായി വധിക്കാൻ കച്ചകെട്ടിയിറങ്ങിയ ബ്രിട്ടീഷ് കുതിരപ്പടയുടെ കമാന്ററായിരുന്നു ലഫ്റ്റനന്റ് വില്യം ഹോഡ്സൺ.

ബഹദൂർഷാ രണ്ടാമൻ അശക്തനും ഭീരുവുമായിരുന്നു എന്നാണ് ചരിത്രപാഠം. മുഗൾവംശത്തിന്റെ ചോരത്തിളപ്പ് വറ്റിയ സിരാപടലങ്ങളുമായി ജീവിച്ച പാവം ചക്രവർത്തി. ഹുമയൂൺ ടോംബിനു മുന്നിൽ നിൽക്കുമ്പോൾ നാനൂറ് വർഷം മുമ്പ് നടന്ന സംഭവം ഓർമവന്നു. പണ്ഡകശാല പണിയാൻ ഒരു കീറ് ഭൂമിക്കുവേണ്ടി ജഹാംഗീർ ചക്രവർത്തിയുടെ മുന്നിൽ അപേക്ഷിച്ചുനിന്ന ഈസ്റ്റ് ഇന്ത്യാ കമ്പനിക്കാരുടെ പ്രതീക്ഷാനിർഭരമായ മുഖം ഭാവനയിൽ കണ്ടു.

ലഫ്റ്റനന്റ് ഹോഡ്സന്റെ നിറതോക്കിനുമുന്നിൽ തന്റെയും മക്കളുടെയും ജീവനുവേണ്ടി കേണുനിൽക്കുമ്പോഴും ചക്രവർത്തി പ്രതീക്ഷ കൈവിട്ടിരുന്നില്ല. ബ്രിട്ടീഷ് സൈന്യം തന്നോട് കരുണ കാണിക്കും, ദില്ലി ഭരണാധിപനെന്ന നിലയിൽ മാന്യമായ പെൻഷൻ ജീവിതത്തിലേക്ക് തന്നേയും പുത്രപൗത്രന്മാരേയും ആനയിക്കും എന്നൊക്കെയായിരുന്നിരിക്കണം മുഗൾ എംപററുടെ വിശ്വാസം.

ക്രൂരനായ ഹോഡ്സൺ മുഗൾ സമ്രാട്ടിന്റെ യാചന പുല്ലുപോലെ തള്ളിക്കളഞ്ഞു. കാളവണ്ടിയിൽ ചക്രവർത്തിയെ അകലേക്ക് മാറ്റി നിർത്തി. മിർസാ മുഗൾ, മിർസാ കിഷോർ എന്നീ മക്കളേയും, അബൂ

ബൂഖത്ത് എന്ന ചെറുമകനേയും അവരുടെ മുതുമുത്തച്ഛന്റെ ശവകുടീരത്തിന്റെ മുറ്റത്തുവച്ച് അയാൾ നിർദയം തോക്കിനിരയാക്കി.

1984 ഫെബ്രുവരിയിൽ ഹിമക്കാറ്റ് വീശുന്ന മഞ്ഞിയൊരു പകൽനേരത്താണ് ഞാനും സെബാസ്റ്റ്യനും മറ്റു സന്ദർശകരോടൊപ്പം രാഷ്ട്രപതിഭവന്റെ പിൻഭാഗത്തുള്ള മുഗൾഗാർഡൻ കാണാൻ പോയത്. ഒരുപാട് വിശേഷണങ്ങളുണ്ടാ പൂന്തോട്ടത്തിന്. നാനൂറ്റി നാൽപ്പത് ചതുരശ്രയടി വിസ്തീർണമുണ്ട്, നടവഴികളിൽ ചുവന്ന കല്ലുകൾ വിരിച്ചിട്ടുണ്ട്. നടുവിൽ പതിനെട്ട് അടി വീതിയുള്ള കനാലുണ്ട്, ഒരുപാട് ജലധാരകളുണ്ട്, അപൂർവങ്ങളായ ചെടികളുണ്ട്, കണ്ണും മനസ്സും കുളിർപ്പിക്കുന്ന നിരവധി നിരവധി റോസാത്തരങ്ങളുണ്ട്.... എന്നൊക്കെ.

രാഷ്ട്രപതിഭവനെപ്പറ്റി വായിച്ചറിഞ്ഞ കഥകളൊന്നും എന്റെ മനസിലേശ്ശിയില്ല. മുന്നൂറ്റി മുപ്പത് ഏക്കർ സ്ഥലത്ത് അഞ്ച് ഏക്കറിൽ വ്യാപിച്ചു കിടക്കുകയാണ് വൈസ്രോയി കൊട്ടാരം, മുന്നൂറ്റി നാൽപ്പത് മുറികളുണ്ട്, ഇരുന്നൂറ്റി ഇരുപത്തേഴ് നെടുങ്കൻ തൂണുകളുണ്ട്, ആറായിരം ബൾബുകൾ കത്തുന്നുണ്ട്, എഴുപത്തിയഞ്ച് ഭീമൻ വിളക്കുതട്ടുകളുണ്ട്, അത്യാർഭാടസൗകര്യങ്ങളുണ്ട്, നാലുനിലയുണ്ട് ധോൽപൂർ, ജയ്പൂർ, ജയ്സാൽമേർ, പട്യാല, ആൾവാർ, പിന്നെ ഇറ്റലി എന്നിവിടങ്ങളിൽ നിന്നാണ് ചെങ്കല്ലും മാർബിളും കൊണ്ടുവന്നത് എന്നൊക്കെ വായിച്ചപ്പോൾ നാട്ടിൽ കനോലിക്കനാലിന്റെ തീരത്ത് കയർറാട്ടുകളുടെ ലോകത്തുനിന്നും വരുന്ന എന്റെ മനസ്സ് ചൊടിച്ചു. നാടിന്റെ ഖജനാവ് ഇത്രവലിയൊരു സൗധമൊരുക്കാൻ നിറഞ്ഞിരിക്കുകയായിരുന്നോ എന്നോർത്തു.

എണ്ണിയാലൊടുങ്ങാത്ത സ്വാതന്ത്ര്യസ്നേഹികളുടെ ബലിച്ചോരയിൽ മദിച്ച ബ്രിട്ടീഷ് ഭരണം റെയ്സീന കുന്നുകളിൽ പാർത്തിരുന്ന ദരിദ്രരായ ജനങ്ങളുടെ ഗ്രാമങ്ങൾ ഒഴിപ്പിച്ചാണ് വൈസ്രോയിക്ക് പാർക്കാൻ കൊട്ടാരം പണിതതെന്ന് കേട്ടിട്ടുണ്ട്. കുടിയൊഴിപ്പിക്കപ്പെട്ടവർ അന്ന് എതിർത്തു കാണുമോ?

ഇല്ല, നിറതോക്കിനുമുന്നിൽ മിണ്ടാൻ ആർക്കും ധൈര്യമുണ്ടാവില്ല. മുഗൾ ചക്രവർത്തിപോലും അടിയറവ് പറഞ്ഞ രാജ്യത്ത് സാധുക്കളായ ഗ്രാമീണർ എങ്ങനെ എതിർത്തു നിൽക്കാൻ.

ദില്ലി കത്തിയെരിഞ്ഞ നാളുകൾ

ഝാൻസിയുടെ വിദൂരപ്രാന്തങ്ങളിൽ മുൾച്ചെടികളും മൊട്ടക്കുന്നുകളും സമൃദ്ധമായ താൽബഹട്ടിന്റെ ഊഷരതകളിൽനിന്നും വ്യത്യസ്തമായിരുന്നു മധുരമായ സ്വാതന്ത്ര്യം ഒരുപാടനുഭവിച്ച ഇന്ദ്രപ്രസ്ഥത്തിലെ വാഴ്വുകാലം.

എന്നും പത്രത്തിൽ 'ഇന്നത്തെ പരിപാടി' നോക്കിയാൽ നഗരത്തിൽ നൃത്തവും, സംഗീതവുമൊക്കെ എവിടെവിടെ അരങ്ങേറുന്നു എന്നറിയാം. ക്ലാസിക് നൃത്തങ്ങൾ എത്ര ആസ്വദിച്ചാലും മതിവരാത്ത ചങ്ങാതികളായിരുന്നു ഞാനും ശിപായി ക്ലാർക്ക് സെബാസ്റ്റിനും. കാമനി ഓഡിറ്റോറിയം, രവീന്ദ്രഭവൻ, ഹിമാചൽ ഭവൻ, കഥക്കേന്ദ്ര, നിത്യവും കലാവിരുന്നൊരുക്കുന്ന പ്രകൃതി മൈതാനത്തിലെ നൃത്തവേദികൾ..... ഞങ്ങളവിടങ്ങളിലൊക്കെ പതിവുകാരായിരുന്നു.

കാമനിയിൽ കടക്കാൻ ടിക്കറ്റ് വേണം. ഇന്ദ്രപ്രസ്ഥത്തിലെ ഉദ്യോഗസ്ഥപ്രഭുക്കളാണധികവും അവിടെ വന്നിരുന്നത്. അവിടെയാണ് യാമിനി കൃഷ്ണമൂർത്തി, സൊനാൽമാൻസിംഗ്, സ്വപ്നസുന്ദരി, ചിത്രാവിശ്വേശ്വരൻ, പത്മാസുബ്രഹ്മണ്യം, ബ്രിജുമഹരാജ് എന്നീ പ്രഗത്ഭരുടെ ഭരതനാട്യം, കഥക്, കുച്ചുപ്പുടി, ഒഡിസി എന്നീ നൃത്തങ്ങൾ ഞങ്ങൾ കണ്ടത്. വിദ്വാൻ ബാലചന്ദ്രന്റെ വീണക്കച്ചേരിയും ശെമ്മാങ്കുടിയുടെ ഗാനാലാപനവും ആസ്വദിച്ചത്.

1984 മെയ് 20 ഞായറാഴ്ച ഹിമാചൽഭവനിൽ ഏഷ്യൻ ബുദ്ധിസ്റ്റ് സമ്മേളനമായിരുന്നു. തിബത്തൻ പലായനികൾ തിങ്ങിനിറഞ്ഞ ഹാളിലിരുന്ന് ദലായ്ലാമയുടെ പ്രസംഗം കേട്ടു. റഷ്യയിൽനിന്ന് ഒരു മെത്രാനും, മംഗോളിയ, വിയത്നാം എന്നീ രാജ്യങ്ങളിൽനിന്ന് ബുദ്ധസന്യാസിമാരും പ്രഭാഷകരായെത്തിയിരുന്നു. അന്നാണ് കവിളെല്ല് പൊന്തിയ

ടിബറ്റൻ സുന്ദരന്മാരെയും ആപ്പിൾ ചുവപ്പുള്ള അവരുടെ പെണ്ണാളുകളേയും കണ്ടത്.

നീതിരഥം തെളിച്ചു മുന്നേറുന്ന ഇന്ത്യാമഹാരാജ്യത്തെ പ്രകീർത്തിച്ചുകൊണ്ടാണ് ദലായ്‌ലാമ ശാന്തമായ തന്റെ പ്രഭാഷണം ആരംഭിച്ചത്. ചൈനയുടെ പീഡനത്തിൽ വീർപ്പുമുട്ടുകയാണ് തിബത്തൻ സമൂഹം. തിബത്തൻ സംസ്കാരത്തിന്റെ അടിക്കല്ലിളക്കുന്ന നയം ഉപേക്ഷിച്ച് ചൈന ശാന്തിയുടെയും കരുണയുടെയും വഴി സ്വീകരിക്കുകയാണ് വേണ്ടത്. തിബത്ത്, സ്വാതന്ത്ര്യം അന്വേഷിക്കുന്ന മനുഷ്യവംശത്തിന്റെ അഭയസ്ഥാനമാണ്. തിബത്തിലാകെ ചൈനക്കാരെ നിറയ്ക്കാനുള്ള ശ്രമമാണ് ചൈന നടത്തിക്കൊണ്ടിരിക്കുന്നത്. പലായനികളുടെ ആകുലതകളും നോവുകളും അറിയാത്ത കമ്യൂണിസ്റ്റ് ചൈനയുടെ മനുഷ്യത്വമുഖം നഷ്ടപ്പെട്ടിരിക്കുന്നു. ബൗദ്ധപുരോഹിതർക്ക് തിബത്തിൽ സഞ്ചാരസ്വാതന്ത്ര്യമില്ല. ബൗദ്ധസ്തൂപങ്ങളും ആശ്രമങ്ങളും നിർമിക്കാൻ അനുവാദമില്ല. ചൈന തിബത്തിൽ ജനനനിയന്ത്രണം ഏർപ്പെടുത്തിയിരിക്കുന്നു........റഷ്യൻ മെത്രാനും മറ്റു ബുദ്ധസന്യാസിമാരും സ്വന്തം മാതൃഭാഷയിലാണ് ആശംസ അർപ്പിച്ചത്. ശ്രദ്ധയോടെ ഞാനതൊക്കെ കേട്ടിരുന്നു. അവരുടെ പ്രഭാഷണങ്ങൾ സംഗീതസാന്ദ്രവും മന്ദസ്ഥായിയിലുള്ളതുമായിരുന്നു.

പിന്നത്തെ ഞായറാഴ്ച സന്ധ്യയ്ക്ക് ഞങ്ങൾ ഏഷ്യൻഗെയിംസ് വില്ലേജിലെ സിരി ഫോർട്ട് ഓഡിറ്റോറിയത്തിലേക്ക് പോയി; പണ്ഡിറ്റ് രവിശങ്കറിന്റെ സിത്താർമേള കേൾക്കാനും പ്രസിദ്ധ സിനിമാതാരം വൈജയന്തിമാലയുടെ ഭരതനാട്യം കാണാനും.

ഇരുപത്തഞ്ചു രൂപയുടെ ടിക്കറ്റെടുത്തകത്തുകയറി. രണ്ടായിരത്തിയഞ്ഞൂറ് പേർക്കിരിക്കാവുന്ന ഓഡിറ്റോറിയത്തിന്റെ ഗംഭീരവും കുറ്റമറ്റതുമായ സംവിധാനം ആദരവും അതിശയവുമുണർത്തി.

കൃത്യം ഏഴുമണിക്ക് സിത്താർ സംഗീതം. കേന്ദ്രസാഹിത്യ അക്കാദമിയുമായി ബന്ധപ്പെട്ട പരിപാടി. സിത്താർമേള കഴിഞ്ഞ് നൃത്തം. അടുത്ത ദിവസം കേരളകലാമണ്ഡലം ട്രൂപ്പിന്റെ കഥകളിയും സാഹിത്യസദസും.

ഏഴുമണിക്ക് ഇനിയും പത്തുമിനിറ്റ് കൂടിയുണ്ട്. ഓഡിറ്റോറിയത്തിൽ നിശ്ശബ്ദത വിങ്ങിനിന്നു. എവിടെയൊക്കെയോ മഫ്ടിയിലുള്ള പാറാവുകാർ അലേർട്ടായി നിൽക്കുന്നതുപോലെ തോന്നി. വിശാലമായ സദസിലേക്ക് കണ്ണോടിച്ചു. അപ്പോഴതാ എന്റെ സീറ്റിനടുത്തുള്ള ചുവന്ന പരവതാനി വിരിച്ച വഴിത്താരയിലൂടെ ധൃതിയിൽ പ്രധാനമന്ത്രി ഇന്ദിരാ ഗാന്ധി നടന്നുപോകുന്നു.

ഇന്ദിരാഗാന്ധി നടന്നടുത്തതും സ്റ്റേജിലെ ചുവന്ന സിൽക്ക് കർട്ടൻ ഉയർന്നുപൊങ്ങി. അവർ സ്റ്റേജിലെത്തിയ നിമിഷം ഔപചാരികതകളൊന്നുമില്ലാതെ ശിരസുയർത്തിനിന്ന് മൈക്കിലൂടെ ഉദ്ഘാടനപ്രസംഗം തുടങ്ങി. വെറും അഞ്ച് മിനിറ്റ്. പ്രസംഗം തീർത്ത് പരിവാരങ്ങളോടൊപ്പം

വന്ന അവർ മുൻനിരയിൽ ഉപവിഷ്ടയായി. മിനിറ്റുകൾക്കകം പട്ടുമെത്തയിലിരിക്കുന്ന രവിശങ്കറിന്റെ സിത്താറിൽനിന്നും നാദമയൂഖങ്ങൾ ഉയർന്നുപൊങ്ങി. സ്വർഗീയമായ സംഗീതധാര ഒരുമണിക്കൂറോളം ആസ്വദിച്ചതിനുശേഷം പ്രധാനമന്ത്രി യാത്രയായി.

1971 ലെ യുദ്ധകാലത്ത് ബറ്റാലിയനിലെ ജവാന്മാരോടൊപ്പം മഗ്ഗിൽ ചായമൊത്തിനിന്ന ഇന്ദിരാഗാന്ധിയെ ഞാൻ ഓർത്തെടുത്തു. അന്നവർ മുൻനിരയിലിരിക്കുന്ന ജവാന്മാർക്ക് ഹസ്തദാനം നൽകി. യു ആർ നാഷൻസ് പ്രൈഡ് ആന്റ് ഗ്രെയ്റ്റ് അസ്സെറ്റ്സ് എന്നൊക്കെ സുസ്മേരവദനയായി ആംഗലത്തിൽ മൊഴിഞ്ഞു. പ്രധാനമന്ത്രി വിടവാങ്ങിയപ്പോൾ പട്ടാളക്കാർ ഒരേ താളത്തിൽ സല്യൂട്ട് ചെയ്തു.

സേനാഭവനിൽ മൂന്നാംനിലയിലായിരുന്നു എന്റെ ലാവണം, ഡിസിപ്ലിൻ ആന്റ് വിജിലൻസ് ഡയറക്ടറേറ്റിൽ. തൊട്ടുതാഴെയുള്ള നിരത്തിലൂടെയാണ് ഔദ്യോഗിക വസതിയിൽനിന്ന് വെളുത്ത അംബാസിഡറിൽ എന്നും കൃത്യം ഒമ്പതരയ്ക്ക് ഇന്ദിരാഗാന്ധി സൗത്ത്ബ്ലോക്കിലെ തന്റെ ചേമ്പറിലേക്ക് പോയിരുന്നത്. പിന്നിലും മുന്നിലും ഓരോ അകമ്പടിക്കാറുകൾ മാത്രം. കാറിലെ പിൻസീറ്റിൽ അവർ തനിച്ചേ ഇരുന്നു കണ്ടിട്ടുള്ളൂ. അന്നേരത്ത് വഴിയോരങ്ങളിൽ സെക്യൂരിറ്റിക്കാർ ജാഗരൂകരായി നിരക്കുമായിരുന്നു.

അവസാനമായി 1984 നവംബർ 1 നാണ് ഇന്ദിരാഗാന്ധിയെ അടുത്തു കണ്ടത്, തീൻമൂർത്തി ഭവനിൽവച്ച്. രക്തത്തിൽ നനഞ്ഞ വസ്ത്രാഞ്ചലംകൊണ്ട് ശിരസ്സ് മൂടി മിഴികൾപൂട്ടി കിടക്കുന്ന അവസ്ഥയിൽ! ജീവനറ്റ അവരുടെ മുഖത്തപ്പോഴും ദൃഢനിശ്ചയങ്ങളുടെ അരുണകാന്തി പടർന്നുകിടന്നിരുന്നു.

1971 ഒക്ടോബറിലെ നേരിയ തണുപ്പുള്ള ഒരു സായാഹ്നത്തിൽ ഞാനടക്കമുള്ള ശിപായികളുടെ കൈപിടിച്ച് അഭിനന്ദനവാക്കുകൾ ചൊരിഞ്ഞ ഇന്ദിരാ പ്രിയദർശിനിയുടെ ശവപേടകത്തിന്റെ കാൽക്കൽ സല്യൂട്ട് ചെയ്ത് നിന്നപ്പോൾ സൈനികരായ ഞങ്ങളുടെ ഹൃദയം ഇടറി. അന്നേരം ദില്ലി കത്തിയെരിയുകയായിരുന്നു. അമർഷവും പ്രതിഷേധവും ഓരോ മുഖങ്ങളിലും ജ്വലിച്ചുനിന്നു. തെരുവുകൾ പ്രക്ഷുബ്ധമാവാൻ തുടങ്ങുന്ന ഉച്ചനേരത്ത് ഓഫീസ് വിട്ട് ഞങ്ങൾ ബാരക്കിലെത്തി. നഗരം സംഘർഷഭരിതമാണെന്നും ആരും പുറത്തിറങ്ങരുതെന്നും ഹവിൽദാർ മേജറുടെ മുന്നറിയിപ്പു കിട്ടി.

കവിടിപ്ലേറ്റുമായി മെസ്സിലേക്ക് പോയ പട്ടാളക്കാർ ഭക്ഷണം കഴിച്ചെന്നു വരുത്തി ബാരക്കിലേക്ക് മടങ്ങി റേഡിയോ വാർത്ത കേൾക്കാനിരുന്നു. മനസ്സ് മരവിച്ചിരുന്നു. ഞാൻ ഇന്ദിരാഗാന്ധിയുടെ ചടുലമായ ചലനത്തെക്കുറിച്ചോർത്തു. അധികാര ലഹരിയിൽ ജീവിതം ഒരു സമ്രാട്ടിനെപ്പോലെ ആസ്വദിച്ച ഇന്ദിരയുടെ ലോലശരീരത്തിലേക്ക് ബുള്ളറ്റുകൾ തൊടുത്ത സുരക്ഷാഭടന്മാരെ ശപിച്ചു. മതം മനുഷ്യനെ മയക്കുന്ന കറുപ്പാണെന്ന കാൾ മാർക്സിന്റെ വചനം ഓർമ വന്നു.

മനസ്സിൽ ശൂന്യത നിറഞ്ഞുവിങ്ങിയപ്പോൾ എഴുന്നേറ്റ് ബാരക്കിന്റെ വരാന്തയിൽ ഏകനായി കുറേനേരം നടന്നു. കാടിന്റേയോ മരുഭൂമിയുടേയോ ഗർഭശാന്തതയിൽ ഇന്ദിരാപ്രിയദർശിനിയുടെ പുഞ്ചിരിക്കുന്ന മുഖത്തേക്കുറിച്ചോർത്ത് അന്നുമുഴുവൻ തനിയെ ഇരിക്കണമെന്നെനിക്കു തോന്നി. അപ്പോൾ റൂമിലെ സീനിയർ ഉസ്താദ് പറയുന്നത് വീണ്ടും കേട്ടു....... ആരുമിപ്പോൾ തെരുവിലിറങ്ങരുത്! നഗരത്തെ ദുരന്തങ്ങൾ വിഴുങ്ങിക്കൊണ്ടിരിക്കുന്നു എന്നാണറിവ്. സിക്ക് സോൾജേഴ്സ് വെളിപ്പെടാതെ നോക്കണം. കാരണം രാഷ്ട്രപതി ഗ്യാനി സെയിൽസിങ്ങിന്റെ കാറ് ചിലർ കല്ലെറിഞ്ഞു തകർക്കുന്നതാണ് ഇന്ദിരാഗാന്ധിയുടെ മൃതശരീരം കിടത്തിയിരിക്കുന്ന ആൾ ഇന്ത്യാ ഇൻസ്റ്റിറ്റ്യൂട്ട് ഓഫ് മെഡിക്കൽ സയൻസിന്റെ മുന്നിൽ കണ്ട കാഴ്ച.

ഞാനും സെബാസ്റ്റിനുംകൂടി രണ്ടും കൽപ്പിച്ച് വിളിപ്പാടകലെയുള്ള പുരാന കിലയിലേക്ക് നടന്നു. കാലത്തിന്റെ പരുക്കൻ തലോടലേറ്റ് വികൃതമായ ആ കോട്ടയിലെ പുൽമെത്തയിലാണ് ഞായറാഴ്ച പകലുകളിൽ ഞങ്ങൾ സൊറ പറഞ്ഞിരിക്കാറ്. പ്രണയിതാക്കൾക്ക് കൊക്കുരുമ്മിയിരിക്കാവുന്ന ഏകാന്തശാന്തമായ മുക്കും മൂലകളും ഒരുപാടുണ്ട് പാണ്ഡവരുടെ രണഗാഥകൾ അയവിറക്കുന്ന ആ കോട്ടയിൽ.

സെബാസ്റ്റിൻ ഇന്ദിരാഗാന്ധിയെ ഓർത്തെടുത്തു......ശോഷിച്ച വാരിയെല്ലുകൾ എഴുന്നു നിൽക്കുന്ന ഇന്ത്യയിലെ കുഗ്രാമങ്ങളെ ദില്ലിമഹാനഗരത്തിന്റെ തോഴിയായ അവർ അറിഞ്ഞിരുന്നില്ലെന്ന് ആ സുഹൃത്ത് കുറ്റപ്പെടുത്തി. മഹാത്മജിയെപ്പോലെ ഖാദി നൂൽക്കുന്ന ചർക്കയോടും സ്വദേശി വസ്തുക്കളോടുമല്ലായിരുന്നു ഇന്ദിരയുടെ പിതാവ് പണ്ഡിറ്റ് നെഹ്റുവിനും പ്രണയം. നെഹ്റുവിന്റെ കാലത്താണ് പാകിസ്ഥാനിൽനിന്ന് അഭയാർഥികളായി വന്ന സിക്കുകാരിലെ എലീറ്റ് വർഗം ദില്ലി നഗരത്തിൽ അധീശത്വം സ്ഥാപിച്ചത്. സിവിലിയൻ ഉദ്യോഗങ്ങളിലും മിലിട്ടറി കരാർ ജോലികളിലും പട്ടാളത്തിൽ ഓഫീസർ പദവിയിലും മേൽക്കൈ നേടിയത്.

മതഭ്രാന്തനായ സ്വന്തം സുരക്ഷാഭടനാൽ ക്രൂരമായി വധിക്കപ്പെട്ട ഇന്ദിരയെപ്പറ്റി ചീത്തയായതൊന്നും കേൾക്കേണ്ട. ഞാൻ സെബാസ്റ്റിനെ വിലക്കി. ബുള്ളറ്റുകൾക്കിരയായ ഭരണാധികാരിയുടെ കുറ്റങ്ങളും കുറവുകളും ചികഞ്ഞു നോക്കേണ്ട സമയമല്ലിത്.

യമുനയുടെ തീരത്ത് ഇന്ദിരാഗാന്ധിക്ക് ചിതയൊരുക്കം. രാജ്ഘട്ടിനും ശാന്തിഘട്ടിനും അരികെ. പുതിയ ഘട്ടിന് ശക്തിസ്ഥൽ എന്നാണ് പേര്. നവംബർ മൂന്ന് വെള്ളിയാഴ്ച സായാഹ്നത്തിൽ ലോകം ദുഃഖമിഴികളോടെ നോക്കിനിൽക്കേ ഇന്ദിരാപ്രിയദർശിനിയുടെ കൃശശരീരം ചന്ദനച്ചീളുകൾകൊണ്ട് പൊതിഞ്ഞു. അഗ്നിനാളങ്ങൾ ആളിപ്പടരാൻ തുടങ്ങി. ഇന്ത്യയുടെ ഉരുക്കുവനിത ചരിത്രത്തിന്റെ ഭാഗമായിത്തീർന്നു.

യമുനയുടെ തീരങ്ങളിൽനിന്ന് ദൂരെ ഇന്ദ്രപ്രസ്ഥത്തിന്റെ ഗല്ലികളിൽ "ചോരയ്ക്ക് പകരം ചോര" എന്നലറിക്കൊണ്ട് വേട്ടമൃഗങ്ങൾ അപ്പോഴും ഇരകളെത്തേടി പാഞ്ഞുനടക്കുന്നുണ്ടായിരുന്നു.

എന്റെ ഓഫീസിൽ രണ്ട് സിക്കുകാരുണ്ടായിരുന്നു. ക്ലാസ്സ് വൺ സിവിലിയൻ ഓഫീസർ ഹർണാംസിങ്ങും, ഓഫീസ് സൂപ്രണ്ട് ഹർകിഷൻസിങ്ങും .

ഹർകിഷൻ മകളുടെ വിവാഹ കാര്യങ്ങൾക്കുവേണ്ടി രണ്ടാഴ്ചയായി ലീവിലായിരുന്നു. സിക്കുകാർ തിങ്ങിപ്പാർക്കുന്ന ജലന്ധറിലെ ഗ്രാമത്തിൽ വടിവാളും കഠാരയും കത്തുന്ന ടയറുകളുമായി ഇന്ദിരാഗാന്ധി അമർ രഹേ....ഖൂൺ ക ബത്‌ല ഖൂൺ....എന്നു ചീറിക്കൊണ്ട് വേട്ടക്കാർക്കവിടെ കടന്നുചെല്ലാൻ കഴിഞ്ഞില്ല. ഇങ്ങ് ദില്ലിയിലായിരുന്നെങ്കിൽ, "വൻമരങ്ങൾ വീണ് ഭൂമി കുലുങ്ങിയപ്പോൾ" അഞ്ചരമീറ്റർ തുണികൊണ്ട് ഞൊറിയിട്ടുകെട്ടിയ അയാളുടെ തലപ്പാവ് അഴിഞ്ഞുവീഴുമായിരുന്നു. മണ്ണെണ്ണ മണക്കുന്ന അഗ്നി ആ ഭാരശരീരത്തെ വാരിവിഴുങ്ങുമായിരുന്നു.

നവംബർ നാലിനും അഞ്ചിനും ഹർണാംസിങ് ഓഫീസിലെത്തിയില്ല. ഓഫീസിലുള്ള ഞങ്ങളുടെ കണ്ണുകൾ പരസ്പരം എന്തോ ചോദിക്കാൻ തുടങ്ങി. യമുനക്കക്കരെയുള്ള മയൂർ വിഹാറിൽ മദിച്ചു നടന്ന ഫാസിസ്റ്റുകളുടെ കൊലക്കത്തിക്ക് ഹർണാംസിങ് ഇരയായിത്തീർന്നിരിക്കുമോ?

ഏറ്റവുമധികം വംശഹത്യ നടന്നത് മയൂർവിഹാറിലും ത്രിലോക്പുരിയിലുമാണെന്നാണ് പറഞ്ഞുകേട്ടത്.

ഞങ്ങളുടെ ഡയറക്ടർ ബ്രിഗേഡിയർ ഭാനുപ്രകാശ് പതക് സാഹിബിന്റെ നിർദേശപ്രകാരം രണ്ടു ക്ലാർക്കുമാർ മയൂർ വിഹാറിലേക്ക് പുറപ്പെട്ടു. തിരിച്ചുവന്ന അവരുടെ മുഖം വാടി വിളറിയിരുന്നു. ഹർണാംസിങ് മാത്രമല്ല അയാളുടെ കുടുംബം മുഴുവൻ അഗ്നിക്കിരയായ കഥ അവർ വിതുമ്പലോടെ പറഞ്ഞു.

ബ്രിഗേഡിയറുടെ അധ്യക്ഷതയിൽ ഡയറക്ടറേറ്റിലെ മുഴുവൻ സ്റ്റാഫും പിറ്റേന്നു കാലത്ത് ഒത്തുകൂടി ഹർണാംസിങ്ങിന് ദുഃഖാഞ്ജലികൾ അർപ്പിച്ചു. കൂട്ടത്തിൽ പതക്സാഹിബ് മാത്രം ഏതാനും ദുഃഖമൊഴികൾ ഉരുവിട്ടു. നീണ്ട മൗനപ്രാർഥനയ്ക്കുശേഷം ഞങ്ങൾ പിരിഞ്ഞു.

അന്ന് രാത്രി ഉറങ്ങാൻ കഴിഞ്ഞില്ല.

ഇങ്ങനെയൊന്നും സംഭവിക്കരുതായിരുന്നു. ഇന്ദിര ആരേക്കാളും വിശ്വസിച്ച അംഗരക്ഷകനായിരുന്നു ബിയാന്ത്സിങ്. പിതാവിനെപ്പോലെ സിക്ക് വംശജരെ ഏറെയിഷ്ടപ്പെട്ട മകൾ. രാവിലെ തൊഴുകൈകളോടെയാണ് ഇന്ദിര അംഗരക്ഷകരുടെ മുന്നിലേക്ക് വന്നത്. പുഞ്ചിരിക്കുന്ന ആ പുഷ്പത്തിന്റെ നേർക്കാണ് ബിയാന്ത്സിങ് വെടിയുതിർത്തത്. നിമിഷനേരംകൊണ്ട് ഇന്ദിര കടുംചോരയായി നിലത്തുവീഴുകയായിരുന്നു.

ബിയാന്ത്സിങ് അതു ചെയ്യരുതായിരുന്നു. ഇന്ദ്രപ്രസ്ഥം കത്തിയെരിയരുതായിരുന്നു. സൗമ്യനായിരുന്ന എന്റെ ഓഫീസർ ഹർണാംസിങ്ങിന്റെ കഴുത്തിൽ മൂർച്ചയേറിയ മഴു പതിയരുതായിരുന്നു.

രാജാവിന്റെ സ്ത്രീധനം

പ്രാദേശിക രാഷ്ട്രീയകക്ഷിയുടെ ശാഠ്യത്തിനു വഴങ്ങി മുംബൈ എന്ന് പേര് മാറ്റിയ പഴയ ബോംബെ നൂറ്റാണ്ടുകൾക്കു മുമ്പ് ബ്രിട്ടനിലെ ചാൾസ് രാജാവിന് പോർച്ചുഗീസുകാർ സ്ത്രീധനമായി നൽകിയതാണെന്ന് ചരിത്രവിദ്യാർഥികൾക്കറിയാം. അധിനിവേശത്തിന്റെയും അടിമത്വത്തിന്റെയും അക്കഥ വായിക്കുമ്പോഴേ കിരീടം ധരിച്ച പഴയ നാട്ടുരാജാക്കന്മാർ വരുത്തിവെച്ച നാണക്കേടിന്റെ ആഴം മനസിലാവുകയുള്ളു.

ആദ്യം കടൽ കടന്നെത്തിയത് പോർച്ചുഗീസുകാരായിരുന്നു. 1498 മെയ് 17 ന് മലബാറിലെ കാപ്പാട് കടപ്പുറത്ത് വാസ്കോഡാ ഗാമയും കൂട്ടരും കപ്പലിറങ്ങി. തൊപ്പിയും മഞ്ഞമീശയും താടിയും പരുത്തിക്കോട്ടും നീളൻ കാൽശരായിയും ധരിച്ചുവന്ന ചുവന്ന തൊലിക്കാരെ സാമൂതിരി രാജാവ് തൊഴുകയ്യോടെ സ്വീകരിച്ചു. അക്കാലത്ത് മലബാറിലെ സ്ഥിരം കച്ചവടക്കാർ അറബികളായിരുന്നു. അറബികളുടെ സാന്നിധ്യം ഗാമ ഇഷ്ടപ്പെട്ടില്ല. കോലും ഇടങ്കോലുമിട്ട് അയാൾ അറബികളെ തുരത്തിയോടിക്കാൻ ശ്രമം തുടങ്ങി. അതറിഞ്ഞ സാമൂതിരി കോപിച്ചു. പോർച്ചുഗീസുകാർ സാമൂതിരിയുടെ ശത്രുക്കളെ മിത്രങ്ങളാക്കി നാട്ടുകാര്യങ്ങളിലും ഭരണത്തിലും നുഴഞ്ഞു കയറി.

മുഗൾ സമ്രാട്ടിനും ഇന്ത്യയിലെ നാട്ടുരാജാക്കന്മാർക്കും നാവികശക്തി പോയിട്ട് കരയിൽപ്പോലും വിദേശികളോട് എതിരിടാനുള്ള ആയുധബലം ഉണ്ടായിരുന്നില്ല. അതുകൊണ്ടാവണം പാനിപ്പത്തും പ്ലാസിയും മൂർഷിദാബാദും മൈസൂരും പുതുശ്ശേരിയും ദില്ലിയും ആവർത്തിച്ചത്.

നാട്ടുരാജക്കന്മാരിൽ ഭിന്നത വളർത്തി വിദേശികൾ ഭരണാധികാരം പിടിച്ചടക്കിയ ദുരന്ത കഥകൾ ഓർത്തുകൊണ്ടാണ് പലവർണങ്ങളിൽ മിന്നിമിന്നിക്കത്തുന്ന ചില്ലുമൊട്ടു ഹാരങ്ങൾകൊണ്ട് ഉടലാകെ വിതാനിച്ച

ബോംബെയിലെ വിക്ടോറിയ ടെർമിനസിന്റെ മുറ്റത്ത് ഞാൻ നിന്നത്. 1988 ആണ് വർഷം. മഹാനഗരത്തിലേക്ക് കൂടുമാറിയാണെന്റെ വരവ്. നഗരവും റെയിൽവെ വകുപ്പുമപ്പോൾ "വിക്ടോറിയ"യുടെ നൂറാം വാർഷികത്തിന്റെ ആഘോഷത്തിലായിരുന്നു.

കൊളാബയിലെ താവളത്തിലേക്കുള്ള യാത്രയിൽ വി ടിസ്റ്റേഷനിൽ ട്രെയിനിറങ്ങി നിന്നപ്പോൾ അറബിക്കടലിന്റെ ഇരമ്പം സിരകളെ കമ്പനം കൊള്ളിച്ചു. ബോംബെയിലെ ഓരോ കാഴ്ചയും വൈദേശിക ഭരണത്തിന്റെ കൊട്ടിഘോഷങ്ങളിലേക്ക് എന്നെ കൊണ്ടുപോയി. ചരിത്രം അതിന്റെ ഓരോ കവാടവും കൺമുന്നിൽ തുറക്കുന്നതായി തോന്നി. വില കൂടിയ വർണക്കല്ലുകൾകൊണ്ട് പണിത ടെർമിനസിന്റെ ചാരുമുഖമുള്ള അകത്തൂണുകൾ വിക്ടോറിയൻ കാലഘട്ടത്തിന്റെ ധാർഷ്ട്യം വിളിച്ചറിയിച്ചു.. അളവറ്റ പ്ലാറ്റ് ഫോമുകളിൽ നഗരം പെരുകി വരികയും ഒലിച്ചുപോവുകയും ചെയ്തിരുന്നു. യാത്രക്കാർ ഒന്നും മിണ്ടുന്നില്ല. പരസ്പരം ഒന്നും പറയുന്നില്ല. കൂടണയാനുള്ള പാച്ചിലിൽ മൗനം ഭജിച്ച് അപ്രത്യക്ഷരാവുന്ന എണ്ണിയാലൊടുങ്ങാത്ത മുഖങ്ങൾ.

ബൊംബായ് അല്ലെങ്കിൽ ബോംബെ എന്ന പേര് ഇന്ന് നിലവിലില്ലെന്ന് ഞാൻ പറഞ്ഞു കഴിഞ്ഞു. സെന്റിനറി ആഘോഷങ്ങൾക്കുശേഷം വിക്ടോറിയ ടെർമിനസിന്റെ പേരു തിരുത്തി ഛത്രപതി ശിവാജി ടെർമിനസ് എന്നാക്കി. മണ്ണിന്റെ മക്കളെപ്പറ്റി വാദിക്കുന്നവരെന്തിന് ബ്രിട്ടീഷ് ചക്രവർത്തിനിയുടെ നാമം ചുണ്ടിലണിഞ്ഞ് കൽപ്പാന്തകാലത്തോളം ജീവിക്കണം?

ബോംബെ മഹാനഗരം ഒരു കാലത്ത് മലയാളികളുടെ സ്വപ്നഭൂമിയായിരുന്നു. "കൊട്ടും കുറുവരയും" പഠിച്ച മലയാളി ചെറുപ്പക്കാർ ബൊംബായിലേക്ക് ട്രെയിൻ കയറുന്ന ശീലം തൊള്ളായിരത്തി എഴുപതിന്റെ പകുതിവരെ നിലനിന്നിരുന്നു. കൊട്ടും വരയും എന്നാൽ ടൈപ്പ് റൈറ്റിംഗും ഷോർട്ട് ഹാന്റും എന്നാണർഥം. അക്കഥ പഴകി. അറബിപ്പൊന്നും തേടി പോകുന്ന മലയാളികളുടെ ഇടത്താവളമായി മാറി. 1911 ൽ ജോർജ് അഞ്ചാമനും പത്നിയും നാട്ടുരാജാക്കന്മാരുടെയും ഉദ്യോഗസ്ഥ പ്രഭുക്കളുടേയും ദർബാറിൽ പങ്കെടുക്കാനെത്തിയ കടൽത്തീരനഗരം.

ചുറ്റും, അറബിക്കടലിൽനിന്നും വീശുന്ന കാറ്റ് കൊഴിച്ചിട്ട മഞ്ഞ വാകപ്പൂക്കൾ പുള്ളികുത്തിയ മുറ്റമുള്ള കൊളാബ മിലിട്ടറി ക്യാമ്പിലെ ജീവിതം സ്വച്ഛസുന്ദരമായിരുന്നു. റഷ്യയിൽനിന്നെത്തുന്ന ഡിഫൻസ് മുദ്രവച്ച കപ്പലുകളിലെ ഇറക്കുമതിയുമായി ബന്ധപ്പെട്ടതായിരുന്നു സിവിലിയൻ ടാലി ക്ലാർക്കുമാരും ലേബേഴ്സും സൂപ്പർവൈസർമാരും ഓഫീസർമാരുമടങ്ങുന്ന കൊളാബ ദിനങ്ങൾ.

പുതിയ അനുഭവങ്ങളാണ് കൊളാബ സമ്മാനിച്ചത്. വെളിച്ചം കെടാത്ത മഹാനഗരത്തിന്റെ ഗല്ലികൾ പുതിയ അർഥവും സുഖവും ഉൽപ്പാദിപ്പിക്കുന്നു എന്നറിഞ്ഞ നാളുകൾ. മഹാനഗരം രാത്രി ഉറങ്ങാറില്ല എന്നു പറയാറുണ്ട്. നഗരത്തിൽ വന്നാൽ നാഗരീകനാവണ

മെന്നുമുണ്ട്. അതറിയുന്നതുകൊണ്ടാവണം സഹപ്രവർത്തകരധികവും മിലിട്ടറി കോൺട്രാക്ടർ കരംചന്ദിന്റെ സ്നേഹിതരായിരുന്നു. രഹസ്യമായ വീതം വയ്പ്പ പരിപാടിയിലെ താരങ്ങൾ.

കാർഗോ ഷിപ്പുകളിൽനിന്നും കണ്ടെയ്നറുകളും ട്രക്കുകളും ടാങ്കുകളും പീരങ്കികളും പെട്രോൾ വീപ്പയുണ്ടാക്കാനുള്ള ഇരുമ്പു പാളികളും വാർഫിൽ ഇറക്കി വയ്ക്കാൻ ഒന്നുമുതൽ 40 ടൺ വരെ ഭാരം പൊക്കാവുന്ന ക്രെയിനുകൾ വേണം. ചെറുതും വലുതുമായ ലോഡ് കാരിയറുകളും ഫോർക്ക് ലിഫ്റ്റുകളും ഒപ്പം കാഷ്വൽ ലേബേഴ്സും വേണം. മനുഷ്യനും യന്ത്രങ്ങളും കൂടിച്ചേർന്ന അധ്വാനത്തിന്റെ ലോകം. ഇറക്കുമതിച്ചരക്കുകൾ വിശാലമായ ഓഫീസ് വളപ്പിലെത്തിച്ച് പിന്നീടത് ഗുഡ്സ് ട്രെയിനിലും ലോറികളിലും ഏതൊക്കെയോ കന്റോൺമെന്റുകളിലേക്ക് നീങ്ങുന്ന കാഴ്ച.

ക്രെയിനുകളും ലോഡ് കാരിയറുകളും എത്തിക്കുന്നത് സിവിലിയൻ കോൺട്രാക്ടറാണ്. നാൽപ്പത് ടൺ ഭാരം പൊക്കാവുന്ന ക്രെയിന് മണിക്കൂറൊന്നിന് 4500 രൂപയാണ് വാടക. അവിടെയാണ് കോൺട്രാക്ടറുടെ വിളയാട്ടം. ഓഫീസർമാരും സൂപ്പർവൈസർമാരും കോൺട്രാക്ടറും തമ്മിലുള്ള ഒത്തുകളി.

ഭീമൻ ക്രെയിനുകൾകൊണ്ട് വമ്പൻ സ്രാവുകളെ കപ്പലിൽനിന്നിറക്കുന്ന സ്പെഷ്യൽ സെക്ഷനിലായിരുന്നു എന്റെ ഡ്യൂട്ടി. സുബേദാർ സാരംഗ് പട്ടീലും കുൽവന്ത്സിങ്ങുമാണ് എന്നോടൊപ്പമുള്ള സൂപ്പർവൈസർമാർ. സീനിയർമാരായ അവരാണ് ഓരോ ദിവസവും എത്ര ക്രെയിനുകളും ലോറികളും വേണം, എത്ര ലേബേഴ്സ് വേണം എന്നൊക്കെ തീരുമാനിക്കുന്നത്. വേണ്ടതിനേക്കാളും ഇരട്ടിയാണവർ ഡിമാന്റ് ചെയ്തിരുന്നത്. പട്ടീലിന്റെയും കുൽവന്തിന്റെയും മിടുക്ക് ഓഫീസർമാർക്കറിയാം. വേലിതന്നെ വിളവ് തിന്നുന്നു എന്ന് പറയാവുന്ന കാര്യം.

വൻ മതിൽക്കെട്ടിനുള്ളിലാണ് ഇറക്കുമതി ചെയ്ത മെറ്റീരിയലുകൾ അടുക്കി വെക്കുന്ന ഗ്രൗണ്ടും ഓഫീസും. എന്നും കാലത്ത് ഓഫീസിന്റെ പടിപ്പുര മുറ്റത്ത് പ്രതീക്ഷയോടെ കാത്തുനിൽക്കുന്ന 'കൂലി'കളെ കാണാം. ഇരുപത് വർഷങ്ങൾക്കു മുമ്പു കണ്ട മുഷിഞ്ഞ വേഷവും ചടച്ച മുഖവുമുള്ള ചേരിമക്കളെപ്പറ്റിയാണ് ഞാൻ പറയുന്നത്. പട്ടീലിനും കുൽവന്തിനും അതുപോലെ മറ്റു സെക്ഷനിലുള്ള സൂപ്പർവൈസർമാർക്കും ലേബർമാരെ മുഴുവനും അകത്ത് കയറ്റി ഹാജർ ബുക്കിൽ ഒപ്പിടുവിക്കാൻ ഒക്കില്ല. ഒരുപാട് പേർക്ക് നിരാശയോടെ മടങ്ങിപോകേണ്ടി വരും. അവരൊന്നും അവശരും ആർത്തന്മാരുമല്ല എന്നാണ് പട്ടീലിന്റെ ഭാഷ്യം. കക്കാനും കളവുമുതലൊതുക്കാനും കഞ്ചാവ് വിൽക്കാനും കഴിവുള്ള മിടുക്കന്മാരുണ്ടത്രെ അവരുടെ കൂട്ടത്തിൽ. ലേബർപ്പണി വെറുമൊരു ലേബൽ മാത്രം.

അപ്പോൾ സർക്കാർ രേഖയിൽ നിരന്തരമായി കൃത്രിമം കാണിച്ച് കോടീശ്വരനായി വാഴുന്ന കോൺട്രാക്റ്ററോ? അയാളുടെ കാറിൽ ബാർ

ഹോട്ടലിലേക്ക് പോകുന്ന പട്ടീലും കുൽവന്തുമോ? കോൺട്രാക്ടർ കൊടുക്കുന്ന വ്യാജബില്ലുകളിൽ ഒപ്പിട്ട് മിസ്റ്റർ ക്ലീൻ എന്ന മട്ടിലിരിക്കുന്ന ഓഫീസർമാരോ?

ഇത്തരം കൂട്ടുകക്ഷിഭരണത്തിനുവേണ്ടിയാണോ വർഷാവർഷം ഡിഫൻസ് ബഡ്ജറ്റിന്റെ ഗ്രാഫ് മേലോട്ട് മേലോട്ട് ഉയർന്നു പോകുന്നത് എന്നായിരുന്നു എന്റെ സംശയം.

വിട!

ആവശ്യപ്പെടുമ്പോഴൊക്കെ ട്രക്കുകളും ഫോർക്ക് ലിഫ്റ്റുകളും ഭീമൻ ക്രെയിനുകളും കൃത്യസമയത്ത് എത്തിക്കുന്ന മിലിട്ടറി കോൺട്രാക്ടർ കരംചന്ദ് ധരംചന്ദ് അഗർവാളിന്റെ ബില്ലുകൾ കണ്ണടച്ച് പാസാക്കരുതെന്ന് ഒരു കീഴ്ജീവനക്കാരന് പറയാനൊക്കുമോ? ഇല്ല എന്നാണ് നിയമം പറയുന്നത്. നടപ്പുശീലങ്ങളെ ചോദ്യം ചെയ്യുന്ന ധിക്കാരികൾക്ക്, നരകത്തിലാണ് സ്ഥാനം. യുഗങ്ങളായി മഞ്ഞുമഴ പെയ്തുറഞ്ഞ സിയാച്ചിൻ ഗ്ലേസിയറാണാ നരകം. വിഭജനകാലത്ത് കാശ്മീരിന്റെ വടക്കൻ മുനമ്പിൽ ബ്രിട്ടീഷുകാർ വരച്ചിട്ട കിളിയൊച്ചയും പച്ചപ്പിന്റെ പൊടിപ്പുമില്ലാത്ത ഗാഢമൂകമായ മൂന്നാംധ്രുവം.

സിയാച്ചിനിലെ മരണത്തണുപ്പിനെപ്പറ്റി അറിഞ്ഞപ്പോൾ എന്റെ ഉള്ളിലെ കിളി ഭയന്ന് പിടയാൻ തുടങ്ങി. പ്രാണവായു കുറഞ്ഞ ഹിമവനത്തിൽ ശത്രുവിന്റെ ബുള്ളറ്റുകളോടല്ല, പൾമെനറി എംബോളിസം എന്ന രോഗത്തോടാണ് പ്രധാനമായും യുദ്ധം ചെയ്യേണ്ടതത്രെ! ഹൃദയഭിത്തികളിൽ നീര് പൊതിഞ്ഞ് പനിക്കാൻ തുടങ്ങുമ്പോൾ വയർലസ് സന്ദേശം താഴ്‌വാരത്തേക്ക് പറന്നുപോകും. ഹെലികോപ്റ്റർ ചിറകടിച്ചെത്തും. അതോടെ മിലിട്ടറി ആസ്പത്രിയിലെ പ്രത്യേക ശുശ്രൂഷാമുറിയിൽ നെടുനാൾ വാസം.

മണിക്കൂറിൽ ഇരുന്നൂറോ ചിലപ്പോഴൊക്കെ അതിൽ കൂടുതലോ മൈൽ വേഗത്തിൽ പാഞ്ഞുവരുന്ന ഹിമക്കാറ്റും സഹിച്ച് ശത്രുസൈന്യത്തിന്റെ നീക്കങ്ങളെ നിരീക്ഷിച്ച് സിയാച്ചിൻ ഗ്ലേസിയറിൽ ജീവിക്കുന്ന പട്ടാളക്കാർക്ക് വീട്ടിൽനിന്നുള്ള കത്തുകൾ കിട്ടാൻപോലും മാസങ്ങൾ വേണ്ടി വരുമെന്നാണ് കേട്ടിട്ടുള്ളത്. പ്രിയപ്പെട്ടവരുടെ സന്ദേശങ്ങൾ

വൈകിയാൽ ഉറക്കം നഷ്ടപ്പെടുന്നവരാണ് മലയാളികളെന്ന് മുതുമുത്ത ച്ഛനായ ഹിമവാന് അറിയില്ലായിരിക്കും.

മുല്ലയിതളുകൾപോലെ മഞ്ഞു മഴ പെയ്തിറങ്ങുന്ന കാർഗിലിലേയ്ക്കാണ് സിയാച്ചിനിൽ എത്തേണ്ടവർ ആദ്യം ചെന്നിറങ്ങേണ്ടത്. മരണശൈത്യത്തെ അതിജീവിക്കാൻ പരിശീലനം നൽകുന്ന ബേസ്ക്യാമ്പ് അവിടെയാണ് സ്ഥാപിച്ചിരിക്കുന്നത്. വിദേശത്ത് നിർമിച്ച ഏറ്റവും വേഗത്തിലും ഉന്നത്തിലും ബുള്ളറ്റുകൾ തൊടുക്കാവുന്ന റൈഫിളുകൾ, കാൽപ്പാദങ്ങൾക്ക് കൂടുതൽ സുരക്ഷിതത്വം നൽകുന്ന ഡബിൾ ലെയറുള്ള ബൂട്ട്സുകൾ, കുളിരിനെ തടുക്കാൻ കെൽപ്പുള്ള കൈയുറകൾ, തൊപ്പികൾ. സിരകളെ തീ പിടിപ്പിക്കുന്ന ചേരവെള്ളത്തിന്റെ നിറവും ചവർപ്പുമുള്ള റം ഇഷ്ടംപോലെ. റമ്മാണ് ഹിമാനിയിലെ ജീവനൗഷധം. അതോടൊപ്പം സമയാസമയങ്ങളിൽ ഹെലികോപ്ടറിൽ എത്തിക്കുന്ന നിരന്തരം എരിഞ്ഞ് ചൂടുപകരുന്ന സ്റ്റൗവിന്റെ പള്ള നിറയ്ക്കാൻ മണ്ണെണ്ണ. റമ്മും മണ്ണെണ്ണയുമാണ് ഹിമാനിയിൽ ഉറഞ്ഞുപോകാത്ത ദ്രാവകങ്ങൾ.

നക്ഷത്രങ്ങളും മേഘങ്ങളുമായി തപ്പും പന്തും കളിക്കുന്ന സ്വർഗ കന്യകകളുടെ പൊട്ടിച്ചിരി സിയാച്ചിൻ ഗ്ലേസിയറിൽ കാവൽ നിൽക്കുന്ന പട്ടാളക്കാർക്ക് കേൾക്കാമെന്നാണ് ബറ്റാലിയനിലെ ധരംഗുരു മന്ദിർപരേഡിൽ ചമൽക്കാരത്തോടെ പറഞ്ഞു കേട്ടിട്ടുള്ളത്. ഉത്തരമുനമ്പിൽ ചോര പൊടിയുന്ന പുതിയ അതിർത്തിത്താവളമാണ് സിയാച്ചിൻ. ശത്രു സേനയുടെ നുഴഞ്ഞുകയറ്റമാണവിടത്തെ ശല്യം. അപകടകരമായ ആ ശല്യം ഒഴിവാക്കാൻ സിയാച്ചിനിൽ വിന്യസിച്ച ഏതാണ്ട് ഒരു ബറ്റാലിയൻ സൈനികർക്കുവേണ്ടി മൂന്നുകോടി രൂപയാണത്രേ സർക്കാരിന് ഒരു ദിവസത്തെ നഷ്ടം!

ശിപായികളുടെ മനസിൽ കരുത്തും ആത്മവീര്യവും നിറയ്ക്കുന്ന ബറ്റാലിയൻ കമാൻഡറും, മന്ദിർ പണ്ഡിറ്റ്ജിയും ഹിമാനിയുടെ അടിത്തട്ടിലൂടെ ഒഴുകുന്ന നദികളെക്കുറിച്ചോ, പാതാളകൊല്ലികളെക്കുറിച്ചോ ഒന്നും പറയാറില്ല. ഹിമാനിയിൽ സിരാരക്തമുറഞ്ഞ് താഴ്വാരങ്ങളിലേക്ക് കെട്ടിയെടുക്കുന്ന ഹതഭാഗ്യരായ സൈനികരെപ്പറ്റി പുറംലോകം അധികമൊന്നും അറിയാറില്ല. തണുപ്പിനും ശത്രുവിന്റെ ബുള്ളറ്റിനും ഇരയാവുന്ന സൈനികർ വിരലിലെണ്ണാവുന്നവർ മാത്രമാണെന്നാണ് ഡിഫൻസ് വകുപ്പ് പുറത്തുവിടുന്ന കണക്ക്!

ഹിമാനിയിൽ കാവൽനിൽക്കുന്ന ശിപായികളുടെ പുരുഷത്വത്തിന്റെ കടവേരുകൾ സിയാച്ചിനിലെ രാജകുമാരിയുടെ ഗാഢാലിംഗനത്തിൽ തളർന്നുപോകുമെന്നുകൂടി കേട്ടപ്പോൾ എന്റെ മനസ്സു തകർന്നു. ഒഴിവുനേരങ്ങളിൽ വായിച്ചും, കണ്ടാസ്വദിച്ചും കിടക്കാൻ മാദകസുന്ദരികളുടെ നഗ്നചിത്രങ്ങളും ലൈംഗികവേഴ്ചകളുടെ പടങ്ങളും അടങ്ങിയ വിദേശത്തുനിന്നും ഇറക്കുമതി ചെയ്ത ബുക്കുകൾ തരുമെന്നും അറിഞ്ഞപ്പോൾ

ഭരണകൂടത്തിന്റെ ബാലിശമായ യുദ്ധശാഠ്യങ്ങൾക്ക് വഴങ്ങണോ എന്നു ശങ്കിച്ചു.

ഏതാനും ആഴ്ചകൾക്കുമുമ്പ് സിയാച്ചിൻ ഗ്ലേസിയറിൽനിന്ന് കൊളാബയിലെ മിലിട്ടറി ആസ്പത്രിയിൽ ചികിത്സതേടി വന്ന ശിപായി വിനായക് കദം ഞങ്ങളുടെ കമ്പനിയിൽ ശമ്പളത്തിനുവേണ്ടി 'അറ്റാച്ച്' ആയപ്പോൾ അയാൾ പറഞ്ഞുകേട്ട വാർത്തകളൊന്നും നല്ലതല്ലായിരുന്നു. നീലത്താളുകൾ കണ്ടും, ആവർത്തിച്ചു വായിച്ചും സിരകളിലെ ചൂട് നിലനിർത്തുന്നതിൽ പരാജയപ്പെട്ട വിനായക് കദം മൂന്നാം ധ്രുവത്തിലെ കൊടുംതണുപ്പിൽ ഷണ്ഡനായിരിക്കുന്നു, എത്ര ശ്രമിച്ചിട്ടും അയാളുടെ ലിംഗം ഉണരുന്നേയില്ല എന്നാരൊക്കെയോ പിറുപിറുക്കുന്നതും കേട്ടു.

ജീവിതമിനിയും ബാക്കിയാണ്, ഒരുപാടിനിയും വായിക്കണം, എന്തെങ്കിലും എഴുതി സ്വത്വം കണ്ടെത്തണം എന്നൊക്കെ മോഹിക്കുന്നതുകൊണ്ടാവണം ഞാൻ വളണ്ടിയർ റിട്ടയർമെന്റിന് അപ്ലിക്കേഷൻ കൊടുത്തു. അധികം കാത്തിരിക്കാതെ തന്നെ നാസിക്കിലെ റെക്കോർഡ് ഓഫീസിൽനിന്ന് പെൻഷൻ ഓർഡർ വന്നു.

ഡിഫൻസ് കാർഗോ കപ്പലുകൾ നങ്കൂരമിടുന്ന മുംബൈ പോർട്ടിലെ ലാവണത്തിൽനിന്നും വിട പറയുകയായി. പോർട്ടിലെ കരിങ്കൽ മുറ്റങ്ങളിൽ വീഴുന്ന വെയിലിൽനിന്നും ഉപ്പുകാറ്റിന്റെ സീൽക്കാരങ്ങളിൽനിന്നും വിദൂരമായ നാട്ടിൻപുറത്തേക്ക്.

ദിവസക്കൂലിക്കാരായ ലേബേഴ്സിനോടൊപ്പം ചെലവഴിച്ച ഡ്യൂട്ടിയാമങ്ങൾ. ചുണ്ണാമ്പിൽ കുഴച്ച് ചവയ്ക്കുന്ന പുകയിലയും വിയർപ്പും മണക്കുന്ന അവരോടൊത്തു ജീവിക്കുമ്പോൾ കണ്ണെത്താ ദൂരത്ത് കാനോലി ക്കനാലിന്റെ തീരത്തെ ചീക്കച്ചൂരുള്ള മടൽപ്പണിക്കാരെ ഓർമവരും. കണ്ണുകളിൽ പ്രയത്നത്തിന്റെ ഗാഢലഹരി തിളയ്ക്കുന്ന തൊഴിലാളികളുടെ കരുത്തൻ മുഖങ്ങൾ എന്നെ ഉത്സുകനാക്കും. എട്ടുവീലുകളുള്ള ഒരു ട്രക്കോ, നാൽപ്പത് ടൺ തൂക്കമുള്ള ഒരു ടാങ്കോ, എന്തിന് ഒരു കപ്പൽ തന്നെയോ കടലിൽനിന്ന് പൊക്കിയുയർത്താനുള്ള ശക്തി, മുഖം വെയിലുകൊണ്ട് കരുവാളിച്ച അവരുടെ കൈകൾക്കുണ്ടെന്നറിഞ്ഞ പ്രവൃത്തി ദിനങ്ങൾ.

പരിപൂർണ സംതൃപ്തിയോടെ ഈ ഭൂമിയിൽ ജീവിക്കാൻ ആർക്കും കഴിയില്ലെന്നു പറയാറുണ്ട്. വൈക്കം മുഹമ്മദ് ബഷീറിനെപ്പോലെ മാന്തോപ്പിലെ കാറ്റും കിളികളുടെ കോറസും ആസ്വദിച്ച് ജീവിതം മധുരസുന്ദരമാക്കാൻ എത്രപേർക്ക് സാധിക്കും? എല്ലാവരുടെയും സ്നേഹപാത്രമാവാനും, എല്ലാവരേയും സന്തോഷിപ്പിക്കാനും വളരെ കുറച്ചുപേർക്ക് കഴിയുമായിരിക്കും.

ഏതൊരു മനുഷ്യനും അവൻ ജീവിക്കുന്ന ചുറ്റുപാടുകളിൽനിന്ന് വേണം സന്തോഷം മെനഞ്ഞെടുക്കാൻ. മനസിന്റെ ഭിക്ഷാപാത്രത്തിലേക്കാണ് അനുഭവങ്ങൾ ഒഴുകി വീഴുന്നത്. ആ പാത്രം എത്ര നിറഞ്ഞാലും മനസിന് തൃപ്തി വരില്ല എന്നാണനുഭവം.

നിദ്രാവേളകളിൽ ഉള്ളിന്റെയുള്ളിരുന്ന് ആരോ മന്ത്രിക്കുന്നതായി ചിലപ്പോഴൊക്കെ എനിക്ക് തോന്നാറുണ്ട്. മതി പ്രവാസം, മതി അലച്ചിൽ! യാത്രാപഥങ്ങൾ ഒരുപാട് താണ്ടിക്കഴിഞ്ഞു. കാനോലിക്കനാലിന്റെ തീരങ്ങളിലെ കുളിർകാറ്റിലേക്കും കാവുപൂരകളിലേക്കും മടങ്ങാൻ മനസിന് ധൃതിയായി. ഇത്തൾചൂളകളുടെ പുകമണം, കയർറാട്ടുകളുടെ പരുക്കൻ താളം, ചീനവലക്കാരുടെ കൂക്കും വിളിയും, എല്ലാം ഓർമകളെ ധന്യമാക്കിക്കൊണ്ടിരുന്നു.

ഉഴുവത്തുകടവിൽനിന്ന് തൊഴിലന്വേഷിച്ച് പുറം നാടുകളിലേക്ക് പോയവരുടെ മുഖങ്ങൾ ഓർക്കാൻ ശ്രമിച്ചു. വിശപ്പിൽനിന്നുള്ള മോചനമായിരുന്നിരിക്കണം അവരുടെയൊക്കെ ലക്ഷ്യം. പ്രവാസം നിലനിൽപ്പ് മാത്രമല്ല പണവും പലർക്കും വാരിക്കൊടുത്തു. പണമാണ് പ്രതാപത്തിന്റെ അളവുകോൽ. പണമില്ലെങ്കിൽ പിണം എന്നാണ് ചൊല്ല്. പണക്കാരനാവുക, ഭൂവുടമയാവുക എന്നൊക്കെ പറഞ്ഞാൽ ഗമയുള്ള കാര്യങ്ങളാണ്. പണത്തിന്റെ മേലെ പരുന്തും പറക്കില്ലെന്നാണ് പറയാറ്. ലക്ഷമുള്ളവനാണ് ലക്ഷപ്രഭു. കോടിയുള്ളവൻ കോടീശ്വരനും.

വായിക്കാൻ ഭാഷാസാഹിത്യഗ്രന്ഥങ്ങളോ മനസിൽ തോന്നുന്നത് എഴുതാൻ ഏകാന്തശാന്തമായ ഒരിടമോ സൈന്യബാരക്കിലില്ലെന്നുള്ളതാണ് സങ്കടം. മൂട്ടമണമുള്ള ചണക്കയർ വരിഞ്ഞ കട്ടിലുകൾ മെയ്യോടുമെയ്യുരുമ്മി കിടക്കുന്ന ഏതാണ്ട് മൂന്നടി വീതിയും ആറടി നീളവുമുള്ള ലോകമാണ് ബാരക്കിൽ പട്ടാളക്കാരന് വീതിച്ചു കിട്ടുന്നത്. ട്രങ്കുകൾ നിലത്തുരയുന്ന കരകര ശബ്ദവും സോക്സിന്റെയും യൂണിഫോമിന്റെയും വിയർപ്പുഗന്ധവും അസഹ്യമായി തോന്നും. കൊതുകുകളുടെ രാഗവിസ്താരം. റമ്മിന്റെ ലഹരിയിൽ കുഴഞ്ഞ ഭരണിപ്പാട്ടുകൾ. സംഗീതമേ..... മധുര സംഗീതമേ ജീവിതം എന്നു മൂളാൻ തോന്നാത്ത ചുറ്റുപാടുകൾ.

സ്വാതന്ത്ര്യത്തിനു മുൻപ് ബ്രിട്ടീഷ് ഓഫീസർമാർ പാർത്തിരുന്ന രണ്ടു നിലയുള്ള നീളൻ ബാരക്കുണ്ട് കൊളാബയിൽ. അതിലായിരുന്നു ഞങ്ങളുടെ വാസം. വിശാലമായ വരാന്ത. വിസ്താരമേറിയ കുളിമുറികളിൽ പളുങ്കിന്റെ മിനുപ്പുള്ള ബാത്ത് ഡബ്ബുകൾ. മലർന്ന ചുണ്ടുകളുള്ള രണ്ടിലകൾ ഘടിപ്പിച്ച പുരാവസ്തുവെന്നു പറയാവുന്ന ഇലക്ട്രിക് ഫാനുകൾ. ബാരക്കിനു ചുറ്റും കാവൽ നിൽക്കുന്ന ഗുൽമോഹറുകളുടെ ചില്ലകളെ തഴുകിവരുന്ന കടൽക്കാറ്റ്.

പെൻഷൻ ഡ്രിൽ എന്നു ബാരക്കിൽ പറയുന്ന ചടങ്ങിനുവേണ്ടി നാസിക്കിലെ ഡിപ്പോ റെജിമെന്റിലേക്ക് ജൂൺ 7ന് പുറപ്പെട്ടു. ഇരുപത്തൊന്നു ദിവസത്തിനുശേഷം പെൻഷൻ ബുക്കു കിട്ടി. യൂണിഫോമിൽനിന്നും, പട്ടാളബാരക്കിന്റെ മുള്ളുവേലിക്കുള്ളിൽനിന്നും യാത്ര പറഞ്ഞു.

ഡിപ്പോ റെജിമെന്റ് വിടുന്നതിനു രണ്ടാഴ്ചമുമ്പ് കണ്ടാണിശ്ശേരിയിൽനിന്നും പട്ടാളക്കഥാകാരൻ കോവിലന്റെ കത്തു വന്നിരുന്നു. ഒരു കൊതുകു വല വേണമെന്നായിരുന്നു കുറിപ്പ്. കോവിലനാണ് എന്റെ

ആദ്യനോവൽ *കൂട്ടം തെറ്റിയ കുട്ടി* വായിച്ചു തിരുത്തിയത്. ഞങ്ങളുടേത് ഗുരുശിഷ്യ ബന്ധത്തേക്കാളുപരിയായ സൗഹൃദമായിരുന്നു. ഗുരുവായൂർ, തൃശൂർ ഭാഗത്തുള്ള പട്ടാളക്കാർ ലീവിനു പോകുമ്പോൾ ഞാൻ കോവിലന് റം കുപ്പികൾ പാരിതോഷികമായി കൊടുത്തയക്കുമായിരുന്നു. മൂത്ത മകൾക്ക് കുഞ്ഞുപിറന്നപ്പോൾ കൊതുകിൽനിന്നും രക്ഷകിട്ടാനായി പട്ടാളത്തിലെ കൊതുകുവല വേണമെന്നദ്ദേഹം പറഞ്ഞു. ഉടനെ ഞാനത് പോസ്റ്റാഫീസ് വഴി അയച്ചുകൊടുത്തു. പെൻഷനായി പോകുമ്പോഴും അദ്ദേഹത്തിന് സമ്മാനിക്കാനായി ഒരു കൊതുകുവലയും റം കുപ്പികളും ട്രങ്കിൽ പ്രത്യേകം കരുതി വച്ചിരുന്നു.

നോവലെഴുത്ത് കരിങ്കല്ലുരച്ച് ഭസ്മമാക്കുന്നതുപോലെ ദുഷ്കരമാണെന്നാണ് കോവിലൻ ഉപദേശിച്ചിട്ടുള്ളത്. എന്റെ നോവൽ *ബാരക്കി*ന് അങ്കണം അവാർഡും, പ്രൊഫസർ എം കൃഷ്ണൻനായർ നോവൽ പുരസ്കാരവും ലഭിച്ചപ്പോൾ അഭിനന്ദിച്ചുകൊണ്ട്, ഇനിയും മുന്നോട്ട്....എന്നാണദ്ദേഹം എഴുതിയത്. അമിതമായി ശ്ലാഘിക്കില്ല. വാനോളം പുകഴ്ത്തില്ല. ഭാഷയെ പുനർജീവിപ്പിക്കൂ എന്നാണദ്ദേഹത്തിന്റെ ഉപദേശം. എല്ലുമിടുക്കുള്ള ഭാഷയില്ലെങ്കിൽ സാഹിത്യമെന്തിന് എന്നാണ് ചോദ്യം.

1991 ജൂലായ് ആദ്യയാഴ്ചയിലെ മഴക്കോളുകൊണ്ട ഒരു വൈകുന്നേരം. വിക്ടോറിയ ടെർമിനസിലെ (ഇന്നത്തെ ഛത്രപതി ശിവാജി ടെർമിനസ്) ആൾക്കൂട്ടത്തിൽ നാട്ടിലേക്കുള്ള വണ്ടിയും കാത്ത് യാത്രയയ്ക്കാൻ വന്ന കൂട്ടുകാരുടെ ഇടയിൽ നിൽക്കുമ്പോൾ യൂണിഫോമിന്റെ നഷ്ടത്തിൽ സങ്കടം തോന്നി. പിന്നിട്ട യാത്രാപഥങ്ങളിൽ മനസ്സ് ഉഴറി നടന്നു. പഞ്ചാബിന്റെ ഹരിതസമതലങ്ങളിലും കാശ്മീരിലെ ഗിരിതടങ്ങളിലും റാണി ലക്ഷ്മീഭായിയുടെ ജീവരക്തം വീണുകുതിർന്ന ഝാൻസിയിലും നാസിക്, ഗോൽക്കൊണ്ടയിലും ഓർമകൾ ചിറകടിച്ചു പറന്നു.

വാതിലുകളും ജനലുകളും ഒരിക്കലും അടയ്ക്കാത്ത പട്ടാളബാരക്കിലായിരുന്നു ഞാനിന്നലെ വരെ. വിശാലമാണ് പട്ടാളബാരക്കിന്റെ അകത്തളങ്ങൾ. ഉദാരനായ തമ്പുരാനാണ് യുദ്ധഭൂമിയുടെ കാവൽക്കാരൻ.

പടനിലങ്ങളിൽ ജീവിതം തേടുന്ന യുവാക്കൾ ബാരക്കിലെ ചാർപ്പായിലേക്ക് നിരന്തരം വന്നും പോയുംകൊണ്ടിരിക്കും. ബാരക്കുകൾ സൈനികരുടെ നഷ്ടങ്ങളിൽ കരയാറില്ല. ബാരക്കുകളുടെ അകത്തളം ഒരിക്കലും വിജനമാകുന്നില്ല. വിരഹഗാനങ്ങളാലും ജാരകഥകളാലും അതെപ്പോഴും ശബ്ദമുഖരിതമായിരിക്കും.

മഴയുടെ ചീറൽ കേട്ടുകൊണ്ട് ജയന്തി ജനത എക്സ്പ്രസിന്റെ ഇരുമ്പഴിയിട്ട ജനലരികത്ത് ഞാനിരുന്നു. ആലിപ്പഴം പൊഴിയുന്ന ഹൊഷിയാർപൂരിന്റെ ആകാശങ്ങൾക്കുകീഴെ ചെലവഴിച്ച മഞ്ഞുകാലം ഓർമകളിലുണർന്നു. കാട്ടുപുല്ലുകൾ പടർന്ന ഗോൽക്കൊണ്ടയിലെ അജ്ഞാത വീരന്മാരുടെ മഖ്ബറകൾ മനസിൽ തെളിഞ്ഞു. കുരുക്ഷേത്രയുടെ വരണ്ട ഊഷരതകളിലെ രഥവേഗങ്ങൾക്കും ഞാണൊലികൾക്കും കാതോർത്തു. ഝാൻസിയും കൽക്കത്തയും, ജമ്മുവും നാസിക്കും, ബബീനയും എന്നെ

മാടിവിളിച്ചു. അടുക്കും ചിട്ടയും മുറിഞ്ഞ് ഓർമകൾ കൂലംകുത്തി ഒഴുകിക്കൊണ്ടിരുന്നു.

പരിശീലനത്തിന് കയറിവന്നതുപോലെ മുറിവും ചതവുമില്ലാതെ തിരിച്ചുപോകാൻ കഴിയുന്ന പട്ടാളക്കാർ ഭാഗ്യവാന്മാരാണെന്നു പറയാറുണ്ട്. പടനിലങ്ങളിൽനിന്ന്, ബാരക്കുകളുടെ ഉന്മാദവേഗങ്ങളിൽനിന്ന് ഞാനും എന്റെ അനുഭവങ്ങളും കാനോലിക്കനാലിന്റെ തീരത്തെ കുഗ്രാമമായ ഉഴുവത്തുകടവിലേക്ക് തിരിച്ചുപോവുകയാണ്.

യുദ്ധങ്ങളിൽ പങ്കെടുത്തതിന് കിട്ടിയിട്ടുള്ള മെഡലുകളും സ്റ്റാറുകളും ഹൃദയഭാഗത്തു കുത്തി സെറിമോണിയൽ പരേഡുകൾ ചെയ്ത കാലം ഓർമകളിലിന്നും ജ്വലിച്ചു നിൽക്കുന്നുണ്ട്. സൈന്യം എനിക്കു തന്ന ബിരുദങ്ങളാണാ യുദ്ധചിഹ്നങ്ങൾ. മരണദേവൻ അതിൽ നോക്കിയായിരിക്കും സ്വർഗത്തിലേക്കുള്ള ഗോപുരവാതിൽ തുറന്നു തരുന്നത്!

www.ingramcontent.com/pod-product-compliance
Lightning Source LLC
LaVergne TN
LVHW100844051026
849519LV00006B/2416